ਦੇਸ ਨਿਕਾਲ਼ਾ

ਦੇਸ ਨਿਕਾਲ਼ਾ

ਪ੍ਰਭਸ਼ਰਨਦੀਪ ਸਿੰਘ

ਸਿੱਖ ਚਿੰਤਨ ਪ੍ਰਕਾਸ਼ਨ

ਪਹਿਲੀ ਵਾਰ ੨੦੨੨

ਪ੍ਰਕਾਸ਼ਕ
ਸਿੱਖ ਚਿੰਤਨ ਪ੍ਰਕਾਸ਼ਨ
੩੬ ਕੌਸਟਾ ਬਰਾਸੇ ਕੋਰਟ,
ਸੈਕਰਾਮੈਂਟੋ, ਕੈਲੇਫ਼ੋਰਨੀਆਂ

Des Nikala
Punjabi poems on the themes of
exile, time, and language
by Prabhsharandeep Singh

©ਪ੍ਰਭਸ਼ਰਨਦੀਪ ਸਿੰਘ ੨੦੨੨
ਸਭ ਹੱਕ ਕਰਤਾ ਦੇ ਰਾਖਵੇਂ ਹਨ
The moral rights of the author have been asserted.

ਇਸ ਪ੍ਰਕਾਸ਼ਨ ਦਾ ਕੋਈ ਵੀ ਹਿੱਸਾ ਲੇਖਕ ਦੀ ਆਗਿਆ ਬਗੈਰ ਕਿਸੇ ਵੀ ਤਰੀਕੇ ਜਾਂ ਕਿਸੇ ਵੀ ਰੂਪ ਵਿੱਚ ਦੁਬਾਰਾ ਪੇਸ਼, ਨਸ਼ਰ, ਜਾਂ ਸਟੋਰ ਨਹੀਂ ਕੀਤਾ ਜਾ ਸਕਦਾ।

ISBN: 978-0-578-29728-6

ਸਮਰਪਣ

ਮਾਤਾ ਪਿਤਾ ਨੂੰ

ਜਿਨ੍ਹਾਂ ਨੇ ਸ਼ਬਦ ਦੀ ਗੁੜ੍ਹਤੀ ਨਾਲ਼ ਨਿਵਾਜਿਆ

ਦ੍ਰਿਸਟਿਮਾਨ ਅਖਰ ਹੈ ਜੇਤਾ॥ ਨਾਨਕ ਪਾਰਬ੍ਰਹਮ ਨਿਰਲੇਪਾ॥੫੪॥

- ਗਉੜੀ ਬਾਵਨ ਅਖਰੀ ਮਹਲਾ ੫, ਸ੍ਰੀ ਗੁਰੂ ਗ੍ਰੰਥ ਸਾਹਿਬ, ਪੰਨਾ ੨੬੧

ਧੰਨਵਾਦ

ਸਭ ਤੋਂ ਪਹਿਲਾਂ ਮੈਂ ਆਪਣੇ ਮਾਤਾ-ਪਿਤਾ, ਬੀਬੀ ਸੁਰਿੰਦਰਪਾਲ ਕੌਰ ਅਤੇ ਸ. ਹਰਭਜਨ ਸਿੰਘ ਸੰਧੂ ਦਾ ਧੰਨਵਾਦ ਕਰਨਾ ਚਾਹੁੰਦਾ ਹਾਂ ਜਿਨ੍ਹਾਂ ਨੇ ਸਿੱਖੀ ਨਾਲ਼ ਜੋੜਿਆ, ਗੁਰਮਤਿ ਦੀ ਸੋਝੀ ਦਿੱਤੀ, ਅਤੇ ਸਾਹਿਤ ਪੜ੍ਹਨ ਦੀ ਲਗਨ ਲਾਈ। ਇਸ ਦੇ ਨਾਲ਼ ਉਹਨਾਂ ਨੇ ਸਾਡੇ ਲਈ ਉਹ ਘਰ ਸਿਰਜਿਆ ਜਿਸ ਵਿੱਚ ਆਜ਼ਾਦੀ ਨਾਲ਼ ਪੜ੍ਹਨ-ਲਿਖਣ ਅਤੇ ਸੋਚਣ ਦੀ ਥਾਂ ਮਿਲ਼ਦੀ ਸੀ। ਉਸ ਤੋਂ ਬਾਅਦ ਮੇਰੇ ਦੋਵੇਂ ਭੈਣ-ਭਰਾ, ਪ੍ਰਭਸ਼ਰਨਜੋਤ ਕੌਰ ਤੇ ਪ੍ਰਭਸ਼ਰਨਬੀਰ ਸਿੰਘ, ਦੀ ਹਮਾਇਤ ਮੇਰੇ ਲਈ ਅੱਜ ਤੱਕ ਬਹੁਤ ਵੱਡਾ ਆਸਰਾ ਹੈ। ਚਿੰਤਨ ਤੇ ਸਿਰਜਣਾ ਦੇ ਸਫ਼ਰ ਵਿੱਚ ਵੱਡੀ ਚੁਣੌਤੀ ਇਕੱਲ ਹੁੰਦੀ ਹੈ ਕਿਉਂਕਿ ਬਹੁਤ ਵਾਰ ਅਹਿਸਾਸ ਤੇ ਵੇਦਨਾ ਸਾਂਝੇ ਕਰਨ ਲਈ ਕੋਈ ਮਿਲ਼ਦਾ ਹੀ ਨਹੀਂ। ਮੇਰੇ ਭੈਣ-ਭਰਾ ਪੰਜਾਬ ਅਤੇ ਸਿੱਖਾਂ ਦੀ ਹੋਣੀ ਨਾਲ਼ ਜੁੜੇ ਸਰੋਕਾਰਾਂ ਦਾ ਸ਼ਿੱਦਤ ਨਾਲ਼ ਅਹਿਸਾਸ ਕਰਦੇ ਹਨ।

ਸਾਡੇ ਪਿੰਡ ਮਨਾਵੇਂ ਦੀ ਹਵਾ ਵਿੱਚ ਸਿੱਖੀ ਸਾਹ ਲੈਣ ਵਾਂਗ ਸਹਿਜ ਸੀ। ਉੱਥੋਂ ਹਾਸਲ ਹੋਏ ਮੁੱਢਲੇ ਅਨੁਭਵ ਜ਼ਿੰਦਗੀ ਵਿੱਚ ਸਦਾ ਤਾਜ਼ਗੀ ਭਰਦੇ ਆ ਰਹੇ ਹਨ।

ਪ੍ਰੋ. ਹਰਿੰਦਰ ਸਿੰਘ ਮਹਿਬੂਬ ਦੀ ਕਵਿਤਾ ਮੇਰੇ ਲਈ ਅਦੁੱਤੀ ਪ੍ਰੇਰਨਾ ਦਾ ਸੋਮਾ ਸਾਬਤ ਹੋਈ। ਉਹਨਾਂ ਦੀ ਕਵਿਤਾ ਰਾਹੀਂ ਅਨੁਭਵ ਦੀ ਦੀਰਘਤਾ ਅਤੇ ਬੋਲੀ ਦੀ ਭਰਪੂਰਤਾ ਅਜਿਹੇ ਲਾਸਾਨੀ ਅੰਦਾਜ਼ ਵਿੱਚ ਪ੍ਰਗਟ ਹੋਏ ਕਿ ਸਮਕਾਲ਼ੀ ਸਾਹਿਤਿਕ ਹਲਕਿਆਂ ਵਿੱਚ ਕਾਵਿ-ਮੁਹਾਵਰੇ ਬਾਰੇ ਚੱਲਦੀਆਂ ਦਲੀਲਾਂ ਨਿਰਾਰਥਕ ਹੋ ਕੇ ਰਹਿ ਗਈਆਂ। ਮੈਂ ਮਹਿਬੂਬ ਸਾਹਿਬ ਦਾ ਸਦਾ ਰਿਣੀ ਰਹਾਂਗਾ।

ਫ਼ਰੀਦਕੋਟ ਰਹਿੰਦਿਆਂ ਰਵਿੰਦਰ ਸਿੰਘ ਧਾਲ਼ੀਵਾਲ਼ ਅਤੇ ਰਾਜਪਾਲ ਸਿੰਘ ਸੰਧੂ ਪਹਿਲੇ ਮਿੱਤਰ ਸੀ ਜਿਨ੍ਹਾਂ ਨਾਲ਼ ਕਵਿਤਾ, ਸੰਗੀਤ, ਅਤੇ ਸਾਹਿਤ ਦੀ ਸਾਂਝ ਸੀ ਜਿਸ ਲਈ ਦੋਹਾਂ ਦਾ ਧੰਨਵਾਦੀ ਹਾਂ।।

ਪਟਿਆਲ਼ੇ ਵਿੱਚ ਮੈਨੂੰ ਡਾ. ਸਰਬਜੀਤ ਸਿੰਘ ਘੁੰਮਣ ਦੀ ਦੋਸਤੀ ਦਾ ਮਾਣ ਹਾਸਲ ਹੋਇਆ। ਉਹਨਾਂ ਦਾ ਭਾਸ਼ਾਵਾਂ ਦਾ ਗਿਆਨ, ਸਾਹਿਤ ਤੇ ਸੰਗੀਤ ਦੇ ਸੁਹਜ-ਸੁਆਦ, ਤੇ ਅਦੁੱਤੀ ਯਾਦ-ਸ਼ਕਤੀ ਮੇਰੇ ਲਈ ਪ੍ਰੇਰਨਾਦਾਇਕ ਸਨ। ਉੱਥੇ ਹੀ ਪ੍ਰੋ. ਕੁਲਵੰਤ ਸਿੰਘ ਗਰੇਵਾਲ਼ ਵਰਗੇ ਮਹਾਨ ਕਵੀ ਨੂੰ ਮਿਲਣ ਦਾ ਸੁਭਾਗ ਪ੍ਰਾਪਤ ਹੋਇਆ। ਮੈਂ ਉਹਨਾਂ ਦੀ ਪ੍ਰੇਰਨਾਦਾਇਕ ਸ਼ਖ਼ਸੀਅਤ ਦਾ ਸਦਾ ਅਹਿਸਾਨਮੰਦ ਰਹਾਂਗਾ। ਡਾ. ਗੁਰਭਗਤ ਸਿੰਘ ਦੀ ਦੀਰਘ ਬੌਧਿਕਤਾ ਆਪਣੇ-ਆਪ ਵਿੱਚ ਇੱਕ ਚਾਨਣ ਮੁਨਾਰਾ ਸੀ ਕਿਉਂਕਿ ਕਵਿਤਾ ਅਤੇ ਬੌਧਿਕਤਾ ਨੂੰ ਅੱਡ-ਅੱਡ ਕਰਕੇ ਨਹੀਂ ਵੇਖਿਆ ਜਾ ਸਕਦਾ। ਡਾ. ਗੁਰਤਰਨ ਸਿੰਘ ਦੀ ਰਚਨਾਤਮਿਕ ਪੜ੍ਹਤ ਆਪਣੇ ਅੰਦਾਜ਼ ਵਿੱਚ ਭਾਵਪੂਰਤ ਸੀ।

ਸ. ਕਰਮਜੀਤ ਸਿੰਘ ਦੇ ਪੰਥਕ ਸਰੋਕਾਰ, ਅਰਥ-ਭਰਪੂਰ ਟਿੱਪਣੀਆਂ, ਅਤੇ ਘੋਖਵੇਂ ਸੁਆਲ ਸਦਾ ਉਤਸ਼ਾਹ ਉਪਜਾਉਂਦੇ ਰਹੇ ਹਨ। ਅਮਰੀਕ ਸਿੰਘ ਤੇ ਉਸ ਵੇਲ਼ੇ ਦੇ ਬਾਕੀ ਸਾਰੇ ਸੱਜਣਾਂ ਦਾ ਖ਼ਾਸ ਤੌਰ ’ਤੇ ਧੰਨਵਾਦੀ ਹਾਂ। ਹਰਮੀਤ ਸਿੰਘ ਵਿਦਿਆਰਥੀ ਦਾ ਖ਼ਾਸ ਧੰਨਵਾਦ ਹੈ। ਮੇਰੇ ਵਰਗੇ ਬੰਦੇ ਲਈ ਵਿਦਿਆਰਥੀ ਫ਼ਰੀਦਕੋਟ ਦੀਆਂ ਸਾਹਿਤਿਕ ਮਹਿਫ਼ਲਾਂ ਵਿੱਚਲੀ ਅਪਣੱਤ ਸੀ। ਵਿਦਿਆਰਥੀ ਦੀ ਮਿਹਰਬਾਨੀ ਕਿ ਉਹਨਾਂ ਨੇ ਇਸ ਕਿਤਾਬ ਲਈ ਲਾਲ ਸਿੰਘ ਦੀ ਕਹਾਣੀ ਦਾ ਹਵਾਲਾ ਮੁਹੱਈਆ ਕਰਵਾਇਆ।

ਅਮਰੀਕਾ ਵਿੱਚ ਹਰਪਾਲ ਸਿੰਘ ਭਿੰਡਰ ਮੇਰੀ ਕਵਿਤਾ ਦੇ ਰਾਜ਼ਦਾਨ ਰਹੇ ਹਨ, ਉਹਨਾਂ ਦੀ ਬਹੁਤ ਮਿਹਰਬਾਨੀ। ਪ੍ਰੋ. ਬਲਬਿੰਦਰ ਸਿੰਘ ਭੋਗਲ ਨਾਲ਼ ਕਈ ਸਾਲਾਂ ਤੋਂ ਲੰਮੀਆਂ ਵਿਚਾਰਾਂ ਹੋ ਰਹੀਆਂ ਹਨ। ਭੋਗਲ ਸਾਹਿਬ ਜਿਹੇ ਪ੍ਰਬੀਨ ਵਿਦਵਾਨ ਨਾਲ਼ ਕਵਿਤਾ ਅਤੇ ਉਸ ਨਾਲ਼ ਜੁੜੇ ਸਰੋਕਾਰ ਸਾਂਝੇ ਕਰਨ ਦਾ ਮੌਕਾ ਹਾਸਲ ਹੋਣਾ ਵੱਡੇ ਭਾਗਾਂ ਵਾਲ਼ੀ ਗੱਲ ਹੈ। ਬਾਹਰ ਵਾਲ਼ੇ ਮਿੱਤਰਾਂ ਜੁਝਾਰ ਸਿੰਘ, ਅਮਨਦੀਪ ਸਿੰਘ, ਹਰਜੋਤ ਸਿੰਘ ਸੰਧੂ, ਸਤਬੀਰ ਸਿੰਘ, ਰਣਦੀਪ ਸਿੰਘ ਹੋਠੀ, ਅਸ਼ਮਿੰਦਰ ਸਿੰਘ ਤੇ ਵਿੱਕੀ ਕੌਰ, ਸੰਦੀਪ ਕੌਰ, ਅਤੇ ਪ੍ਰਭਜੋਤ ਕੌਰ ਦੀ ਬਹੁਤ ਮਿਹਰਬਾਨੀ।

ਮੇਰੀ ਪਤਨੀ ਜਸਪ੍ਰੀਤ ਕੌਰ ਦਾ ਸਬਰ ਤੇ ਮੇਰੀ ਧੀ ਦਰਸਨੂਰ ਕੌਰ ਦੀ ਪਾਵਨ ਹਾਜ਼ਰੀ ਸਦਾ ਹੀ ਮਦਦਗਾਰ ਅਤੇ ਪ੍ਰੇਰਨਾਦਾਇਕ ਰਹੀਆਂ ਹਨ। ਮੈਂ ਦੋਹਾਂ ਦਾ ਖ਼ਾਸ ਤੌਰ 'ਤੇ ਰਿਣੀ ਹਾਂ।

ਤਤਕਰਾ

ਕਵਿਤਾ ਦੇ ਅੰਗ-ਸੰਗ ੧
ਕਵਿਤਾ, ਕਾਲ਼, ਤੇ ਬੋਲੀ ੧
ਕਵਿਤਾ ਅਤੇ ਮੇਰਾ ਸਫ਼ਰ ੨੦

ਕਰਤਾ ੭੩

ਗੁਰੂ ਨਾਨਕ ੭੪

ਗੁਰੂ ਨਾਨਕ ਦਾ ਦੇਸ ੭੫

ਦੇਸ ੭੬

ਮਿੱਟੀ ੭੭

ਮਾਂ ਤੇ ਮਿੱਟੀ ੭੮

ਜਣਨੀ-ਧਰਤੀ ੭੯

ਬੋਲੀ ੮੦

ਬੋਲੀ-ਆਪਾ ੮੧

ਬੇਵਤਨੀ ਤੇ ਬੋਲੀ ੮੨

ਮਾਂ ਦੀ ਸਿੱਖ ੮੩

ਜੀਵਨ ੮੪

ਮੌਤ ੮੫

ਕਾਲ਼ ੮੬

ਜੀਵਨ-ਕਣੀ ੮੭

ਕੱਲ੍ਹ ੮੮

ਅੱਜ ੮੯

ਭਲਕ ੯੦

ਹੁਣ ੯੧

ਹੁਣ ਦੇ ਰਾਗ ੯੨

ਮੁੱਢ ੯੩

ਦੇਸ-ਕਾਲ਼ ੯੪

ਕਾਲ਼ ਤੇ ਬੋਲੀ ੯੫

ਦੁੱਖ ੯੬

ਸੁੱਖ ੯੭

ਲੇਖ ੯੮	ਹਿਜਰਤ ੧੨੦
ਮਾਇਆ ੯੯	੧੯੪੭ ੧੨੧
ਨਿਹੁੰ ੧੦੦	ਤੈਂ ਕੀ ਦਰਦ ਨਾ ਆਇਆ ੧੨੨
ਨਿਹੁੰ ਦੀ ਜੜ੍ਹ ੧੦੧	ਸਰਸਾ ਕਿਨਾਰੇ ੧੨੩
ਮੁਰਦਾਰ ੧੦੨	ਪਰਿਵਾਰ ਵਿਛੋੜਾ ੧੨੪
ਛਲ ੧੦੩	ਕੱਚੀ ਗੜ੍ਹੀ ੧੨੫
ਹੂਕ ੧੦੪	ਸਾਕਾ ਸਰਹਿੰਦ ੧੨੬
ਸੱਦ ੧੦੫	ਕੱਲ੍ਹ ਤੇ ਅੱਜ ੧੨੭
ਸੁਨੇਹਾ ੧੦੬	ਹੋਕਾ ੧੨੮
ਵੰਗਾਰ ੧੦੭	ਹੋਲਾ-ਮਹੱਲਾ ੧੨੯
ਬਾਜ-ਸੁਨੇਹੜੇ ੧੦੮	ਖ਼ਾਲਸਾ ਸਾਜਨਾ ੧੩੦
ਹੌਂਕੀ ੧੦੯	ਉਜਾੜਾ ੧੩੧
ਅਨਾਹਤ ੧੧੦	ਬੀਆਬਾਨ ੧੩੨
ਪਰਖ ੧੧੧	ਮਾਂ ਤੇ ਮਿੱਟੀ ੧੩੩
ਸੁੰਞੇ ਘਰ ੧੧੨	ਪਰਦੇਸੀ ਹੂਕਾਂ ੧੩੪
ਸਫ਼ਰ ੧੧੩	ਸੰਨਾਟਾ ੧੩੫
ਤੂਫ਼ਾਨ ੧੧੪	ਮਾਂ ਦਾ ਸਿਦਕ ੧੩੬
ਵਰਿਆਮ ੧੧੫	ਦਰਿਆਵਾਂ ਦਾ ਦੁੱਖ ੧੩੭
ਸ਼ਹੀਦਾਂ ਦੀ ਜਾਗ ੧੧੬	ਸੰਗੀ ੧੩੮
ਨਿੱਜ-ਘਰ ੧੧੭	ਕਾਲ ਨਿਸੱਤਾ ੧੩੯
ਚੜ੍ਹਾਈਆਂ ੧੧੮	ਬੋਲ ਤੇ ਪੈਂਡੇ ੧੪੦
ਡਾਰ ੧੧੯	ਨਿਭਾਵੋਂ ੧੪੧

ਆਸਤੀਨ ਦੇ ਸੱਪ ੧੪੨	ਸੰਤ-ਆਮਦ ੧੬੪
ਗ੍ਰਾਮ-ਚਾਨਣ ੧੪੩	ਅਮਰ-ਆਸ ੧੬੫
ਭਟਕ ਗਿਆਂ ਨੂੰ ੧੪੪	ਪੜ੍ਹਨਹਾਰ ੧੬੬
ਬਾਜ਼-ਅੱਖ ੧੪੫	ਮੋੜਾ ੧੬੭
ਨਾਤਾ ੧੪੬	ਵੱਥ ੧੬੮
ਟਿਕਾਣਾ ੧੪੭	ਪੰਧ ੧੬੯
ਜੀਵਨ-ਸਾਰ ੧੪੮	ਛਡਹਿ ੧੨੦
ਨਿਹੁੰ ਦੀ ਜਾਗ ੧੪੯	ਦੁੱਖ ਤੇ ਸਿਦਕ ੧੨੧
ਗਾਫ਼ਲ ਨੂੰ ੧੫੦	ਰਾਹ ੧੨੨
ਚਿਣਗ ੧੫੧	
ਗੁਰਮੁਖਿ ਖੋਟੇ ਖਰੇ ਪਛਾਣੂ॥ ੧੫੨	
ਸੇਵਾ ੧੫੩	
ਤ੍ਰਿੰਖਾ ੧੫੪	
ਬੱਗੇ ਸ਼ੇਰੇ ੧੫੫	
ਸਿਦਕ ੧੫੬	
ਜਾਗ ੧੫੭	
ਸੁਪਨਾ ੧੫੮	
ਭਵਿੱਖ ੧੫੯	
ਮਾਰਾਂ ੧੬੦	
ਲਾਸਾਂ ੧੬੧	
ਆਪੇ-ਫਾਥੇ ੧੬੨	
ਉੱਠਣ ਵੇਲਾ ੧੬੩	

ਕਵਿਤਾ ਦੇ ਅੰਗ-ਸੰਗ

ਕਵਿਤਾ, ਕਾਲ਼, ਤੇ ਬੋਲੀ

ਮੈਂ ਆਪਣੀ ਕਵਿਤਾ ਦੀ ਪਹਿਲੀ ਕਿਤਾਬ ਲੈ ਕੇ ਹਾਜ਼ਰ ਹੋ ਰਿਹਾ ਹਾਂ। ਮੈਂ ਅੱਸੀਵਿਆਂ ਦੇ ਮਗਰਲੇ ਅੱਧ ਵਿੱਚ ਲਿਖਣਾ ਸ਼ੁਰੂ ਕੀਤਾ। ਉਦੋਂ ਤੋਂ ਲੈ ਕੇ ਹੁਣ ਤੱਕ ਲੇਖਣੀ ਨੇ ਅਨੇਕ ਵੇਸ ਧਾਰੇ ਹਨ। ਬਹੁਤ ਕੁਝ ਬੀਤੇ ਵਿੱਚ ਹੀ ਰਹਿ ਗਿਆ ਹੈ। ਹਥਲੇ ਸੰਗ੍ਰਹਿ ਵਾਲ਼ੀਆਂ ਕਵਿਤਾਵਾਂ ਮੈਂ ਪਿਛਲੇ ਦੋ ਕੁ ਵਰ੍ਹਿਆਂ ਵਿੱਚ ਹੀ ਲਿਖੀਆਂ ਹਨ। ਭਾਵੇਂ ਕਿ ਇਹ ਪਹਿਲੀਆਂ ਕਵਿਤਾਵਾਂ ਤੋਂ ਕਾਫ਼ੀ ਵੱਖਰੀਆਂ ਹਨ ਪਰ ਮੇਰੀਆਂ ਬੀਤੇ ਪੈਂਤੀ ਕੁ ਵਰ੍ਹਿਆਂ ਦੌਰਾਨ ਲਿਖੀਆਂ ਬਾਕੀ ਕਵਿਤਾਵਾਂ ਇਹਨਾਂ ਦਾ ਰੰਗ-ਰੂਪ ਨਿਸ਼ਚਿਤ ਕਰਨ ਵਿੱਚ ਕਿਸੇ ਨਾ ਕਿਸੇ ਰੂਪ ਵਿੱਚ ਕਾਰਜਸ਼ੀਲ ਹਨ। ਇਸ ਦੌਰਾਨ ਮੇਰੀ ਕਵਿਤਾ ਕਈ ਪੜਾਵਾਂ 'ਚੋਂ ਲੰਘੀ ਹੈ। ਕਵਿਤਾ ਦੇ ਜਿਹੜੇ ਰੂਪ ਤੇ ਮੁਹਾਵਰੇ ਬੀਤੇ ਵਿੱਚ ਰਹਿ ਗਏ ਹਨ ਉਹ ਮੌਜੂਦਾ ਕਵਿਤਾ ਦੀ ਜ਼ਮੀਨ ਹਨ ਜਿਸ ਵਿੱਚੋਂ ਨਵੀਂ ਕਵਿਤਾ ਅਨੇਕ ਅਣਕਿਆਸੇ ਪ੍ਰਭਾਵ ਹਾਸਲ ਕਰਦੀ ਹੈ।

ਕਵਿਤਾ ਨਾਲ਼ ਮੇਰਾ ਅਭਿਆਸ ਕਾਲ਼ ਤੇ ਬੋਲੀ ਨਾਲ਼ ਸਫ਼ਰ ਦਾ ਅਨੁਭਵ ਹੈ। ਇਹ ਅਨੁਭਵ ਅਚੇਤ ਰੂਪ ਵਿਚ ਸ਼ੁਰੂ ਹੋਇਆ। ਪਰ ਕਵਿਤਾ ਵਿੱਚ ਆਉਣ ਤੋਂ ਬਾਅਦ ਇਸ ਅਨੁਭਵ ਦੀ ਸੁਚੇਤ ਪੜਚੋਲ ਲਈ ਜ਼ਮੀਨ ਤਿਆਰ ਹੋ ਗਈ।

ਕਾਲ਼ ਜੀਵਨ ਦੇ ਬਿਨਸਣ ਤੇ ਉਗਮਣ ਦਾ ਨਿਰੰਤਰ ਚੱਲ ਰਿਹਾ ਪ੍ਰਵਾਹ ਹੈ। ਬੋਲੀ ਮਨੁੱਖੀ ਆਪੇ ਦੀਆਂ ਬੁਲੰਦੀਆਂ ਨੂੰ ਸਾਂਭੀ ਬੈਠੀ ਇਤਿਹਾਸਿਕ ਅਤੇ ਸੱਭਿਆਚਾਰਕ ਵੱਥ ਹੈ। ਕਾਵਿ-ਰਚਨਾ ਆਪਾ ਖੋਜਣ ਦਾ ਅਮਲ ਹੈ। ਇੱਕ ਤਾਂ ਕਵੀ ਖ਼ੁਦ ਆਪਣਾ ਆਪਾ ਖੋਜਣ ਦੀ ਪ੍ਰੇਰਨਾ ਵਿੱਚੋਂ ਲਿਖਦੇ ਹਨ, ਦੂਜਾ, ਉਹ ਸਮੂਹਿਕ ਚੇਤਨਾ ਵਿੱਚ ਆਪਾ ਖੋਜਣ ਦੀ ਤਾਂਘ ਦੀ ਨੁਮਾਇੰਦਗੀ ਕਰਦੇ ਹਨ। ਕਾਲ਼ ਹਰ ਜੁਗ ਵਿੱਚ ਆਪੇ ਦੇ ਕਾਇਨਾਤੀ ਦਾਅਵੇਦਾਰੀ ਵਾਲ਼ੇ ਰੂਪ ਲਿਆਉਂਦਾ ਹੈ। ਕਾਲ਼ ਦੇ ਅਮਲ ਵਿੱਚ ਜੀਵਨ ਦੇ ਬਹੁਤ ਸਾਰੇ ਪ੍ਰਵਾਹ ਮਿਟ ਜਾਂਦੇ ਹਨ, ਕੁਝ ਦਾ ਕਾਇਆਕਲਪ ਹੋ ਜਾਂਦਾ ਹੈ, ਤੇ ਕਈ ਹੋਰ ਬਾਕੀਆਂ 'ਤੇ ਹਾਵੀ ਹੋ ਜਾਂਦੇ ਹਨ।

ਬੋਲੀ ਉਹ ਜਹਾਨ ਹੈ ਜਿੱਥੇ ਆਪੇ ਦੀਆਂ ਅਨੇਕ ਪਰਤਾਂ ਚੇਤਨ ਅਤੇ ਅਚੇਤਨ ਰੂਪ ਵਿੱਚ ਵੱਸਦੀਆਂ ਹਨ। ਬੋਲੀ ਦੇ ਬਹੁਤ ਸਾਰੇ ਰੂਪ ਇਸ ਦੀ ਖ਼ਾਸ ਤਰਜ਼ ਦੀ ਵਰਤੋਂ ਵਿੱਚੋਂ ਹੀ ਉਜਾਗਰ ਹੁੰਦੇ ਹਨ; ਜਦੋਂ ਬੋਲੀ ਕਵੀ ਦੇ ਵਿਅਕਤੀਗਤ ਅਨੁਭਵ, ਜਾਂ ਕਵੀ ਦੀ ਸੁਰਤਿ ਦੇ ਸਮੂਹਿਕ ਪਸਾਰਾਂ, ਦੇ ਪ੍ਰਗਟਾਵੇ ਦਾ ਸਾਧਨ ਬਣਦੀ ਹੈ ਤਾਂ ਬੋਲੀ ਆਪੇ ਦੀਆਂ ਅਣਕਿਆਸੀਆਂ ਤਰਜ਼ਾਂ ਸਾਹਮਣੇ ਲੈ ਆਉਂਦੀ ਹੈ; ਉਹ ਤਰਜ਼ਾਂ ਜਿਹੜੀਆਂ ਸੁਰਤਿ ਦੇ ਵਿਗਾਸ ਨਾਲ਼ ਇਕਸੁਰਤਾ ਰੱਖਦੀਆਂ ਹਨ। ਭਾਵੇਂ ਕਿ ਕਾਲ਼ ਬੋਲੀ ਦਾ ਵੀ ਕਾਇਆਕਲਪ ਕਰਦਾ ਹੈ, ਤਾਂ ਵੀ ਬੋਲੀ ਆਪਣੇ ਆਪ ਨੂੰ ਸੁਰਜੀਤ ਕਰਨ ਜਾਂ ਨਵਿਆਉਣ ਦੇ ਸਮਰੱਥ ਹੁੰਦੀ ਹੈ। ਕਵਿਤਾ ਬੋਲੀ ਦੇ ਸੁਰਜੀਤ ਹੋਣ ਦਾ ਇੱਕ ਮੁੱਖ ਸਾਧਨ ਬਣਦੀ ਹੈ। ਬੋਲੀ ਕਾਲ਼ ਦੇ ਕਾਇਨਾਤੀ ਦਾਅਵਿਆਂ ਨੂੰ ਖੰਡ-ਖੰਡ ਕਰ, ਆਪੇ ਦੇ ਸੁੱਤੇ ਰੂਪ ਮੁੜ ਜਗਾਉਂਦੀ ਹੈ।

ਕਾਲ਼ ਦੇ ਅਮਲ ਵਿੱਚੋਂ ਉੱਭਰੇ ਆਪੇ ਦੇ ਕਾਇਨਾਤੀ ਦਾਅਵੇ ਮਨੁੱਖੀ ਮਨ ਦੇ ਧਰਾਤਲ 'ਤੇ ਆਪਣੇ ਢਾਂਚੇ ਉਸਾਰਦੇ ਹਨ। ਇਹ ਵਰਤਾਰਾ ਸਦਾ ਹੀ ਵਿਆਪਕ ਰਿਹਾ ਹੈ ਪਰ ਆਧੁਨਿਕਵਾਦ ਦੇ ਪ੍ਰਭਾਵ ਤਹਿਤ ਇਸ ਨੇ ਖ਼ਾਸ ਜ਼ੋਰ

ਫੜਿਆ ਹੈ। ਇਸ ਵਰਤਾਰੇ ਤਹਿਤ ਮਨ ਵਿਚਾਰ-ਪ੍ਰਵਾਹ ਦੀਆਂ ਹਿੰਸਕ ਕਾਂਗਾਂ ਰਾਹੀਂ ਦੇਹੀ ਦੇ ਰਸਾਂ ਦੇ ਅੱਥਰੇ ਘੋੜਿਆਂ ਨੂੰ ਲਗਾਮਾਂ ਪਾ ਲੈਂਦਾ ਹੈ ਤੇ ਚਹਿਚਹਾਉਂਦੇ ਪੰਛੀਆਂ ਨੂੰ ਪਿੰਜਰਿਆਂ ਵਿੱਚ ਕੈਦ ਕਰ ਲੈਂਦਾ ਹੈ। ਮਨ 'ਚੋਂ ਉਗਮਦੇ ਫ਼ਲਸਫ਼ੇ ਅਤੇ ਸੱਭਿਆਚਾਰਕ ਰੁਝਾਨ ਆਮ ਤੌਰ 'ਤੇ ਕਾਲ਼ ਦੇ ਅਨੁਸਾਰੀ ਹੋ ਕੇ ਚਲਦੇ ਹਨ। ਪਰ ਕਵਿਤਾ ਮਹਿਜ਼ ਮਨ ਵਿੱਚੋਂ ਨਹੀਂ ਉਪਜਦੀ। ਕਵਿਤਾ ਦੇਹੀ ਅੰਦਰਲਾ ਨਾਦ ਹੈ ਜੋ ਮਨ ਦੀਆਂ ਬੁਣੀਆਂ ਬਣਤਾਂ ਤੋਂ ਨਿਆਰਾ ਰਹਿ ਸ਼ਬਦਾਂ ਦਾ ਜਾਮਾ ਪਹਿਨ ਬਾਹਰ ਆਉਣ ਦੀ ਸਮਰੱਥਾ ਰੱਖਦਾ ਹੈ। ਕਵਿਤਾ ਸਿਰਫ਼ ਸ਼ਬਦਾਂ ਤੋਂ ਨਹੀਂ, ਸ਼ਬਦਾਂ ਅੰਦਰਲੀ ਸੰਗੀਤਿਕ ਇਕਸੁਰਤਾ ਦੀਆਂ ਸੰਭਾਵਨਾਵਾਂ ਤੋਂ ਬਣਦੀ ਹੈ। ਇਹ ਸੰਭਾਵਨਾਵਾਂ ਅਨੰਤ ਹਨ ਜਿਨ੍ਹਾਂ ਨੂੰ ਕਵੀ ਆਪੋ-ਆਪਣੇ ਪੱਧਰ 'ਤੇ ਸਾਕਾਰ ਕਰਦੇ ਹਨ। ਇਸ ਲਈ ਕਵਿਤਾ ਦਾ ਮੁੱਢ ਬੋਲੀ ਅੰਦਰਲੀ ਉਹ ਧੁਨਿ ਹੈ ਜਿਸ ਕੋਲ਼ ਸ਼ਬਦ ਦੀ ਪ੍ਰਤੀਤੀ ਹੈ। ਬੋਲੀ ਅੰਦਰਲੀ ਧੁਨਿ ਕਵੀ ਦੇ ਅੰਤਹਕਰਨ ਵਿੱਚ ਰਮਦੀ ਹੈ, ਉਸ ਦੀ ਦੇਹ ਨੂੰ ਝੁਣਝੁਣਾਉਂਦੀ ਹੈ, ਤੇ ਅਨੁਭਵ ਦੇ ਸਰੋਦੀ ਵਹਾਅ ਮੁਤਾਬਕ ਲੋੜੀਂਦੇ ਸ਼ਬਦ ਚੁਣ ਲੈਂਦੀ ਹੈ।

ਧੁਨਿ ਬੁਨਿਆਦੀ ਮਨੁੱਖੀ ਭਾਵਨਾਵਾਂ ਵਿੱਚ ਨਿਹਿਤ ਹੈ। ਧੁਨਿ ਆਵਾਜ਼ ਤੋਂ ਪਹਿਲਾਂ ਹੈ। ਧੁਨਿ ਆਵਾਜ਼ ਨੂੰ ਪੈਦਾ ਕਰਨ ਵਾਲ਼ੀ ਹਰਕਤ ਹੈ। ਧੁਨਿ ਸਾਜ਼ 'ਤੇ ਥਿਰਕਦੇ ਹੱਥ ਅਤੇ ਉਸ ਵਿੱਚੋਂ ਪੈਦਾ ਹੋਣ ਵਾਲ਼ੀ ਆਵਾਜ਼ ਦੇ ਮੱਧ ਵਿੱਚ ਹੈ। ਧੁਨਿ ਤਰੰਗ ਹੈ ਜੋ ਦੇਹੀ ਦੀ ਕਿਸੇ ਕੰਬਣੀ ਜਾਂ ਮਨ ਦੇ ਕਿਸੇ ਅਨੁਭਵ ਨਾਲ਼ ਸਫ਼ੁਟ ਹੁੰਦੀ ਹੈ। ਧੁਨਿ ਸੁਹਜਾਤਮਿਕ ਅਨੁਭਵ ਨਾਲ਼ ਉਗਮਿਆ ਸੰਗੀਤਿਕ ਵੇਗ ਹੈ। ਧੁਨਿ ਨਦੀ ਹੈ ਜੋ ਸੁਹਜ ਦੀ ਇੰਦ੍ਰਿਆਵੀ ਪ੍ਰਤੀਤੀ 'ਚੋਂ ਫੁੱਟਦੀ ਹੈ ਤੇ ਇੱਛਾ ਦੀਆਂ ਪਾਰਗਾਮੀ ਦਿਸ਼ਾਵਾਂ ਵੱਲ ਨੂੰ ਅਹੁਲ਼ਦੀ ਹੈ।

ਧੁਨਿ ਦੇ ਰੂਪ ਅਨੰਤ ਹਨ। ਸੰਜੋਗ, ਵਿਜੋਗ, ਹਿੰਸਾ, ਜੰਗ, ਤੇ ਵਿਸਮਾਦ ਕੁਝ ਕੁ ਪ੍ਰਮੁੱਖ ਵੰਨਗੀਆਂ ਹਨ ਜਿਨ੍ਹਾਂ ਨਾਲ਼ ਸੰਬੰਧਿਤ ਧੁਨਿ ਦੇ ਅਨੇਕ ਰੂਪ ਕਵਿਤਾ ਬਾਰੇ ਸਾਡੇ ਸਰੋਕਾਰਾਂ ਨਾਲ਼ ਜੁੜੇ ਹੋਏ ਹਨ। ਧੁਨਿ ਹਰ ਮਨੁੱਖ ਦੀ ਆਪਣੀ ਹੈ ਕਿਉਂਕਿ ਮਨੁੱਖੀ ਅੰਤਰਮੁਖਤਾ ਉਹ ਜ਼ਮੀਨ ਹੈ ਜਿੱਥੋਂ ਧੁਨਿ ਆਪਣੀ ਗੂੰਜ ਹਾਸਲ ਕਰਦੀ ਹੈ।

ਅਸੀਂ ਅੰਤਰਮੁਖਤਾ ਦੇ ਸਮੂਹਿਕ ਰੂਪ ਤੋਂ ਇਨਕਾਰੀ ਨਹੀਂ। ਪਰ ਅਸੀਂ ਇਸ ਸਮੂਹਿਕ ਰੂਪ ਦੇ ਆਧਾਰ ਸਾਂਝੇ ਨਸਲੀ ਪਿਛੋਕੜ ਵਿੱਚ ਨਹੀਂ ਸਗੋਂ ਅਨੁਭਵ ਦੀ ਸਾਂਝ ਵਿੱਚ ਵੇਖਦੇ ਹਾਂ ਜੋ ਦੇਸ-ਕਾਲ਼ ਤੋਂ ਪਾਰ ਹੋ ਸਕਦੀ ਹੈ। ਪ੍ਰੋ. ਪੂਰਨ ਸਿੰਘ ਜਿਹੇ ਮਹਾਨ ਕਵੀ ਪੂਰਬੀ ਕਵਿਤਾ ਦੀ ਆਤਮਾ ਕੁਝ ਪੱਛਮੀ ਕਵੀਆਂ ਵਿੱਚ ਵੀ ਵੇਖਦੇ ਸਨ।[1] ਅੰਤਰਮੁਖਤਾ ਦੇ ਸਮੂਹਿਕ ਰੂਪਾਂ ਦੀ ਹੋਂਦ ਸ਼ਖ਼ਸੀ ਵਿਲੱਖਣਤਾ ਦੇ ਖ਼ਿਆਲ ਦੇ ਖ਼ਿਲਾਫ਼ ਨਹੀਂ ਜਾਂਦੀ। ਸਾਂਝੇ ਅਨੁਭਵ ਵਿੱਚੋਂ ਅਨੇਕ ਧੁਨੀਆਂ ਜ਼ਾਹਰ ਹੁੰਦੀਆਂ ਹਨ। ਇਹ ਅਨੇਕਤਾ ਅਨੁਭਵ ਅੰਦਰਲੀ ਵੰਨ-ਸਵੰਨਤਾ ਨਹੀਂ ਹੈ ਸਗੋਂ ਇਸ ਦੀ ਇਕਸਾਰਤਾ ਦੀ ਬੁਨਿਆਦੀ ਪ੍ਰਕਿਰਤੀ ਹੈ।

ਕਾਵਿ ਰਚਨਾ ਦੇ ਪਲਾਂ ਵਿੱਚ ਧੁਨਿ ਸ਼ਬਦਾਂ ਦੀ ਟੋਹ ਲੈਂਦੀ ਹੈ। ਕਵੀ ਆਪਣੇ ਅੰਦਰ ਰਮਦੀ ਬੋਲੀ ਨੂੰ ਸਜੀਵ ਵੇਖਣ ਨੂੰ ਅਹੁ਼ਲਦਾ ਹੈ। ਇਉਂ, ਕਵਿਤਾ ਨਾ਼ਲ ਕਵੀ ਦਾ ਸਫ਼ਰ ਆਪਣੀ ਬੋਲੀ ਨੂੰ ਟੋਲਣ ਦਾ ਸਫ਼ਰ ਹੈ। ਬੋਲੀ ਵਿੱਚ ਬੰਦੇ ਨੂੰ ਸੰਸਾਰ ਨਾ਼ਲ ਜੋੜਨ ਵਾ਼ਲੀਆਂ ਅਨੇਕ ਮਹੀਨ ਤਰਬਾਂ ਹੁੰਦੀਆਂ ਹਨ। ਇਹਨਾਂ ਤਰਬਾਂ ਦੀ ਝੁਣਝੁਣਾਹਟ ਸਾਧਾਰਨ ਸੁਰੀਲੇਪਣ ਤੋਂ ਲੈ ਕੇ ਦੇਹੀ ਅੰਦਰਲੇ ਅਗੰਮੀ ਸੰਗੀਤ ਤੱਕ ਕੁਝ ਵੀ ਹੋ ਸਕਦੀ ਹੈ। ਸੰਗੀਤ ਦਾ ਮਿਆਰ ਵਿਅਕਤੀ ਦੀ ਅਵਸਥਾ ਦੇ ਹਿਸਾਬ ਨਾ਼ਲ ਬਣਦਾ ਹੈ; ਦੇਹੀ ਅੰਦਰ ਪਹਿਲਾਂ ਹੀ ਉਗਮ ਰਹੇ ਰਾਗਾਂ-ਨਾਦਾਂ ’ਤੇ ਨਿਰਭਰ ਕਰਦਾ ਹੈ।

ਕਾਵਿ ਰਚਨਾ ਸਹਿਜ ਵਰਤਾਰਾ ਹੈ। ਸਹਿਜ ਵਰਤਾਰੇ ਤੋਂ ਭਾਵ ਕਵੀ ਦੇ ਅਨੁਭਵ, ਗਿਆਨ, ਅਤੇ ਉਸ ਨੂੰ ਹਾਸਲ ਸ਼ਬਦ-ਭੰਡਾਰ ਦੇ ਮੁਤਾਬਕ ਜੋ ਕੁਝ ਕਿਸੇ ਸ਼ਿੱਦਤ ਭਰੇ ਪਲਾਂ ਵਿੱਚ ਬਾਹਰ ਆਉਂਦਾ ਹੈ, ਉਸ ਦੇ ਕੁਝ ਰੂਪਾਂ ਨੂੰ ਕਵਿਤਾ ਕਿਹਾ ਜਾ ਸਕਦਾ ਹੈ। ਕਿਸੇ ਕਵੀ ਦਾ ਅਨੁਭਵ, ਗਿਆਨ, ਤੇ ਬੋਲੀ ਕਾ਼ਲ ਤੋਂ ਬਾਹਰ ਨਹੀਂ ਹੁੰਦੇ। ਸਮੇਂ ਅੰਦਰ ਚਲਦੇ ਅਮਲ ਇਸ ਸਭ ਕੁਝ ਨੂੰ ਨਿਰੰਤਰ ਪ੍ਰਭਾਵਿਤ ਕਰਦੇ ਰਹਿੰਦੇ ਹਨ। ਕਹਿਣ ਤੋਂ ਭਾਵ, ਸਹਿਜ ਸਿਰਜਣਾਤਮਿਕ ਅਮਲ ਕਾ਼ਲ ਤੋਂ ਬਾਹਰ ਹੋ ਤਾਂ ਸਕਦਾ ਹੈ, ਪਰ ਆਮ ਤੌਰ ’ਤੇ ਨਹੀਂ ਹੁੰਦਾ। ਇਸ ਲਈ, ਕਾ਼ਲ ਦੀ ਹਰ ਅਮਲ ਨੂੰ ਪ੍ਰਭਾਵਿਤ ਕਰਨ ਦੀ ਸਮਰੱਥਾ ਨੂੰ ਸਮਝਣਾ ਜ਼ਰੂਰੀ ਹੈ। ਇਸ ਦੇ ਨਾ਼ਲ ਹੀ ਇਹ ਵੀ ਨਹੀਂ ਭੁੱਲਣਾ ਚਾਹੀਦਾ ਕਿ ਕਈ ਵਾਰ ਕਵੀ ਕਾ਼ਲ ਦੇ ਵਹਾਅ ਤੋਂ ਪਾਰ ਉਡਾਰੀ ਵੀ ਲੈ ਜਾਂਦੇ

ਹਨ। ਸਿਰਜਣਸ਼ੀਲਤਾ ਦੇ ਕਾਲ਼ ਨਾਲ਼ ਨਾਤੇ ਨੂੰ ਸਮਝਣ ਲਈ ਉਪਰੋਕਤ ਦੋਹਾਂ ਪੱਖਾਂ ਨੂੰ ਧਿਆਨ ਵਿੱਚ ਰੱਖਣਾ ਜ਼ਰੂਰੀ ਹੈ।

ਸਿਰਜਣਸ਼ੀਲਤਾ ਉਦਾਤ ਅਮਲ ਹੈ। ਪਰ ਇਹ ਧਿਆਨ ਵਿੱਚ ਰੱਖਣਾ ਜ਼ਰੂਰੀ ਹੈ ਕਿ ਉਦਾਤ ਹੋਣਾ ਇਸ ਅੰਦਰਲੀ ਸੰਭਾਵਨਾ ਹੈ ਜੋ ਕਿਸੇ ਮੁਬਾਰਕ ਘੜੀ 'ਤੇ ਸਾਕਾਰ ਹੋ ਸਕਦੀ ਹੈ। ਅਜਿਹਾ ਹੋਣਾ ਆਮ ਵਰਤਾਰਾ ਨਹੀਂ ਹੈ। ਇਸ ਦਾ ਕਾਰਨ ਹੈ ਕਿ ਕਾਲ਼ ਦੇ ਅਮਲ ਜ਼ਿੰਦਗੀ ਦੇ ਸੰਸਥਾਈ ਢਾਂਚਿਆਂ ਰਾਹੀਂ ਕਾਰਜਸ਼ੀਲ ਹੋ ਹਰ ਵਰਤਾਰੇ ਨੂੰ ਆਪਣੇ ਸਾਂਚੇ ਵਿੱਚ ਢਾਲਣ ਲੱਗੇ ਰਹਿੰਦੇ ਹਨ। ਮਿਸਾਲ ਵਜੋਂ, ਦੁਨੀਆ 'ਤੇ ਚੱਲ ਰਹੇ ਬਿਰਤਾਂਤਿਕ ਅਮਲ ਜ਼ਿੰਦਗੀ ਦੀ ਹਰ ਸ਼ਾਖਾ 'ਤੇ ਭਾਰੂ ਹਨ; ਸਿੱਖਿਆ, ਸੱਭਿਆਚਾਰ, ਸਿਆਸਤ, ਅਤੇ ਧਰਮ ਦੀਆਂ ਵਿਆਖਿਆਵਾਂ ਆਦਿ ਕੁਝ ਵੀ ਇਹਨਾਂ ਤੋਂ ਬਾਹਰ ਨਹੀਂ। ਬਿਰਤਾਂਤਿਕ ਅਮਲ ਮੂਲ ਰੂਪ ਵਿੱਚ ਹਿੰਸਕ ਹਨ। ਇਹ ਹਿੰਸਾ ਬਿਰਤਾਂਤਿਕ ਹੋਣ ਤੱਕ ਸੀਮਿਤ ਨਹੀਂ ਰਹਿੰਦੀ। ਇਹ ਹਿੰਸਾ ਸਿਆਸੀ ਵਰਤਾਰਿਆਂ ਵਿੱਚ ਪਲਟਦੀ ਹੈ ਤੇ ਅਸਲ ਜਨਸੰਘਾਰਾਂ ਦੇ ਰੂਪ ਵਿੱਚ ਸਾਹਮਣੇ ਆਉਂਦੀ ਹੈ। ਕਵੀ ਦੀ ਪਰਖ ਹੁੰਦੀ ਹੈ ਕਿ ਉਹ ਬਿਰਤਾਂਤਿਕ-ਸਰੀਰਕ ਹਿੰਸਾ ਰਾਹੀਂ ਨਮੂਦਾਰ ਹੁੰਦੇ ਕਾਲ਼ ਦੇ ਕਹਿਰ ਸਾਹਮਣੇ ਕਿੰਨਾ ਬਲਵਾਨ ਹੋ ਕੇ ਖੜ੍ਹਦਾ ਹੈ। ਅਸੀਂ ਸਮਝਦੇ ਹਾਂ ਕਿ ਜਹਾਨ ਨਾਲ਼ ਬਿਰਤਾਂਤਿਕ ਅਮਲਾਂ ਦੀਆਂ ਨਿਸ਼ਚਿਤ ਕੀਤੀਆਂ ਹੱਦਾਂ ਤੋਂ ਪਾਰ ਦੀ ਅੰਤਰਕਿਰਿਆ, ਜੋ ਕਾਲ਼ ਦੇ ਮਿਥੇ ਨੇਮਾਂ ਦੀ ਤੁੱਛਤਾ ਉਜਾਗਰ ਕਰੇ, ਦੀ ਸਮਰੱਥਾ ਕਿਸੇ ਕਵੀ ਦੇ ਬਲਵਾਨ ਹੋਣ ਦਾ ਸਬੂਤ ਹੈ। ਪਰ ਉਹ ਕੀ ਹੈ ਜੋ ਕਿਸੇ ਕਵੀ ਨੂੰ ਬਲਵਾਨ ਬਣਾਉਂਦਾ ਹੈ; ਆਖ਼ਰ ਕਿਹੜੇ ਸਰੋਤ ਹਨ ਜੋ ਕਿਸੇ ਕਵੀ ਨੂੰ ਬਿਰਤਾਂਤਿਕ ਵ਼ਲਗਣਾਂ ਤੋਂ ਬਾਹਰ ਦੇ ਜਗਤ ਨਾਲ਼ ਜੁੜਨ ਦੇ ਸਮਰੱਥ ਬਣਾਉਂਦੇ ਹਨ? ਇਸ ਸੁਆਲ ਦਾ ਕੋਈ ਇੱਕ ਜੁਆਬ ਨਹੀਂ ਹੋ ਸਕਦਾ। ਅਨੇਕ ਦਿਸਦੇ ਅਤੇ ਅਣਦਿਸਦੇ ਵਰਤਾਰੇ ਹਨ ਜੋ ਕਵੀ ਨੂੰ ਮੌਲਿਕ ਦ੍ਰਿਸ਼ਟੀ ਮੁਹੱਈਆ ਕਰਵਾਉਂਦੇ ਹਨ।

ਸਿੱਖ ਸੰਦਰਭ ਵਿੱਚ ਕਵੀ ਬਲਵਾਨ ਤਾਂ ਹੀ ਹੁੰਦਾ ਹੈ ਜੇ ਉਹ ਜੀਵਨ ਵਾ਼ਲਾ ਹੋਵੇ। ਜੀਵਨ ਵਾ਼ਲਾ ਤੋਂ ਭਾਵ ਹੈ ਆਤਮਿਕ ਕਮਾਈ ਵਾ਼ਲਾ। ਪਰ ਸਾਡੀ ਜਾਚੇ ਆਤਮਿਕ ਕਮਾਈ ਵਾ਼ਲਾ ਕਹਿਣ ਦੀ ਬਜਾਏ ਜੀਵਨ ਵਾ਼ਲਾ ਕਹਿਣਾ ਵਧੇਰੇ

ਢੁਕਵਾਂ ਹੈ। ਇਹ ਸੰਬੋਧ ਕਵੀ ਦੇ ਜੀਵੰਤ ਅਨੁਭਵ ਦੀ ਦੱਸ ਪਾਉਂਦਾ ਹੈ। ਇਸ ਦਾ ਭਾਵ ਹੈ ਕਵੀ ਦੀ ਆਤਮਿਕ ਕਮਾਈ ਉਸ ਦੇ ਕਰਮ ਜਾਂ ਉਸ ਦੀ ਰੋਜ਼ਮਰ੍ਹਾ ਦੀ ਰਹਿਤਲ ਵਿੱਚੋਂ ਪ੍ਰਗਟ ਹੁੰਦੀ ਹੈ। ਕਵੀ ਦੀ ਅਵਸਥਾ ਕਵਿਤਾ ਦੇ ਮਿਆਰ ਦਾ ਬੁਨਿਆਦੀ ਆਧਾਰ ਹੁੰਦੀ ਹੈ। ਪਰ ਕਵੀ ਦੀ ਅਵਸਥਾ ਸਿਰਫ਼ ਉਸ ਦਾ ਹਾਸਲ ਨਹੀਂ, ਉਸ ਦੀ ਹੋਣੀ ਵੀ ਹੈ। ਕਵੀ ਜੁਗ-ਗਰਦੀਆਂ ਦੇ ਅੰਦਰ ਲਹਿੰਦਾ ਆਪਣੇ-ਆਪ ਨੂੰ ਫ਼ਨਾਹ ਕਰਨ ਦਾ ਰਾਹ ਫੜ੍ਹ ਲੈਂਦਾ ਹੈ। ਕਵੀ ਅੰਦਰਲਾ ਰਸ ਕਾਲ਼ ਦੇ ਸੁੰਞੇ ਹਨੇਰਿਆਂ ਵਿੱਚੋਂ ਜ਼ਿੰਦਗੀ ਦੀ ਰੌਣਕ ਦੀ ਅਹਿਮੀਅਤ ਨੂੰ ਉਜਾਗਰ ਕਰਨ ਦਾ ਮੁਹਾਵਰਾ ਸਿਰਜਦਾ ਹੈ ਤੇ ਸਮੇਂ ਦੀਆਂ ਖ਼ੂਬਸੂਰਤ ਵਾਦੀਆਂ ਦੇ ਨਜ਼ਾਰਿਆਂ ਵਿੱਚੋਂ ਪ੍ਰੇਰਿਤ ਵਿਸਮਾਦ ਨੂੰ ਗੀਤ ਵਿੱਚ ਢਾਲ਼ਦਾ ਹੈ। ਕਵੀ ਦਾ ਕਾਲ਼ ਅਤੇ ਬੋਲੀ ਨਾਲ਼ ਨਾਤਾ ਇਸ ਅਮਲ ਦੀ ਚਾਲ ਦਾ ਆਧਾਰ ਬਣਦਾ ਹੈ। ਕਾਲ਼ ਦੇ ਕਹਿਰ ਕਵੀ ਦੇ ਜੀਵਨ ਦੀ ਪੁਖ਼ਤਗੀ ਦੀ ਗਵਾਹੀ ਲਈ ਜ਼ਮੀਨ ਤਿਆਰ ਕਰਦੇ ਹਨ। ਬੋਲੀ ਕਵੀ ਦੇ ਭੂਤ, ਭਵਾਨ, ਤੇ ਭਵਿੱਖ ਵਿੱਚ ਫੈਲੇ ਤ੍ਰੈਕਾਲ਼ੀ ਆਪੇ ਨੂੰ ਸ਼ਬਦ, ਸੁਹਜ, ਤੇ ਸੰਗੀਤ ਮੁਹੱਈਆ ਕਰਵਾਉਂਦੀ ਹੈ। ਕਾਲ਼ ਤੇ ਬੋਲ਼ੀ ਕਵਿਤਾ ਦੇ ਆਦਿ-ਅੰਤ ਵਿੱਚ ਕਿਰਿਆਸ਼ੀਲ ਹਨ। ਕਵੀ ਦਾ ਕਾਲ਼ ਨਾਲ਼ ਮੱਥਾ ਲਾਉਣ ਅਤੇ ਬੋਲੀ ਨਾਲ਼ ਵਗਣ ਵਿਚਲਾ ਸਹਿਜ ਹੀ ਕਵਿਤਾ ਦਾ ਮਿਆਰ ਨਿਸ਼ਚਿਤ ਕਰਦੇ ਹਨ।

ਕਾਲ਼ ਤੇ ਬੋਲੀ ਬਾਰੇ ਗੱਲ ਕਰਨ ਤੋਂ ਪਹਿਲਾਂ, ਹਥਲੀ ਵਿਚਾਰ ਦੇ ਸੰਦਰਭ ਨੂੰ ਹੋਰ ਸਪੱਸ਼ਟ ਕਰਨ ਲਈ, ਅਸੀਂ ਧਰਮ ਅਤੇ ਬੋਲੀ ਬਾਰੇ ਗੱਲ ਕਰਨੀ ਚਾਹਾਂਗੇ। ਸਿੱਖ ਸੰਦਰਭ ਵਿੱਚ ਧਰਮ ਅਤੇ ਬੋਲੀ ਨੂੰ ਵੱਖੋ-ਵੱਖਰੇ ਰੂਪਾਂ ਵਿੱਚ ਵੇਖਣਾ ਔਖਾ ਹੈ। ਇਸ ਦੀ ਵਜ੍ਹਾ ਹੈ ਕਿ ਸਿੱਖੀ ਮਹਿਜ਼ ਜੀਵਨ ਦ੍ਰਿਸ਼ਟੀਕੋਣ ਨਹੀਂ ਸਗੋਂ ਹੋਰ ਜੀਵਨ-ਅਮਲਾਂ ਦੇ ਸਮਾਨਅੰਤਰ ਇੱਕ ਵੱਖਰਾ ਜੀਵਨ-ਅਮਲ ਹੈ। ਜਦੋਂ ਗੁਰੂ ਸਾਹਿਬਾਨ ਨੇ ਨਵੇਂ ਸਿੱਖ ਜਹਾਨ ਦੀ ਸਿਰਜਣਾ ਕੀਤੀ ਤਾਂ ਇਸ ਦਾ ਧੁਰਾ ਗੁਰਬਾਣੀ ਦਾ ਸ਼ਬਦ ਸੀ। ਗੁਰਬਾਣੀ ਦੀ ਓਟ ਵਿੱਚ ਵਿਗਸੇ ਇਸ ਜਹਾਨ ਦੀ ਆਪਣੀ ਬੋਲੀ ਵਿਕਸਿਤ ਹੋਈ। ਇਹ ਬੋਲੀ ਨਵੇਂ ਸੰਬੋਧਕ ਅਰਥਾਂ ਅਤੇ ਕਾਵਿਕ ਭਾਵਾਂ ਦੀ ਨੁਮਾਇੰਦਗੀ ਕਰਦੀ ਸੀ। ਸਿੱਖ ਬੋਲੀ ਸਿੱਖੀ ਜਿਉਣ ਦੇ ਅਮਲ ਦਾ ਪਰਤਉ ਸੀ। ਸਿੱਖੀ ਜਿਉਣਾ ਸਿੱਖ ਦੇਹੀਆਂ ਦੇ ਜਸ਼ਨ ਦਾ ਪ੍ਰਵਾਹ

ਸੀ ਜਿਸ ਦੇ ਅਨੁਭਵ ਦੀ ਸ਼ਿੱਦਤ ਵਿੱਚੋਂ ਨਵੇਂ ਚਿਹਨਕ ਪੈਦਾ ਹੋਏ। ਅਕਾਲ, ਅਕਾਲੀ, ਸੱਚਖੰਡ, ਸੱਚਾ ਪਾਤਸ਼ਾਹ, ਦੇਗ਼, ਤੇਗ਼, ਮੀਰੀ-ਪੀਰੀ, ਅਮ੍ਰਿਤ, ਪਾਹੁਲ, ਚੜ੍ਹਦੀ ਕਲਾ, ਬਿਬੇਕ, ਬੁੰਗਾ, ਅਤੇ ਭਾਣਾ ਆਦਿ ਬੋਲੀ ਦੇ ਇਸ ਨਵੇਂ ਜਹਾਨ ਦੇ ਲਖਾਇਕ ਸਿੱਖ ਚਿਹਨਕਾਂ ਦੀਆਂ ਕੁਝ ਕੁ ਮਿਸਾਲਾਂ ਹਨ। ਇਹ ਨਵੇਂ ਚਿਹਨਕ ਸਿੱਖ ਬੋਲੀ ਦੇ ਨਵੇਂ ਅਸਮਾਨ ਦੇ ਤਾਰੇ ਬਣੇ। ਇਹ ਚਿਹਨਕ ਸਿੱਖ ਜੀਵਨ-ਅਮਲ ਦੀ ਨਿਰੰਤਰਤਾ ਦੇ ਗਵਾਹ ਹਨ। ਇਹ ਚਿਹਨਕ ਸ਼ਾਹਦੀ ਭਰਦੇ ਹਨ ਕਿ ਸਿੱਖ ਜੀਵਨ-ਅਮਲ ਵਿੱਚੋਂ ਪੈਦਾ ਹੋਏ ਭਾਵ ਆਪਣੇ ਮੂਲ ਚਿਹਨਕਾਂ ਰਾਹੀਂ ਉਵੇਂ ਹੀ ਜੀਵੰਤ ਹਨ। ਕਾਲ਼ ਦੇ ਅਮਲ ਰਾਹੀਂ ਜੀਵਨ-ਤਰਜ਼ ਅਤੇ ਬੋਲੀ ਵਿੱਚ ਆਏ ਰੂਪਾਂਤਰਨ ਦੇ ਸੰਦਰਭ ਵਿੱਚ ਸਿੱਖ ਚਿਹਨਕ ਟੁੰਬਣਸ਼ੀਲ ਨੁਕਤਿਆਂ ਵਜੋਂ ਕੰਮ ਕਰਦੇ ਹਨ। ਇਤਿਹਾਸ ਦੇ ਕਿਸੇ ਮੁਕਾਮ ’ਤੇ ਜਦੋਂ ਕਾਲ਼ ਦੇ ਹਾਵੀ ਰੁਝਾਨ ਧਰਮ ਦੀ ਰਹਿਤਲ ਨੂੰ ਅਪ੍ਰਸੰਗਿਕ ਬਣਾਉਣ ’ਤੇ ਤਾਹੂ ਹੁੰਦੇ ਹਨ ਤਾਂ “ਚੜ੍ਹਦੀ ਕਲਾ” ਜਿਹੇ ਸਿੱਖ ਚਿਹਨਕ ਕਾਲ਼ ਦੀਆਂ ਕਾਂਗਾਂ ਨਾਲ਼ ਜੂਝਣ ਦਾ ਪ੍ਰੇਰਨਾ-ਸਰੋਤ ਬਣਦੇ ਹਨ। ਧਰਮ ਦੀ ਪੁਨਰ-ਸੁਰਜੀਤੀ ਤੋਂ ਬਾਅਦ ਇਹ ਚਿਹਨਕ ਜੀਵਨ ਦੇ ਕਾਇਆਕਲਪ ਦੇ ਜਸ਼ਨ ਦਾ ਮਾਧਿਅਮ ਬਣਦੇ ਹਨ।

ਧਰਮ ਤੇ ਬੋਲੀ ਕਿਸੇ ਵਿਅਕਤੀ ਜਾਂ ਸਮਾਜ ਦੀ ਰਹਿਤਲ ਦਾ ਆਧਾਰ ਹੁੰਦੇ ਹਨ। ਧਰਮ ਮਨੁੱਖੀ ਅਹਿਸਾਸ ਦੇ ਕਾਇਆਕਲਪ ਦਾ ਮਾਧਿਅਮ ਬਣ ਇਹਨਾਂ ਦੇ ਖ਼ਾਸ ਰੂਪਾਂ ਦੇ ਉਥਾਨ ਦਾ ਕੇਂਦਰ ਹੋ ਨਿੱਬੜਦਾ ਹੈ। ਬੋਲੀ ਮਨੁੱਖੀ ਅਹਿਸਾਸ ਦਾ ਸਰੋਦੀ ਬਸੇਰਾ ਬਣ ਇਹਨਾਂ ਅੰਦਰਲੀ ਵੰਨ-ਸਵੰਨਤਾ ਵਿੱਚਲੀ ਸੰਗੀਤਿਕ ਇਕਸੁਰਤਾ ਨੂੰ ਪ੍ਰਗਟਾਵਾ ਦਿੰਦੀ ਹੈ।

ਕਵਿਤਾ ਅਹਿਸਾਸ ਨੂੰ ਬੋਲ ਦੇਣ ਦੇ ਕਰਮ ਦਾ ਨਾਂ ਹੈ। ਕਵਿਤਾ ਅਹਿਸਾਸ ਤੇ ਬੋਲੀ ਦੇ ਸਰੋਦੀ ਸੰਜੋਗ ਦੀ ਘੜੀ ’ਚੋਂ ਪੈਦਾ ਹੁੰਦੀ ਹੈ। ਅਹਿਸਾਸ ਨਿੱਜ ਦਾ ਪਰਤਉ ਹਨ। ਕਵਿਤਾ ਵਿਚਲੇ ਅਹਿਸਾਸ ਖ਼ਾਸ ਕਵੀ ਦੇ ਨਿੱਜੀ ਅਹਿਸਾਸ ਮੰਨੇ ਜਾ ਸਕਦੇ ਹਨ। ਨਿੱਜੀ ਅਹਿਸਾਸ ਬਾਰੇ ਸਪੱਸ਼ਟ ਕਰੀਏ ਕਿ ਜਿਵੇਂ ਕਵੀ ਦੇ, ਜਾਂ ਕਿਸੇ ਵੀ ਵਿਅਕਤੀ ਦੇ, ਨਿੱਜ ਨੂੰ ਇੱਕ ਦੇਹ ਤੱਕ ਸੀਮਿਤ ਨਹੀਂ ਕੀਤਾ ਜਾ ਸਕਦਾ, ਇਸੇ ਤਰ੍ਹਾਂ ਕਵੀ ਦੀ ਬੋਲੀ ਨਿੱਜੀ ਹੋ ਕੇ ਵੀ ਨਿੱਜੀ ਨਹੀਂ ਹੁੰਦੀ। ਕਵਿਤਾ ਦਾ ਇਤਿਹਾਸ ਇਸ ਗੱਲ ਦਾ ਗਵਾਹ ਹੈ ਕਿ ਬਹੁਤ ਸਾਰੇ ਕਵੀਆਂ ਨੇ ਆਪਣੀ

ਕਵਿਤਾ ਵਿੱਚ ਬਿਲਕੁਲ ਵਿਲੱਖਣ ਅਹਿਸਾਸ ਐਨ ਢੁਕਵੀਂ ਪਰ ਨਵੀਂ ਅਤੇ ਨਿਵੇਕਲੀ ਬੋਲੀ ਵਿੱਚ ਪੇਸ਼ ਕੀਤੇ ਹਨ। ਪਰ ਮੇਰਾ ਵਿਚਾਰ ਹੈ ਕਿ ਮਨੁੱਖੀ ਅਹਿਸਾਸ ਤੇ ਬੋਲੀ ਦੇ ਪਸਾਰ ਹੀ ਇਸ ਕਿਸਮ ਦੇ ਹਨ ਕਿ ਉਹ ਇੱਕ ਵਿਅਕਤੀ ਤੱਕ ਸੀਮਿਤ ਹੋ ਹੀ ਨਹੀਂ ਸਕਦੇ। ਕਵੀਆਂ ਕੋਲ ਇੱਕ ਨਜ਼ਰ ਹੁੰਦੀ ਹੈ ਜਿਸ ਨਾਲ ਉਹ ਅਹਿਸਾਸ ਅਤੇ ਬੋਲੀ ਨੂੰ ਇਕੱਠਿਆਂ ਆਪਣੀ ਪਕੜ ਵਿੱਚ ਲੈ ਆਉਂਦੇ ਹਨ ਤੇ ਸੁਚੱਜੇ ਅਤੇ ਟੁੰਬਣਸ਼ੀਲ ਅੰਦਾਜ਼ ਵਿੱਚ ਪੇਸ਼ ਵੀ ਕਰ ਜਾਂਦੇ ਹਨ। ਇਹ ਨਜ਼ਰ ਹੀ ਕਵੀ ਦਾ ਨਿੱਜ ਹੁੰਦੀ ਹੈ। ਕਵੀ ਅਜਿਹੀ ਨਜ਼ਰ ਆਪਣੇ ਜੀਵਨ-ਅਨੁਭਵ ਵਿੱਚੋਂ ਹਾਸਲ ਕਰਦੇ ਹਨ। ਧਰਮ ਦਾ ਜੀਵੰਤ-ਅਨੁਭਵ ਬੋਲੀ ਦੇ ਉਦਾਤ ਰੂਪਾਂ ਨਾਲ ਕਵੀ ਦੀ ਸਾਂਝ ਪੁਆਉਂਦਾ ਹੈ ਕਿਉਂਕਿ ਪਹਿਲਾਂ ਬੋਲੀ ਧਰਮ ਦੇ ਜੀਵੰਤ-ਅਨੁਭਵ ਵਿੱਚੋਂ ਪੈਦਾ ਹੁੰਦੀ ਹੈ ਤੇ ਫਿਰ ਇਸ ਨੂੰ ਸਾਂਭ ਕੇ ਰੱਖਦੀ ਹੈ। ਕਵਿਤਾ ਦੇ ਪਾਠਕ ਕਵੀ ਨਾਲ ਅਨੁਭਵ ਦੀ ਸਾਂਝ ਰੱਖਦੇ ਹਨ, ਇਸ ਲਈ, ਕਵੀ ਦੇ ਅਹਿਸਾਸ ਅਤੇ ਬੋਲੀ ਦੀ ਪ੍ਰਤੀਤੀ ਉਸ ਦੇ ਪਾਠਕਾਂ ਦੀ ਨਜ਼ਰ ਵਿੱਚ ਵੀ ਪਈ ਹੁੰਦੀ ਹੈ। ਦੂਜੇ ਸ਼ਬਦਾਂ ਵਿੱਚ ਕਵੀ ਆਪਣੀ ਖ਼ਾਸ ਬੋਲੀ ਦਾ ਸੁਆਮੀ ਤਾਂ ਹੁੰਦਾ ਹੈ ਪਰ ਉਹ ਇਕੱਲਾ ਨਹੀਂ ਹੁੰਦਾ। ਕਵੀ ਜਨ-ਸਮੂਹ ਵਿੱਚ ਲੱਗੀਆਂ ਬੋਲੀ ਦੀਆਂ ਡੂੰਘੀਆਂ ਜੜ੍ਹਾਂ ਦੀ ਥਾਹ ਪਾ ਲੈਂਦਾ ਹੈ ਤੇ ਉਹਨਾਂ ਨੂੰ ਆਪਣੇ ਅਹਿਸਾਸ ਨਾਲ ਸਿੰਜ ਕੇ ਨਵੀਂਆਂ ਕਾਵਿ-ਕਿਆਰੀਆਂ ਖਿੜਾਉਂਦਾ ਹੈ। ਮਿਸਾਲ ਵਜੋਂ, ਇੱਕ ਪੱਧਰ ’ਤੇ, ਕਾਵਿ ਸਿਰਜਣਾ ਦੇ ਪਲ ਕਵੀ ਵੱਲੋਂ ਆਪਣੇ ਅਹਿਸਾਸ ਦੀ ਪੇਸ਼ਕਾਰੀ ਰਾਹੀਂ ਨਮੂਦਾਰ ਹੋਈਆਂ ਕਿਆਸੀਆਂ ਅਤੇ ਅਣਕਿਆਸੀਆਂ ਰਮਜ਼ਾਂ ਨੂੰ ਮਾਣਨ ਦੇ ਪਲ ਹੁੰਦੇ ਹਨ। ਕਾਵਿਕ ਰਮਜ਼ਾਂ ਨੂੰ ਮਾਣਨ ਵੇਲੇ ਕਵੀ ਇਕੱਲਾ ਨਹੀਂ ਹੁੰਦਾ। ਇਹਨਾਂ ਰਮਜ਼ਾਂ ਨਾਲ ਜੁੜੇ ਪਾਠਕਾਂ ਦੇ ਅਹਿਸਾਸ ਦੀ ਪ੍ਰਤੀਤੀ ਕਵੀ ਦੀ ਕਲਪਨਾ ਵਿੱਚ ਹੁੰਦੀ ਹੈ। ਬੋਲੀ ਦੇ ਸਾਂਝੇ ਅਨੁਭਵ ਕਰਕੇ ਕਵੀ ਤੇ ਪਾਠਕ ਕਵਿਤਾ ਨੂੰ ਇਕੱਠਿਆਂ ਮਾਣਦੇ ਹਨ। ਸਾਂਝੇ ਚਿਹਨਕ ਕਵੀਆਂ ਅਤੇ ਪਾਠਕਾਂ ਦੇ ਸਾਂਝੇ ਇਤਿਹਾਸਿਕ ਅਤੇ ਆਤਮਿਕ ਅਨੁਭਵ ਦੇ ਸੰਚਾਰ ਦਾ ਮਾਧਿਅਮ ਬਣਦੇ ਹਨ।

ਕਵਿਤਾ ਦੇ ਪਾਠਕਾਂ ਦਾ ਕਾਲ ਦੀ ਸੀਮਾ ਵਿੱਚ ਬੱਝੇ ਹੋਣਾ ਕੋਈ ਜ਼ਰੂਰੀ ਨਹੀਂ। ਪਾਠਕਾਂ ਨੂੰ ਦੋ ਵਰਗਾਂ ਵਿੱਚ ਵੰਡ ਕੇ ਵੇਖਣ ਦੀ ਲੋੜ ਹੈ: ਪਹਿਲੇ, ਜਿਹੜੇ

ਕਵਿਤਾ ਪੜ੍ਹਦੇ ਹਨ, ਦੂਜੇ, ਜੋ ਲਿਖਣ ਵੇਲ਼ੇ ਕਵੀ ਦੀ ਕਲਪਨਾ ਵਿੱਚ ਹੁੰਦੇ ਹਨ। ਦੂਜੀ ਕਿਸਮ ਦੇ ਪਾਠਕ ਜਾਂ ਸਰੋਤੇ ਕਵੀ ਦੇ ਸਮਕਾਲ਼ੀ ਹੋ ਸਕਦੇ ਹਨ, ਉਸ ਤੋਂ ਪਹਿਲਾਂ ਦੇ ਕਿਸੇ ਦੌਰ ਨਾਲ਼ ਸਬੰਧਿਤ ਹੋ ਸਕਦੇ ਹਨ, ਜਾਂ ਫਿਰ ਭਵਿੱਖ ਦੇ ਕਿਸੇ ਦੌਰ ਵਿੱਚ ਵੀ ਆ ਸਕਦੇ ਹਨ। ਪਰ ਕਵੀ ਦੇ ਸਾਹਮਣੇ ਉਹ ਜਿਉਂਦੇ ਸਰੋਤਿਆਂ ਵਾਂਗ ਹੀ ਬੈਠੇ ਹੁੰਦੇ ਹਨ। ਕਈ ਵਾਰ ਕਵੀ ਕਿਸੇ ਪਾਠਕ-ਵਰਗ ਨੂੰ ਸੰਬੋਧਿਤ ਨਹੀਂ ਵੀ ਹੁੰਦਾ; ਆਪਣੇ ਆਪ ਲਈ ਹੀ ਲਿਖਦਾ ਹੈ। ਉਸ ਵੇਲ਼ੇ ਵੀ ਕਵਿਤਾ ਇੱਕਵਾਦੀ ਨਹੀਂ ਹੁੰਦੀ। ਉਦੋਂ ਵੀ ਅਨੇਕ ਦਿਸਦੀਆਂ-ਅਣਦਿਸਦੀਆਂ ਤਰੰਗਾਂ ਕਵੀ ਦੇ ਨਾਲ਼ ਵਗਦੀਆਂ ਹਨ।

ਕਵਿਤਾ ਨੂੰ ਲੇਖਕ ਤੇ ਪਾਠਕ ਦਾ ਸੰਵਾਦ ਕਹਿਣਾ ਵੀ ਸਹੀ ਨਹੀਂ ਹੈ ਕਿਉਂਕਿ ਕਵਿਤਾ ਦੀ ਸਿਰਜਣਾ ਅਹਿਸਾਸ ਸਾਂਝੇ ਕਰਨ ਦੇ ਅਮਲ ਦਾ ਨਾਮ ਹੈ। ਜ਼ਿੰਦਗੀ ਵਿੱਚ ਦੁੱਖ-ਸੁੱਖ, ਸੰਜੋਗ-ਵਿਜੋਗ, ਰੋਹ, ਰੋਸ, ਖ਼ੁਸ਼ੀ, ਅਤੇ ਵਿਸਮਾਦ ਦੇ ਅਨੁਭਵ ਚਲਦੇ ਰਹਿੰਦੇ ਹਨ। ਇਹਨਾਂ ਅਹਿਸਾਸਾਂ ਵਿੱਚੋਂ ਕਵੀ ਕੁਝ ਖਿਣ ਫੜਦੇ ਹਨ ਜਿਨ੍ਹਾਂ ਦੀ ਉਹਨਾਂ ਦੇ ਪਾਠਕਾਂ ਲਈ ਵੀ ਖ਼ਾਸ ਅਹਿਮੀਅਤ ਹੁੰਦੀ ਹੈ। ਕਵੀ ਨੂੰ ਟੁੰਬਣ ਵਾਲ਼ੇ ਅਹਿਸਾਸ ਸ਼ਬਦਾਂ ਰਾਹੀਂ ਪ੍ਰਗਟਾਵੇ ਲੱਭ ਲੈਂਦੇ ਹਨ। ਸ਼ਬਦ ਇੱਕੋ ਵੇਲ਼ੇ ਸੁੱਤੇ ਵੀ ਹੁੰਦੇ ਹਨ ਤੇ ਜਾਗਦੇ ਵੀ। ਕਹਿਣ ਤੋਂ ਭਾਵ ਇੱਕ-ਇੱਕ ਸ਼ਬਦ ਦੇ ਕਈ-ਕਈ ਅਰਥ ਤੇ ਕਈ-ਕਈ ਭਾਵ ਹੁੰਦੇ ਹਨ ਜਿਨ੍ਹਾਂ ਵਿੱਚੋਂ ਕੁਝ ਬੀਤੇ ਵਿੱਚ ਸੁੱਤੇ ਹੁੰਦੇ ਹਨ ਤੇ ਕੁਝ ਵਰਤਮਾਨ ਵਿੱਚ ਪ੍ਰਚੱਲਿਤ ਹੁੰਦੇ ਹਨ। ਇਸ ਤੋਂ ਵੀ ਅਹਿਮ ਪੱਖ ਹੈ ਕਿ ਸ਼ਬਦਾਂ ਰਾਹੀਂ ਸੰਚਾਰ ਹੋਣ ਵਾਲ਼ੇ ਭਾਵਾਂ ਦੇ ਅਨੇਕ ਰੰਗ ਹੁੰਦੇ ਹਨ। ਕਵੀ ਦੇ ਅਹਿਸਾਸ ਦੀ ਸ਼ਿੱਦਤ ਸ਼ਬਦਾਂ ਵਿੱਚ ਨਿਹਿਤ ਸੰਗੀਤ ਨੂੰ ਕਵਿਤਾ ਰਾਹੀਂ ਰੂਪਮਾਨ ਕਰ ਉਹਨਾਂ ਭਾਵਾਂ ਨੂੰ ਜਗਾਉਂਦੀ ਹੈ ਜੋ ਕਾਲ਼ ਦੀ ਮਾਇਆ ਨੂੰ ਚੀਰ ਕੇ ਮਨੁੱਖ ਦੇ ਮਨ-ਅੰਤਰ ਨਾਲ਼ ਸਾਂਝ ਪਾਉਂਦੇ ਹਨ, ਉਹਨਾਂ ਰਮਜ਼ਾਂ ਨੂੰ ਬਾਹਰ ਲਿਆਉਂਦੀ ਹੈ ਜੋ ਸ਼ਬਦਾਂ ਦੇ ਖ਼ਾਸ ਅਨੁਭਵ ਨਾਲ਼ ਸਾਂਝ ਪਾਉਣ ’ਤੇ ਹੀ ਮੌਲਦੀਆਂ ਹਨ।

ਕਵਿਤਾ, ਜਾਂ ਮਨੁੱਖੀ ਜੀਵਨ ਦੀ ਕੋਈ ਵੀ ਹੋਰ ਤਰਜ਼, ਕਾਲ਼ ਅਤੇ ਬੋਲੀ ਤੋਂ ਬਾਹਰ ਨਹੀਂ। ਇਸ ਲਈ, ਵਿਚਾਰ ਅਗਾਂਹ ਤੋਰਨ ਤੋਂ ਪਹਿਲਾਂ ਕਾਲ਼ ਅਤੇ ਬੋਲੀ ਬਾਰੇ ਨਜ਼ਰੀਆ ਸਪੱਸ਼ਟ ਕਰਨ ਦੀ ਲੋੜ ਹੈ।

ਕਾਲ਼ ਬਹੁਤ ਗੁੰਝਲ਼ਦਾਰ ਸੰਬੋਧ ਹੈ। ਇਸ ਨੂੰ ਸਮਝਣ ਦਾ ਇੱਕ ਸਾਦਾ ਜਿਹਾ ਤਰੀਕਾ ਹੈ ਕਿ ਕਾਲ਼ ਮਿਣਤੀ ਮੁਹੱਈਆ ਕਰਵਾਉਂਦਾ ਹੈ ਜੋ ਕਿ ਵਕਫ਼ੇ ਦੀ ਮਿਣਤੀ ਹੈ ਅਤੇ ਕਾਲ਼ ਤਬਦੀਲੀ ਦਾ ਲਖਾਇਕ ਹੈ। ਕਾਲ਼ ਦੇ ਰੇਖਕੀ ਸਿਧਾਂਤ ਮੁਤਾਬਕ ਭੂਤ, ਭਵਾਨ, ਅਤੇ ਭਵਿੱਖ ਦਾ ਲਗਾਤਾਰ ਵਹਾਅ ਹੀ ਕਾਲ਼ ਦਾ ਪ੍ਰਵਾਹ ਹੈ। ਜੀਵਨ ਦੀ ਨਾਸ਼ਮਾਨਤਾ ਅਸਲ ਹੈ ਤੇ ਇਹ ਸਮੇਂ ਤੇ ਮੌਤ ਸਦਕਾ ਜ਼ਾਹਰ ਹੁੰਦੀ ਹੈ। ਕਾਲ਼ ਸਮੇਂ ਤੇ ਮੌਤ ਦੋਹਾਂ ਦੀ ਨੁਮਾਇੰਦਗੀ ਕਰਨ ਵਾਲ਼ਾ ਸਾਂਝਾ ਲਫ਼ਜ਼ ਹੈ।

ਮੌਤ ਕਾਲ਼ ਨੂੰ ਰੇਖਕੀ ਬਣਾਉਂਦੀ ਹੈ। ਪਰ ਸੁਆਲ ਹੈ ਕਿਸ ਦੀ ਮੌਤ, ਜਾਂ ਕਿਸ ਕਿਸਮ ਦੀ ਮੌਤ? ਪਤਝੜ ਵਿੱਚ ਪੱਤਿਆਂ ਦਾ ਝੜ ਜਾਣਾ ਅਤੇ ਬਸੰਤ ਵਿੱਚ ਨਵੇਂ ਪੱਤਿਆਂ ਦਾ ਉਗਮਣਾ ਮੌਤ ਹੈ ਜਾਂ ਬਨਸਪਤੀ ਦੀ ਆਪਣੇ ਆਪੇ ਨੂੰ ਨਵਿਆਉਣ ਦੀ ਕਿਰਿਆ? ਇਹ ਵਰਤਾਰਾ ਕਾਲ਼ ਨੂੰ ਰੇਖਕੀ ਨਹੀਂ, ਚੱਕਰਦਾਰ ਦਰਸਾਉਂਦਾ ਹੈ। ਮਨੁੱਖੀ ਇਜਾਰੇਦਾਰੀ ਵਾਲ਼ੇ ਜਹਾਨ ਵਿੱਚ ਪਸ਼ੂ-ਪੰਛੀਆਂ ਬਾਰੇ ਵੀ ਇਹ ਗੱਲ ਕਹੀ ਜਾ ਸਕਦੀ ਹੈ। ਪਰ ਮਨੁੱਖੀ ਜੀਵਨ ਦੇ ਸੰਦਰਭ ਵਿਚ ਸਥਿਤੀ ਗੁੰਝਲ਼ਦਾਰ ਹੈ।

ਮਨੁੱਖਜਾਤੀ ਨੇ ਅਨੇਕ ਸੱਭਿਆਤਾਵਾਂ ਸਿਰਜੀਆਂ ਹਨ। ਇਹ ਸੱਭਿਆਤਾਵਾਂ ਆਪਣੀ ਅਉਧ ਵਿਹਾਅ ਕੇ ਬਿਨਸਦੀਆਂ ਵੀ ਰਹੀਆਂ ਹਨ। ਪਰ ਸੱਭਿਆਤਾਵਾਂ ਕਦੇ ਵੀ ਨਿਸ਼ਾਨੀਆਂ ਛੱਡੇ ਬਗ਼ੈਰ ਵਿਦਾ ਨਹੀਂ ਹੋਈਆਂ। ਸੱਭਿਆਤਾਵਾਂ ਦੀਆਂ ਧਰਤੀ ਉੱਤੇ ਅਤੇ ਲੋਕ ਮਨਾਂ ਵਿੱਚ ਨਿਸ਼ਾਨੀਆਂ ਬੀਤੇ ਸਮਿਆਂ ਨੂੰ ਤਸਦੀਕ ਕਰਨ ਵਾਲ਼ੇ ਮੀਲ-ਪੱਥਰ ਬਣੀਆਂ।

ਇਸੇ ਤਰ੍ਹਾਂ, ਇਤਿਹਾਸ ਮਨੁੱਖੀ ਜੀਵਨ ਵਿੱਚ ਅਹਿਮ ਤਬਦੀਲੀਆਂ ਲਿਆਉਣ ਵਾਲ਼ੀਆਂ ਜੁਗ-ਗਰਦੀਆਂ ਦਾ ਬਿਉਰਾ ਹੈ। ਸਮੇਂ ਨਾਲ਼ ਕੁਝ ਇਤਿਹਾਸਿਕ ਘਟਨਾਵਾਂ ਆਪਣਾ ਅਸਰ ਗੁਆ ਗਈਆਂ ਅਤੇ ਇਹਨਾਂ ਘਟਨਾਵਾਂ ਨੂੰ ਸਿਰਜਣ ਵਾਲ਼ੇ ਨਾਇਕ ਮੌਤ ਦੀ ਗੋਦ ਵਿੱਚ ਜਾ ਬਿਰਾਜੇ। ਪਰ ਕੁਝ ਇਤਿਹਾਸਿਕ ਘਟਨਾਵਾਂ ਜਾਂ ਵਰਤਾਰੇ ਬਾਅਦ ਦੇ ਦੌਰਾਂ ਵਿੱਚ ਜੀਵੰਤ ਭੂਮਿਕਾ ਨਿਭਾਉਂਦੇ ਰਹੇ। ਇਹਨਾਂ ਨੂੰ ਸਾਜਣ ਵਾਲ਼ੇ ਨਾਇਕ ਮਰ ਕੇ ਵੀ ਜਿਉਂਦੇ ਰਹੇ। ਇਸ ਲਈ, ਜੀਵਨ ਦੀ ਨਾਸ਼ਮਾਨਤਾ ਕਿਸੇ ਇਕਸਾਰ ਵਰਤਾਰੇ ਦੀ ਸੂਚਕ

ਨਹੀਂ। ਜੀਵਨ ਦੀ ਨਾਸ਼ਮਾਨਤਾ, ਵੱਖੋ-ਵੱਖਰੇ ਸੰਦਰਭਾਂ ਤਹਿਤ, ਕਾਲ਼ ਦੇ ਰੇਖਕੀ ਅਤੇ ਚੱਕਰਦਾਰ ਵਜੋਂ ਜਾਣੇ ਜਾਂਦੇ ਦੋਹਾਂ ਰੂਪਾਂ ਦੀ ਗਵਾਹੀ ਬਣਦੀ ਹੈ।

ਦੁਨੀਆ ਦੀਆਂ ਬਹੁਤ ਸਾਰੀਆਂ ਕੌਮਾਂ ਪੁਨਰ-ਜਨਮ ਵਿੱਚ ਯਕੀਨ ਰੱਖਦੀਆਂ ਹਨ। ਪੁਨਰ-ਜਨਮ ਦੇ ਸਿਧਾਂਤ ਅਨੁਸਾਰ ਇੱਕੋ ਸ਼ਖ਼ਸ ਮਰਨ ਤੋਂ ਬਾਅਦ ਮੁੜ-ਮੁੜ ਜਨਮ ਧਾਰਦਾ ਹੈ। ਪਰ ਇਹ ਸਪੱਸ਼ਟ ਹੈ ਕਿ ਪੁਨਰ-ਜਨਮ ਤੋਂ ਬਾਅਦ ਉਹ ਵਿਅਕਤੀ ਪਹਿਲਾਂ ਵਾਲ਼ਾ ਨਹੀਂ ਸਗੋਂ ਨਵਾਂ ਇਨਸਾਨ ਬਣ ਕੇ ਪੈਦਾ ਹੁੰਦਾ ਹੈ। ਇਸ ਤਰ੍ਹਾਂ, ਪੁਨਰ-ਜਨਮ ਸਿਧਾਂਤ ਮੁਤਾਬਕ ਕਾਲ਼ ਦੇ ਰੇਖਕੀ ਵਹਾਅ ਦੇ ਅੰਦਰ ਕੋਈ ਚੱਕਰਦਾਰ ਅਮਲ ਵੀ ਚੱਲ ਰਿਹਾ ਹੈ; ਰੇਖਕੀ ਪ੍ਰਵਾਹ ਚੱਕਰਦਾਰ ਅਮਲ ਤੋਂ ਅਣਭਿੱਜ ਨਹੀਂ ਤੇ ਚੱਕਰਦਾਰ ਅਮਲ ਰੇਖਕੀ ਦੀਆਂ ਹੱਦਾਂ ਤੋਂ ਬਾਹਰ ਨਹੀਂ।

ਕਾਲ਼ ਗਤੀ ਮਾਪਦਾ ਹੈ। ਧਰਤੀ ਦੀ ਆਪਣੇ ਧੁਰੇ ਦੁਆਲ਼ੇ ਅਤੇ ਧਰਤੀ ਦੀ ਸੂਰਜ ਦੁਆਲੇ ਗਤੀ ਦੋ ਚੱਕਰ ਹਨ ਜਿਨ੍ਹਾਂ ਨੂੰ ਕਾਲ਼ ਦਿਨ ਅਤੇ ਸਾਲ ਦੇ ਰੂਪ ਵਿੱਚ ਮਿਣਦਾ ਹੈ। ਇਹਨਾਂ ਚੱਕਰਾਂ ਦੇ ਸਿੱਟੇ ਵਜੋਂ ਲਗਾਤਾਰ ਨਵੇਂ ਦਿਨ ਅਤੇ ਸਾਲ ਚੜ੍ਹ ਰਹੇ ਹਨ। ਧਰਤੀ ਦੇ ਇਹ ਚੱਕਰ ਇੱਕੋ ਜਿਹੇ ਜਾਪ ਸਕਦੇ ਹਨ ਪਰ ਇਹਨਾਂ ਦੇ ਸਿੱਟੇ ਵਜੋਂ ਪੈਦਾ ਹੋਣ ਵਾਲ਼ੇ ਦਿਨ ਅਤੇ ਸਾਲ ਕਦੇ ਵੀ ਇੱਕੋ ਜਿਹੇ ਨਹੀਂ ਹੁੰਦੇ। ਗੱਲ ਕੀ, ਕਾਲ਼ ਦਾ ਚੱਕਰਦਾਰ ਅਮਲ ਰੇਖਕੀ ਸਮੇਂ ਨੂੰ ਜਨਮ ਦੇ ਰਿਹਾ ਹੈ। ਸੁਆਲ ਹੈ ਕਿ ਰੇਖਕੀ ਸਮਾਂ ਅਸਲ ਵਿੱਚ ਕਿੰਨਾ ਕੁ ਰੇਖਕੀ ਹੈ?

ਧਰਤੀ ਦੀ ਬ੍ਰਹਿਮੰਡ ਵਿੱਚ ਜਾਂ ਇਸ ਖ਼ਾਸ ਆਕਾਸ਼ ਗੰਗਾ ਵਿੱਚ ਸਥਿਤੀ ਸ੍ਰਿਸ਼ਟੀ ਦੇ ਨੇਮ-ਪ੍ਰਬੰਧ ਦਾ ਹਿੱਸਾ ਹੈ। ਧਰਤੀ ਦੀ ਆਪਣੇ ਧੁਰੇ ਦੁਆਲ਼ੇ ਅਤੇ ਸੂਰਜ ਦੇ ਗਿਰਦ ਘੁੰਮਣ ਦੀ ਗਤੀ ਵੀ ਇਸੇ ਨੇਮ-ਪ੍ਰਬੰਧ ਨਾਲ਼ ਜੁੜੀ ਹੋਈ ਹੈ। ਧਰਤੀ ਦੀ ਖ਼ਾਸ ਸਥਿਤੀ ਅਤੇ ਖ਼ਾਸ ਗਤੀ ਸਦਕਾ ਹੀ ਇੱਥੇ ਜੀਵਨ ਸੰਭਵ ਹੋਇਆ ਹੈ। ਇਸ ਤਰ੍ਹਾਂ, ਕਾਲ਼ ਜੀਵਨ ਦੀ ਉਤਪਤੀ ਦੇ ਤਰਕ ਦਾ ਹਿੱਸਾ ਹੈ। ਬਨਸਪਤੀ ਅਤੇ ਜੀਵ ਜੰਤੂਆਂ ਦਾ ਬਿਨਸਣਾ ਵੀ ਜੀਵਨ ਦੇ ਚਲਦੇ ਰਹਿਣ ਦਾ ਹੀ ਸਬੂਤ ਹੈ ਕਿਉਂਕਿ ਚਲਦੇ ਰਹਿਣ ਲਈ ਜੀਵਨ ਦਾ ਆਪਣੇ ਆਪ ਨੂੰ ਨਵਿਆਉਣਾ ਜ਼ਰੂਰੀ ਹੈ। ਕਾਲ਼ ਇਹਨਾਂ ਵਰਤਾਰਿਆਂ ਰਾਹੀਂ ਜ਼ਾਹਰ ਹੁੰਦਾ ਅਮਲ ਹੈ।

ਯੂਨਾਨੀ ਫ਼ਿਲਾਸਫ਼ਰਾਂ ਦੇ ਵੇਲ਼ੇ ਤੋਂ ਇਹ ਬਹਿਸ ਚੱਲ ਰਹੀ ਹੈ ਕਿ ਦਿਸਦਾ ਪਸਾਰਾ ਬਦਲਦਾ ਹੈ ਜਾਂ ਨਹੀਂ? ਕਾਲ਼ ਦੀ ਕੋਈ ਹੋਂਦ ਹੈ ਵੀ ਜਾਂ ਨਹੀਂ? ਇੱਕ ਪਾਸੇ ਪਰਮੈਨਿਡੀਜ਼ ਅਤੇ ਉਸ ਦਾ ਸ਼ਾਗਿਰਦ ਜ਼ੀਨੋ ਸਨ ਜਿਹੜੇ ਤਬਦੀਲੀ ਅਤੇ ਕਾਲ਼ ਦੀ ਹੋਂਦ ਨੂੰ ਮੰਨਣ ਤੋਂ ਇਨਕਾਰੀ ਸਨ, ਦੂਜੇ ਪਾਸੇ ਅਰਸਤੂ ਸੀ ਜਿਹੜਾ ਤਬਦੀਲੀ ਅਤੇ ਕਾਲ਼ ਦੋਹਾਂ ਦੀ ਹੋਂਦ ਨੂੰ ਪ੍ਰਵਾਨ ਕਰਦਾ ਸੀ। ਅਸੀਂ ਸਮਝਦੇ ਹਾਂ ਕਿ ਦਿਸਦੇ ਪਸਾਰੇ ਵਿੱਚ ਤਬਦੀਲੀ ਅਤੇ ਕਾਲ਼ ਦੀ ਹੋਂਦ ਬਾਰੇ ਦੋ-ਟੁੱਕ ਫ਼ੈਸਲਾ ਲੈਣਾ ਗ਼ਲਤ ਹੈ। ਇੱਥੇ ਸੁਆਲ ਇਹ ਬਣਦਾ ਹੈ ਕਿ ਕਾਲ਼ ਦੇ ਪ੍ਰਭਾਵ ਤਹਿਤ ਕੀ ਕੁਝ ਬਦਲ ਜਾਂਦਾ ਹੈ ਤੇ ਕੀ ਕੁਝ ਨਹੀਂ। ਜੁਆਬ ਹੈ ਕਿ ਮਾਇਆ ਬਦਲ ਜਾਂਦੀ ਹੈ ਤੇ ਬ੍ਰਹਮ ਅਬਦਲ ਰਹਿੰਦਾ ਹੈ। ਅਸੀਂ ਮਾਇਆ ਤੇ ਬ੍ਰਹਮ ਨੂੰ ਵੱਖੋ-ਵੱਖਰੀਆਂ ਹਸਤੀਆਂ ਨਹੀਂ ਮੰਨਦੇ। ਸਥੂਲ ਮਹਿਜ਼ ਮਾਇਆ ਨਹੀਂ ਤੇ ਬ੍ਰਹਮ ਸਿਰਫ਼ ਸੂਖਮ ਨਹੀਂ। ਨਿਰਗੁਣ ਬ੍ਰਹਮ ਆਪ ਹੀ ਸਰਗੁਣ ਹੈ। ਸਰਗੁਣ ਨਾ ਨੀਵਾਂ ਹੈ ਨਾ ਵੱਖਰਾ। ਮਾਇਆ ਨਜ਼ਰ ਦੇ ਸਮਤੋਲ ਦੇ ਡੋਲ ਜਾਣ ਤੋਂ ਪੈਦਾ ਹੋਇਆ ਹਕੀਕੀ ਤੇ ਸਥੂਲ ਵਰਤਾਰਾ ਹੈ। ਇਸ ਵਰਤਾਰੇ ਅੰਦਰ ਸਾਰੀਆਂ ਅੰਤਿਮ ਸੰਭਾਵਨਾਵਾਂ ਪਈਆਂ ਹਨ। ਇਸ ਤਰ੍ਹਾਂ ਕਾਲ਼ ਦੀ ਹੋਂਦ ਅਤੇ ਤਬਦੀਲੀ ਦਾ ਨੇਮ ਸੰਭਾਵਨਾਵਾਂ ਹਨ ਜੋ ਦਿਸਦੀ ਅਸਲੀਅਤ ਵਜੋਂ ਸਾਕਾਰ ਹੋ ਸਕਦੀਆਂ ਹਨ। ਇਸ ਦੇ ਨਾਲ਼ ਹੀ ਇਹ ਸੰਭਾਵਨਾਵਾਂ ਵੀ ਮੌਜੂਦ ਹਨ ਕਿ ਤਬਦੀਲੀਆਂ ਅਤੇ ਕਾਲ਼ ਦੀ ਹੋਂਦ ਆਪਣੀ ਪ੍ਰਸੰਗਿਕਤਾ ਗੁਆ ਬਹਿਣ। ਇਸ ਤਰ੍ਹਾਂ, ਕਾਲ਼ ਅਤੇ ਨਾਸ਼ਮਾਨਤਾ ਸਮਅਰਥੀ ਹਨ।

ਇਸ ਸਬੰਧ ਵਿੱਚ ਨਾਸ਼ਮਾਨ ਦੇਹੀ ਵਾਲ਼ੇ ਇੱਕ ਸਿੱਖ ਵਿਅਕਤੀ ਦੇ ਅਕਾਲੀ ਹੋਣ ਦੇ ਭਾਵ ਨੂੰ ਸਮਝਣ ਦੀ ਲੋੜ ਹੈ। ਸਿੱਖ ਦਾ ਅਕਾਲੀ ਹੋਣਾ ਸਿੱਖ ਬਣਨ ਕਰਕੇ ਇੱਕ ਵਿਅਕਤੀ ਦਾ ਕਾਇਆਕਲਪ ਤਾਂ ਹੈ ਹੀ ਪਰ ਇਸ ਤੋਂ ਪਹਿਲਾਂ ਇਹ ਕਾਲ਼ ਦਾ ਰੂਪਾਂਤਰਨ ਹੈ। ਅਸੀਂ ਇਸ ਨੂੰ ਕਾਲ਼ ਪ੍ਰਤੀ ਸਥਾਪਿਤ ਨਜ਼ਰੀਏ ਦਾ ਰੂਪਾਂਤਰਨ ਕਹਿਣ ਦੀ ਬਜਾਏ ਕਾਲ਼ ਦਾ ਰੂਪਾਂਤਰਨ ਕਹਿ ਰਹੇ ਹਾਂ ਕਿਉਂਕਿ ਕਾਲ਼ ਦੇ ਸਰੂਪ ਦੀ ਇਹ ਨਵੀਂ ਅਨੁਭੂਤੀ ਵਰਤਾਰਾਮੂਲਕ ਤਬਦੀਲੀ ਹੈ; ਇੱਕ ਇਤਿਹਾਸਿਕ ਪਲਟਾਅ ਹੈ ਜਿੱਥੇ ਜੁਗ ਬਦਲ ਗਿਆ ਅਤੇ ਜੀਵਨ ਨੇ ਨਵੀਂ

ਅੰਗੜਾਈ ਲਈ। ਸਮੁੱਚੇ ਜੀਵਨ ਦੀ ਇਸ ਨਵੀਂ ਅੰਗੜਾਈ ਦੇ ਸਿੱਟੇ ਵਜੋਂ ਹੀ ਇਹ ਨਵਾਂ ਮਨੁੱਖ, ਯਅਨੀ ਕਿ ਸਿੱਖ, ਧਰਤੀ 'ਤੇ ਪ੍ਰਗਟ ਹੋਇਆ।

ਅਗਾਂਹ ਅਸੀਂ ਬੋਲੀ ਬਾਰੇ ਅਤੇ ਇਸ ਦੀ ਕਾਲ਼ ਨਾਲ਼ ਅੰਤਰਕਿਰਿਆ ਬਾਰੇ ਵਿਚਾਰ ਕਰਾਂਗੇ। ਪਰ ਬੋਲੀ ਬਾਰੇ ਗੱਲ ਕਰਨ ਤੋਂ ਪਹਿਲਾਂ ਸ਼ਬਦ ਬਾਰੇ ਵਿਚਾਰ ਕਰਨੀ ਜ਼ਰੂਰੀ ਹੈ ਕਿਉਂਕਿ ਸਿੱਖਾਂ ਦੀ ਬੋਲੀ ਨੂੰ ਡੌਲਣ ਵਾਲ਼ਾ ਸੰਸਾਰ ਗੁਰਬਾਣੀ ਦੇ ਸ਼ਬਦ ਵਿੱਚੋਂ ਉਪਜਿਆ ਹੈ।

ਸਿੱਖੀ ਦਾ ਆਦਿ-ਅੰਤ ਸ਼ਬਦ ਵਿੱਚ ਹੈ। ਸ਼ਬਦ ਵਿੱਚੋਂ ਹੀ ਸਭ ਕੁਝ ਪੈਦਾ ਹੋਇਆ ਹੈ ਤੇ ਸ਼ਬਦ ਨਾਲ਼ ਹੀ ਜੀਵਨ ਗਤੀਮਾਨ ਹੁੰਦਾ ਹੈ। ਸ਼ਬਦ ਉਤਪਤੀ ਦਾ ਸੋਮਾ ਹੈ। ਇਸ ਲਈ, ਸ਼ਬਦ ਨਾਲ਼ ਅਭੇਦ ਹੋਣ 'ਤੇ ਮਨੁੱਖ ਆਪਣੇ ਮੂਲ ਨਾਲ਼, ਕਾਲ਼ ਦੀ ਧੁੰਦ ਵਿੱਚ ਗੁਆਚੇ ਆਪਣੇ ਆਪੇ ਨਾਲ਼, ਇਕਸੁਰ ਹੁੰਦੇ ਹਨ। ਸ਼ਬਦ ਵਿੱਚ ਓਟ ਹੈ ਇਸ ਲਈ ਕਾਲ਼ ਰਾਹੀਂ ਨਮੂਦਾਰ ਹੁੰਦੇ ਨਾਸ਼ਮਾਨਤਾ ਦੇ ਹੌਲ ਸਾਹਮਣੇ ਸ਼ਬਦ ਆਸਰਾ ਤੇ ਧਰਵਾਸ ਦਿੰਦਾ ਹੈ। ਸ਼ਬਦ ਰਸ ਦਾ ਸਰੋਤ ਹੈ ਜਿਸ ਕਰਕੇ ਮਨੁੱਖੀ ਪ੍ਰਤੀਤੀ 'ਤੇ ਛਾਈ ਜੜ੍ਹਤਾ ਕਰਕੇ ਜੀਵਨ ਵਿੱਚ ਆਈ ਨੀਰਸਤਾ ਤੋਂ ਨਿਜਾਤ ਮਿਲ਼ਦੀ ਹੈ। ਸ਼ਬਦ ਦਾ ਰਸ ਰਾਹ ਬਣਦਾ ਹੈ ਕਿਉਂਕਿ ਇਸ ਨਾਲ਼ ਮੂਲ ਇਨਸਾਨੀ ਪ੍ਰਵਿਰਤੀਆਂ ਦਾ ਕਾਇਆਕਲਪ ਹੁੰਦਾ ਹੈ। ਪ੍ਰਵਿਰਤੀਆਂ ਦੇ ਕਾਇਆਕਲਪ ਸਦਕਾ ਜੀਵਨ ਪ੍ਰਤੀ ਮਨੁੱਖੀ ਨਜ਼ਰੀਆ ਵੀ ਬਦਲ ਜਾਂਦਾ ਹੈ, ਹੁੰਗਾਰਾ ਵੀ। ਕਾਇਆਕਲਪ ਹੋਈਆਂ ਦੇਹਾਂ ਦੇ ਕਾਫ਼ਲੇ ਸ਼ਬਦ ਨਾਲ਼ ਅਭੇਦ ਹੋ ਕੇ ਵਗਦੇ ਹਨ ਤਾਂ ਜੀਵਨ ਦੇ ਵੱਖਰੇ ਰੰਗ ਖਿੜਦੇ ਹਨ, ਨਵੇਂ ਇਤਿਹਾਸ ਸਿਰਜੇ ਜਾਂਦੇ ਹਨ। ਸ਼ਬਦ ਤੋਂ ਦੂਰੀ ਕਰਕੇ ਜੀਵਨ ਦੇ ਖੇੜੇ ਮੁਰਝਾ ਜਾਂਦੇ ਹਨ ਤੇ ਇਤਿਹਾਸ ਵਿੱਚ ਗਿਰਾਵਟ ਅਤੇ ਸੰਕਟ ਵਾਲ਼ੇ ਦੌਰ ਸਾਹਮਣੇ ਆਉਣ ਲਗਦੇ ਹਨ।

ਇਸ ਸੰਦਰਭ ਵਿੱਚ ਸੁਆਲ ਉੱਠਦਾ ਹੈ ਕਿ ਜੇ ਸ਼ਬਦ ਹੀ ਸਭ ਕੁਝ ਹੈ ਤਾਂ ਲੌਕਿਕ ਸੰਸਾਰ ਦੀ ਗਤੀਮਾਨਤਾ ਦਾ ਕੀ ਅਰਥ ਹੈ? ਰੋਜ਼ਮਰ੍ਹਾ ਦੀ ਜ਼ਿੰਦਗੀ ਵਿਚਲੀਆਂ ਨਿੱਕੀਆਂ-ਨਿੱਕੀਆਂ ਘਟਨਾਵਾਂ, ਜਿਨ੍ਹਾਂ ਵਿੱਚੋਂ ਬਹੁਤੀਆਂ ਯਾਦਾਂ ਦੀਆਂ ਲਹਿਰਾਂ ਵਿੱਚ ਅਲੋਪ ਹੋ ਜਾਂਦੀਆਂ ਹਨ ਤੇ ਕੁਝ ਨਿੱਜੀ ਯਾਦਾਂ ਬਣ ਜੀਵਨ ਵਿੱਚ ਹੁਲਾਰਾ, ਰਸ-ਰੰਗ, ਕੁੜੱਤਣ, ਅਤੇ ਬੇਚੈਨੀ ਆਦਿਕ ਪੈਦਾ ਕਰਦੀਆਂ

ਰਹਿੰਦੀਆਂ ਹਨ, ਆਪਣੇ-ਆਪ ਵਿੱਚ ਕੀ ਹਨ, ਕਿੰਨੀਆਂ ਕੁ ਸਮਰੱਥ, ਅਤੇ ਕਿੰਨੀਆਂ ਕੁ ਆਜ਼ਾਦ ਹਨ? ਵੱਡੇ ਸਤਰ ਦੀਆਂ ਘਟਨਾਵਾਂ, ਜਿਨ੍ਹਾਂ ਦੇ ਬਿਉਰੇ, ਅਨੁਭਵ, ਜਾਂ ਖ਼ਾਸ ਵਿਆਖਿਆ ਵਿੱਚੋਂ ਇਤਿਹਾਸ ਹੋਂਦ ਵਿੱਚ ਆਉਂਦਾ ਹੈ, ਮਨੁੱਖ ਦੇ ਸਫ਼ਰ ਦੀ ਦਿਸ਼ਾ ਅਤੇ ਦਸ਼ਾ ਨਿਸ਼ਚਿਤ ਕਰਨ ਵਿੱਚ ਕਿੰਨੀਆਂ ਕੁ ਪ੍ਰਭਾਵਕਾਰੀ ਹਨ? ਸਭ ਤੋਂ ਅਹਿਮ ਪੱਖ: ਜੇ ਸ਼ਬਦ ਹੀ ਸਭ ਕੁਝ ਹੈ ਤਾਂ ਦਸ ਗੁਰੂ ਸਾਹਿਬਾਨ ਦੇ ਜੀਵਨ ਦਾ ਸਿੱਖੀ ਦੀ ਵਿਆਖਿਆ ਲਈ ਕੀ ਅਰਥ ਹੈ?

ਪਹਿਲੀ ਗੱਲ, ਲੌਕਿਕ ਸੰਸਾਰ ਦੀ ਕੋਈ ਵੀ ਹਲਚਲ ਬੋਲੀ ਤੋਂ ਬਾਹਰ ਨਹੀਂ। ਬੋਲੀ ਪ੍ਰਤੀਕਾਤਮਿਕ ਸੰਰਚਨਾਵਾਂ (symbolic structures) ਦੀ ਹਿੰਸਾ ਦਾ ਸ਼ਿਕਾਰ ਹੋਏ ਲੱਖਣੀ ਤੱਤਾਂ (semiotic elements) ਨੂੰ ਸੰਭਾਲਣ ਦੀ ਸੰਭਾਵਨਾ ਤੋਂ ਵਿਰਵੀ ਨਹੀਂ ਹੁੰਦੀ। ਇਹ ਵੱਖਰੀ ਗੱਲ ਹੈ ਕਿ ਹਰ ਸੰਭਾਵਨਾ, ਹਰ ਵੇਲ਼ੇ, ਹਰ ਜਗ੍ਹਾ, ਸਾਕਾਰ ਨਹੀਂ ਹੋ ਸਕਦੀ। ਕਾਲ਼ ਦੀਆਂ ਜੁਗ-ਗਰਦੀਆਂ ਅਕਸਰ ਇਸ ਦੀ ਨਿਰੰਤਰਤਾ 'ਤੇ ਵਾਰ ਕਰਦੀਆਂ ਹਨ। ਪਰ ਬੋਲੀ ਕਦੇ ਮਰਦੀ ਨਹੀਂ। ਲੱਖਣੀ ਅਤੇ ਪ੍ਰਤੀਕਾਤਮਿਕ ਬਾਰੇ ਫਰਾਂਸੀਸੀ ਫ਼ਲਸਫ਼ਾਦਾਨ ਜੂਲੀਆ ਕ੍ਰਿਸਤੇਵਾ ਨੇ ਬਹੁਤ ਗਹਿਰਾ ਪ੍ਰਵਚਨ ਪੇਸ਼ ਕੀਤਾ ਹੈ। ਕ੍ਰਿਸਤੇਵਾ ਅਨੁਸਾਰ, ਬੋਲੀ ਬੁਨਿਆਦੀ ਤੌਰ 'ਤੇ ਪ੍ਰਤੀਕਾਤਮਿਕ ਹੈ ਤੇ ਲੱਖਣੀ ਉੱਤੇ ਹਿੰਸਾ ਦੀ ਲਖਾਇਕ ਹੈ। ਉਸ ਅਨੁਸਾਰ ਲੱਖਣੀ ਬੋਲੀ ਤੋਂ ਪਹਿਲਾਂ ਦਾ ਅਨੁਭਵ ਹੈ ਜੋ ਗਰਭ ਵਿੱਚ ਪਲ਼ਦੇ ਬੱਚੇ ਦਾ ਅਨੁਭਵ ਹੁੰਦਾ ਹੈ। ਬੱਚਾ ਜਨਮ ਲੈਣ ਨਾਲ਼ ਸੰਸਾਰ ਵਿੱਚ, ਬੋਲੀ ਦੇ ਪ੍ਰਤੀਕਾਤਮਿਕ ਪਸਾਰੇ ਵਿੱਚ, ਪ੍ਰਵੇਸ਼ ਕਰਦਾ ਹੈ। ਕ੍ਰਿਸਤੇਵਾ ਮੁਤਾਬਕ ਜਨਮ ਮੂਲ ਤੋਂ ਟੁੱਟਣ ਦੀ ਘੜੀ ਹੈ ਤੇ ਬੋਲੀ ਮੂਲ ਤੋਂ ਵਿਛੋੜਨ ਵਾਲ਼ਾ ਪਸਾਰਾ।[2]

ਕ੍ਰਿਸਤੇਵਾ ਇਸ ਬਾਰੇ ਸਪੱਸ਼ਟ ਹੈ ਕਿ ਲੱਖਣੀ ਅਤੇ ਪ੍ਰਤੀਕਾਤਮਿਕ ਅੱਡ-ਅੱਡ ਕਰਕੇ ਅਨੁਭਵ ਨਹੀਂ ਕੀਤੇ ਜਾਂਦੇ, ਪਰ ਉਸ ਲਈ ਸਿਧਾਂਤਿਕ ਪੱਖੋਂ ਦੋਹਾਂ ਦੀ ਹਸਤੀ ਵੱਖਰੀ ਹੈ। ਇਸ ਤਰ੍ਹਾਂ, ਕ੍ਰਿਸਤੇਵਾ ਦਾ ਸਿਧਾਂਤੀਕਰਨ ਲੱਖਣੀ ਅਤੇ ਪ੍ਰਤੀਕਾਤਮਿਕ ਵਿੱਚ ਵਿਰੋਧੀ-ਜੁੱਟਾਂ ਵਾਲ਼ਾ ਭੇਦ ਵੇਖਦਾ ਹੈ। ਕ੍ਰਿਸਤੇਵਾ ਦੇ ਪ੍ਰਵਚਨ ਦੀ ਸੀਮਤਾਈ ਉਸ ਦੀ ਸਥਾਨਿਕਤਾ ਅਤੇ ਉਸ ਦੇ ਚਿੰਤਨ ਦੀ ਮਾਰਕਸੀ ਦਵੰਦਾਤਮਿਕ ਪ੍ਰਵਿਰਤੀ ਵਿੱਚ ਪਈ ਹੈ। ਬੋਲੀ ਦੀ ਹਸਤੀ ਇਕਹਿਰੀ ਨਹੀਂ,

ਬਹੁਵਚਨੀ ਹੈ। ਕ੍ਰਿਸਤੇਵਾ ਦਾ ਬੁਲਗਾਰੀ, ਫਰਾਂਸੀਸੀ, ਜਾਂ ਹੋਰ ਯੂਰਪੀ ਬੋਲੀਆਂ ਨਾ.ਲ ਅਨੁਭਵ ਹੈ। ਪਰ ਹਰ ਬੋਲੀ ਦੀ ਆਪਣੀ ਸਮਰੱਥਾ ਹੈ। ਪੰਜਾਬ ਦੇ ਸਿੱਖ ਦਾ ਪੰਜਾਬੀ ਬੋਲੀ ਨਾ.ਲ ਅਨੁਭਵ ਕ੍ਰਿਸਤੇਵਾ ਦੇ ਯੂਰਪੀ ਬੋਲੀਆਂ ਨਾ.ਲ ਅਨੁਭਵ ਤੋਂ ਵੱਖਰਾ ਤਾਂ ਹੈ ਹੀ, ਇਹ ਪੰਜਾਬ ਦੇ ਗ਼ੈਰ-ਸਿੱਖਾਂ ਦੇ ਪੰਜਾਬੀ ਨਾ.ਲ ਅਨੁਭਵ ਤੋਂ ਵੀ ਵੱਖਰਾ ਹੈ। ਇਸ ਲਈ, ਬੋਲੀ ਦੇ ਸਥਾਨਿਕ ਅਨੁਭਵਾਂ ਦੀ ਗਹਿਰੀ ਤੇ ਕਾਵਿਕ ਪ੍ਰਤੀਤੀ ਬੋਲੀ ਅੰਦਰਲੀਆਂ ਸੰਭਾਵਨਾਵਾਂ ਨੂੰ ਸਮਝਣ ਦਾ ਸਾਧਨ ਹੈ ਜਿਸ ਨੂੰ ਯੂਰਪ ਦੀ ਬਸਤੀਵਾਦ ਰਾਹੀਂ ਬਣੀ ਇਜਾਰੇਦਾਰੀ ਕਾਰਨ ਦਰਕਿਨਾਰ ਕੀਤਾ ਗਿਆ ਹੈ। ਬੋਲੀ ਮਹਿਜ਼ ਪ੍ਰਤੀਕਾਤਮਿਕ ਹਿੰਸਾ ਦਾ ਮਾਧਿਅਮ ਨਹੀਂ ਹੁੰਦੀ, ਇਸ ਵਿੱਚ ਸਦਾ ਲੱਖਣੀ ਸੁਰਾਂ ਨਾ.ਲ ਓਤ-ਪੋਤ ਸੰਗੀਤ ਨੂੰ ਉਭਾਰਨ ਦੀ ਸਮਰੱਥਾ ਹੁੰਦੀ ਹੈ। ਕ੍ਰਿਸਤੇਵਾ ਨੇ ਪ੍ਰਤੀਕਾਤਮਿਕ ਹਿੰਸਾ ਦੀ ਹੋਂਦ ਦੀ ਸਹੀ ਨਿਸ਼ਾਨਦੇਹੀ ਕੀਤੀ ਹੈ। ਪਰ ਇਹ ਹਿੰਸਾ ਬੋਲੀ ਦੀ ਨਹੀਂ, ਬੋਲੀ ਉੱਤੇ ਹੋ ਰਹੀ ਕਾ.ਲ ਦੀ ਹਿੰਸਾ ਹੈ। ਬੋਲੀ ਤਾਂ ਕਾ.ਲ ਦੀ ਇਸ ਹਿੰਸਾ ਤੋਂ ਮੁਕਤੀ ਦਿਵਾਉਣ ਵਾ.ਲੇ ਦਰਾਂ ਦੇ ਦੀਦਾਰ ਕਰਵਾਉਣ ਦਾ ਮਾਧਿਅਮ ਬਣਦੀ ਹੈ।

ਬੋਲੀ ਲੌਕਿਕ ਹੈ, ਜਿਵੇਂ, ਦਿਸਦਾ ਸੰਸਾਰ ਲੌਕਿਕ ਹੈ। ਸਿੱਖੀ ਦੇ ਉਦੇ ਨਾ.ਲ ਧਰਤੀ 'ਤੇ ਪ੍ਰਕਾਸ਼ ਹੋਇਆ ਸ਼ਬਦ ਜੀਵਨ ਦੀ ਲੌਕਿਕਤਾ ਨਾ.ਲ ਵਿਸਮਾਦੀ ਤਾਲਮੇਲ ਸਿਰਜ ਕੇ ਇਸ ਲੌਕਿਕਤਾ ਵਿੱਚ ਨਿਹਿਤ ਅਲੌਕਿਕ ਨੂੰ ਉਜਾਗਰ ਕਰਦਾ ਹੈ। ਸ਼ਬਦ ਲੌਕਿਕ ਜਾਮੇ ਵਿੱਚ ਆਈ ਅਲੌਕਿਕਤਾ ਹੈ। ਜਿਵੇਂ ਅਸੀਂ ਪਹਿਲਾਂ ਜ਼ਿਕਰ ਕਰ ਚੁੱਕੇ ਹਾਂ, ਲੌਕਿਕ ਸੰਸਾਰ ਮਹਿਜ਼ ਮਾਇਆ ਨਹੀਂ; ਇਹ ਮਾਇਆ ਜਾਂ ਬ੍ਰਹਮ ਕੁਝ ਵੀ ਹੋ ਸਕਦਾ ਹੈ। ਦਿਸਦੇ ਸੰਸਾਰ ਵਿੱਚੋਂ ਕੁਝ ਵੀ ਮਨਫ਼ੀ ਨਹੀਂ; ਲੌਕਿਕਤਾ ਅਸਲ ਵਿੱਚ ਅਲੌਕਿਕਤਾ ਦਾ ਵਰਤਾਰਾਮੂਲਕ ਪ੍ਰਗਟਾਵਾ ਹੈ। ਇਸ ਤਰ੍ਹਾਂ, ਬੋਲੀ ਸ਼ਬਦ ਦੀ ਛੁਹ ਨਾ.ਲ ਆਪਣੇ ਅੰਦਰੋਂ ਆਪਣੀ ਅਲੌਕਿਕਤਾ ਪ੍ਰਗਟ ਕਰਦੀ ਹੈ।

ਇਸ ਸੰਦਰਭ ਵਿੱਚ ਅਸੀਂ ਬੋਲੀ ਦੀ ਲੌਕਿਕਤਾ ਦੇ ਕਾ.ਲ ਦੇ ਪ੍ਰਵਾਹ ਨਾ.ਲ ਸਬੰਧ 'ਤੇ ਵਿਚਾਰ ਕਰਨੀ ਚਾਹਾਂਗੇ। ਕਾ.ਲ ਦੀ ਵਿਲੱਖਣਤਾ ਹੈ ਕਿ ਇਸ ਵਿੱਚ ਸਮੁੱਚਤਾ ਹੈ ਜਦੋਂ ਕਿ ਬੋਲੀ ਅਤੇ ਇਤਿਹਾਸ ਮੁੱਖ ਤੌਰ 'ਤੇ ਸਥਾਨਿਕਤਾ ਦੀ ਨੁਮਾਇੰਦਗੀ ਕਰਦੇ ਹਨ। ਕਾ.ਲ ਇਸ ਸਥਾਨਿਕਤਾ ਦੇ ਸਿਰ 'ਤੇ ਮੰਡਰਾਉਂਦਾ

ਹੋਇਆ ਨਿਰੰਤਰ ਸਰਗਰਮ ਅਤੇ ਹਿੰਸਕ ਦਖ਼ਲਅੰਦਾਜ਼ੀ ਕਰਦਾ ਹੈ। ਕਾਲ਼ ਅਹੇਰੀ ਹੈ ਜੋ ਹਰ ਵੇਲ਼ੇ ਸ਼ਿਕਾਰ ਦੀ ਭਾਲ ਵਿੱਚ ਫਿਰ ਰਿਹਾ ਹੈ। ਕਾਲ਼ ਦੇ ਸ਼ਿਕਾਰੀ ਹੋਣ ਦੇ ਅਰਥ ਨੂੰ ਮੌਤ ਦੇ ਅਟੱਲ ਹੋਣ ਦੇ ਸੱਚ ਤੱਕ ਸੀਮਿਤ ਨਹੀਂ ਕੀਤਾ ਜਾ ਸਕਦਾ। ਕਾਲ਼ ਜੀਵਨ ਦੇ ਵਹਿੰਦੇ ਹੋਣ ਦਾ ਬੁਨਿਆਦੀ ਤਰਕ ਹੈ। ਹੇਰਾਕਲਾਇਟਸ ਨੇ ਕਿਹਾ ਹੈ, "ਕੋਈ ਵੀ ਵਿਅਕਤੀ ਉਸੇ ਨਦੀ ਵਿੱਚ ਦੁਬਾਰਾ ਪੈਰ ਨਹੀਂ ਰੱਖਦਾ, ਕਿਉਂਜੋ (ਅਗਲੀ ਵਾਰ) ਨਾ ਨਦੀ ਉਹ ਨਦੀ ਹੁੰਦੀ ਹੈ ਤੇ ਨਾ ਵਿਅਕਤੀ ਉਹ ਵਿਅਕਤੀ।" ਹੇਰਾਕਲਾਇਟਸ ਦੀ ਟਿੱਪਣੀ ਕਾਲ਼ ਦੇ ਵਹਾਅ ਨਾਲ਼ ਜੁੜੇ ਰੂਪਾਂਤਰਨ ਦੇ ਸਰਬ-ਵਿਆਪਕ ਅਮਲ ਬਾਰੇ ਹੈ। ਪਰ ਸਾਡੀ ਅਰਜ਼ ਹੈ ਕਿ ਭਾਵੇਂ ਨਦੀ ਅਤੇ ਮਨੁੱਖ ਦੀ ਲੌਕਿਕਤਾ ਕਾਲ਼ ਦੀ ਸੱਤਾ ਤਹਿਤ ਨਿਹਿਤ ਨੇਮਾਂ ਦੇ ਅਧੀਨ ਹੈ, ਪਰ ਦੋਹਾਂ ਦਾ ਅਲੌਕਿਕ ਆਪਾ ਇਹਨਾਂ ਨੇਮਾਂ ਤੋਂ ਪਾਰ ਹੈ। ਦੂਜੇ ਸ਼ਬਦਾਂ ਵਿੱਚ ਨਦੀ ਦੇ ਅੰਦਰ ਇੱਕ ਨਦੀ ਹੈ ਤੇ ਮਨੁੱਖ ਦੇ ਅੰਦਰ ਮਨੁੱਖ। ਇਉਂ ਨਾ ਨਦੀ ਕਿਤੇ ਜਾਂਦੀ ਹੈ ਨਾ ਮਨੁੱਖ; ਦੋਹਾਂ ਦੀ ਅਲੌਕਿਕਤਾ ਸੰਜੋਗ ਦਾ ਸਬੱਬ ਬਣਦੀ ਹੈ। ਪਰ ਇਸ ਅਮਲ ਵਿੱਚ ਸੰਜੋਗ ਸੰਭਾਵਨਾ ਹੈ, ਸ਼ਰਤ ਨਹੀਂ। ਲੌਕਿਕ ਜਗਤ ਵਿੱਚ ਨਿਹਿਤ ਅਲੌਕਿਕਤਾ ਦਾ ਦਿਸਦੇ ਸੰਸਾਰ ਦੇ ਨੇਮਾਂ ਨਾਲ਼ ਕੋਈ ਵਿਰੋਧ ਨਹੀਂ। ਨੁਕਤਾ ਤਾਂ ਇਹ ਹੈ ਕਿ ਕਾਲ਼ ਦਾ ਜ਼ੋਰਾਵਰ ਜੌਹਰ ਸੀਮਤਾਈਆਂ ਤੋਂ ਰਹਿਤ ਨਹੀਂ। ਸ੍ਰਿਸ਼ਟੀ ਅੰਦਰਲੀ ਅਲੌਕਿਕਤਾ ਨੇ ਸਦਾ ਨਵੇਂ-ਪੁਰਾਣੇ ਰੰਗਾਂ ਵਿੱਚ ਵਿਗਸਦੇ ਰਹਿਣਾ ਹੈ।

ਕਾਲ਼ ਨਿਰੰਤਰ ਚੱਲ ਰਿਹਾ ਮੌਤ ਦਾ ਪ੍ਰਵਾਹ ਹੈ ਜੋ ਜੀਵਨ ਨੂੰ ਲਗਾਤਾਰ ਨਵਿਆਉਂਦੇ ਰਹਿਣ ਦਾ ਸਬੱਬ ਬਣਦਾ ਹੈ। ਬੋਲੀ ਕਵੀ ਦੇ ਅੰਗ-ਸੰਗ ਤਾਂ ਹੁੰਦੀ ਹੈ, ਪਰ ਉਸ ਦੀ ਪੂੰਜੀ ਨਹੀਂ ਹੁੰਦੀ। ਕਵੀ ਦੇ ਕੋਲ਼ ਹੀ ਵਿਗਸਦੇ ਬੋਲੀ ਦੇ ਬਾਗ਼ਾਂ ਦੇ ਦਰ ਕਈ ਵਾਰ ਢੋਏ ਹੋਏ ਹੋ ਸਕਦੇ ਹਨ ਜਿਨ੍ਹਾਂ ਨੂੰ ਖੋਲ੍ਹਣ ਦਾ ਉੱਦਮ ਕਵੀ ਨੂੰ ਕਰਨਾ ਪੈਂਦਾ ਹੈ। ਬੋਲੀ ਦੇ ਇਹਨਾਂ ਦਰਾਂ ਤੱਕ ਪਹੁੰਚਣ ਲਈ ਕਈ ਵਾਰ ਕਾਲ਼ ਦੀਆਂ ਅਨੇਕ ਹਨੇਰੀਆਂ ਗੁਫਾਵਾਂ ਜਾਂ ਭਾਰੇ ਪਰਬਤਾਂ ਨੂੰ ਪਾਰ ਕਰਨ ਦੀ ਲੋੜ ਵੀ ਪੈ ਸਕਦੀ ਹੈ। ਜਦੋਂ ਕਵੀ ਬੋਲੀ ਦੇ ਜਹਾਨ ਵਿੱਚ ਦਾਖ਼ਲ ਹੁੰਦਾ ਹੈ ਤਾਂ ਉਹ ਕਾਲ਼ ਦੀ ਸਾਜੀ ਨਾਸ਼ਮਾਨਤਾ ਦੀ ਸੱਤਾ ਨੂੰ ਉਲੰਘ ਲੈਂਦਾ ਹੈ। ਕਵੀ ਜ਼ਿੰਦਗੀ ਦੇ ਉਹਨਾਂ ਪ੍ਰਤੀਮਾਨਾਂ ਨੂੰ ਹਾਸਲ ਕਰ ਲੈਂਦਾ ਹੈ ਜਿਨ੍ਹਾਂ ਨੂੰ ਕਾਲ਼ ਫ਼ਨਾਹ ਨਹੀਂ

ਕਰ ਸਕਿਆ। ਕਵੀ ਕਵਿਤਾ ਰਾਹੀਂ ਬੋਲੀ ਦੀ ਪੁਨਰ-ਸਿਰਜਣਾ ਕਰਦਾ ਹੈ ਤਾਂ ਕਵੀ ਦੇ ਅੰਦਰਲਾ ਜਹਾਨ ਸੁਰਜੀਤ ਹੋ ਜਾਂਦਾ ਹੈ ਜਿਸ ਨਾਲ਼ ਕਾਲ਼ ਦੀ ਸੱਤਾ ਹੋਰ ਨਿਗੁਣੀ ਹੋ ਜਾਂਦੀ ਹੈ। ਕਾਲ਼ ਰਾਹੀਂ ਨਮੂਦਾਰ ਹੋਈਆਂ ਤਬਦੀਲੀਆਂ ਥਲ਼ਾਂ ਵਿੱਚ ਸੁੱਕਦੀਆਂ ਨਦੀਆਂ ਵਾਂਗ ਅਲੋਪ ਹੋ ਜਾਂਦੀਆਂ ਹਨ। ਨਵੇਂ ਚਸ਼ਮੇ ਯਾਦਾਂ ਵਿੱਚ ਜਿਉਂਦੇ ਜੋਬਨ ਨਾਲ਼ ਫੁੱਟ ਵਹਿੰਦੇ ਹਨ ਤੇ ਪੁਰਾਣੇ ਬਾਗ਼ਾਂ ਦੀ ਸ਼ਾਨ ਆਬਾਦ ਕਰ ਦਿੰਦੇ ਹਨ।

ਬੋਲੀ ਦੀ ਪੁਨਰ-ਸਿਰਜਣਾ ਤੋਂ ਭਾਵ ਹੈ ਕਾਲ਼ ਦੇ ਪ੍ਰਵਾਹ ਨਾਲ਼ ਆਈਆਂ ਤਬਦੀਲੀਆਂ ਨੂੰ ਦਰਕਿਨਾਰ ਕਰ ਬੋਲੀ ਦੇ ਅੰਦਰਲੇ ਸੁਹਜ ਨੂੰ ਆਪਣੀ ਗਵਾਹੀ ਖ਼ੁਦ ਬਣਨ ਦਾ ਮੌਕਾ ਦੇਣਾ। ਕਾਲ਼ ਦੀਆਂ ਜੁਗ-ਗਰਦੀਆਂ ਕਈ ਵਾਰ ਬੋਲੀ ਨੂੰ ਅਰਥਾਂ ਦੇ ਸੀਮਿਤ ਪਸਾਰਾਂ ਵਿੱਚ ਕੈਦ ਕਰ ਦਿੰਦੀਆਂ ਹਨ। ਕਵਿਤਾ ਅਰਥਾਂ ਦੇ ਸੰਚਾਰ ਦਾ ਮਾਧਿਅਮ ਮਾਤਰ ਨਹੀਂ ਹੁੰਦੀ। ਅਰਥ ਕਿਸੇ ਖ਼ਾਸ ਵਿਚਾਰ ਦੀ ਉਪਜ ਹੁੰਦੇ ਹਨ ਜਦੋਂ ਕਿ ਕਵਿਤਾ ਵਿਚਾਰ ਤੋਂ ਨਿਰਾਲੇ ਮੰਡਲਾਂ ਵਿੱਚ ਵਿਚਰਦੀ ਹੈ। ਕਵਿਤਾ ਵਿਚਾਰ ਦੀ ਸੰਬੋਧਕ ਸੰਪਤੀ ਦੇ ਸੀਮਿਤ ਘੇਰੇ ਤੋਂ ਵਡੇਰੇ ਅਨੁਭਵ ਦੀ ਨੁਮਾਇੰਦਗੀ ਕਰਦੀ ਹੈ। ਵਿਚਾਰ ਮਨ ਦੀ ਬੌਧਿਕ ਕਸਰਤ ਰਾਹੀਂ ਉਪਜਦੇ ਅਤੇ ਨਿੱਖਰਦੇ ਹਨ ਜਦੋਂ ਕਿ ਕਾਵਿਕ ਅਨੁਭਵ ਮਨ 'ਤੇ ਨਿਰਭਰ ਰਹਿਣ ਦੀ ਬਜਾਇ ਵਿਚਾਰ ਨੂੰ ਦੇਹੀ ਤੇ ਲੋਕਾਈ ਦੇ ਹੋਂਦਮੂਲਕ ਅਨੁਭਵ ਨਾਲ਼ ਸੰਤੁਲਨ ਵਿੱਚ ਰੱਖ ਕੇ ਤੋਲਦਾ ਹੈ। ਕਵਿਤਾ ਦੇਹੀ ਦੇ ਰਸਾਂ ਦੇ ਤਾਲਮੇਲ ਵਿੱਚੋਂ ਸੁਹਜਾਤਮਿਕ ਦ੍ਰਿਸ਼ਟੀ ਨੂੰ ਜਨਮ ਦਿੰਦੀ ਹੈ। ਇਹ ਦ੍ਰਿਸ਼ਟੀ ਪਹਿਲਾਂ ਤਾਂ ਮਨ ਦੇ ਮੁਕਾਬਲੇ (ਪਰ ਵਿਰੋਧ ਬਗ਼ੈਰ) ਦੇਹੀ ਦੀ ਪ੍ਰਮਾਣਿਕਤਾ ਸਥਾਪਿਤ ਕਰਦੀ ਹੈ ਤੇ ਫਿਰ ਮਨ ਦੇ ਬੌਧਿਕ ਪ੍ਰਵਾਹਾਂ 'ਚੋਂ ਸਥਾਪਿਤ ਹੋਏ ਵਿਚਾਰਾਂ ਨੂੰ ਸੁਹਜ ਦੀ ਕਸਵੱਟੀ 'ਤੇ ਪਰਖਦੀ ਹੈ। ਸੁਹਜ ਦੀ ਤੀਬਰ ਪ੍ਰਤੀਤੀ ਵਿੱਚੋਂ ਉਦੇ ਹੋਣ ਕਾਰਨ ਕਾਵਿਕ ਅਨੁਭਵ ਹੜ੍ਹ ਵਾਂਗ ਆਉਂਦਾ ਹੈ ਜਿਸ ਦਾ ਸ਼ਿੱਦਤ ਭਰਪੂਰ ਵੇਗ ਬਹੁਤ ਕੁਝ ਨਾਲ਼ ਵਹਾਅ ਲਿਆਉਂਦਾ ਹੈ। ਇਸ ਨੂੰ ਸ਼ਬਦਾਂ ਵਿੱਚ ਉਤਾਰਨ ਵੇਲ਼ੇ ਬਹੁਤ ਵਾਰ ਬਹੁਤ ਕੁਛ ਅਣਕਿਹਾ ਰਹਿ ਜਾਂਦਾ ਹੈ ਤੇ ਬਹੁਤ ਕੁਝ ਅਣਕਿਆਸਿਆ ਕਿਹਾ ਜਾਂਦਾ ਹੈ। ਉਸ ਅਣਕਹੇ ਨੂੰ ਕਹਿਣ ਲਈ ਅਜਿਹੇ ਸ਼ਬਦਾਂ ਦੀ ਲੋੜ ਹੁੰਦੀ ਜੋ ਅਨੁਭਵ ਦੇ ਧੁਰ ਅੰਦਰ ਤੱਕ ਲਹਿ ਉਸ ਦੀ ਸਹੀ ਨੁਮਾਇੰਦਗੀ ਕਰ ਸਕਦੇ

ਹੋਣ। ਕਵਿਤਾ ਦੇ ਆਪਮੁਹਾਰੇ ਵੇਗ ਵਿੱਚੋਂ ਉਪਜੇ ਅਣਕਿਆਸੇ ਬੋਲ ਭੁੱਲੇ-ਵਿੱਸਰੇ ਸ਼ਬਦਾਂ ਨੂੰ ਸੁਰਜੀਤ ਕਰ ਦਿੰਦੇ ਹਨ। ਇਸੇ ਲਈ, ਇੱਕ ਪਾਸੇ ਕਵੀ ਦੀ ਬੋਲੀ ਦੀ ਭਾਲ਼ ਸਦਾ ਜਾਰੀ ਰਹਿੰਦੀ ਹੈ ਤੇ ਦੂਜੇ ਪਾਸੇ ਉਹ ਬੋਲੀ ਨੂੰ ਸੁਰਜੀਤ ਵੀ ਕਰ ਰਿਹਾ ਹੁੰਦਾ ਹੈ। ਇਸ ਤਰ੍ਹਾਂ, ਫ਼ਰਾਂਸੀਸੀ ਫ਼ਲਸਫ਼ਾਦਾਨ ਯਾੱਕ ਦੈਰੀਦਾ ਦੇ ਕਹਿਣ ਵਾਂਗ, ਲਿਖਤ ਕਿਸੇ ਹੋਰ, ਸਦੀਵੀ ਤੌਰ 'ਤੇ ਮੌਜੂਦ, ਅਮਲ ਦਾ ਅਪ੍ਰਮਾਣਿਕ ਪਰਤਉ ਨਹੀਂ ਹੁੰਦੀ। ਲਿਖਣ ਦਾ ਅਮਲ ਖ਼ੁਦ ਆਪਣੀ ਹਸਤੀ ਦਾ ਜ਼ਾਮਨ ਹੁੰਦਾ ਹੈ।[੩] ਬੋਲੀ ਦਾ ਜਿਉਂਦੀ ਰਹਿਣਾ ਤੇ ਇਤਿਹਾਸ ਦਾ ਸੁਰਜੀਤ ਹੋਣਾ ਕਾਲ਼ ਦੀ ਸੱਤਾ ਤੋਂ ਪਾਰਲੇ ਵਰਤਾਰਿਆਂ ਬਾਰੇ ਦੱਸ ਪਾਉਂਦੇ ਹਨ ਜੋ ਅਕਸਰ ਕਵਿਤਾ ਰਾਹੀਂ ਝਲਕਾਰੇ ਦਿੰਦੇ ਹਨ।

ਕਵਿਤਾ ਬੋਲੀ ਦਾ ਸਰੋਦੀ ਵਹਾਅ ਹੈ ਜਿਸ ਵਿੱਚ ਅਗੰਮੀ ਟਿਕਾਅ ਜਾਂ ਕਹਿਰਵਾਨ ਵੇਗ ਹੋ ਸਕਦਾ ਹੈ। ਕਵਿਤਾ ਦੀ ਗਤੀ ਕਵੀ ਦੇ ਲਿਖਣ ਦੇ ਖਿਣਾਂ ਦੇ ਅਨੁਭਵ ਅਨੁਸਾਰ ਨਿਸ਼ਚਿਤ ਹੁੰਦੀ ਹੈ। ਪਰ ਤਾਂ ਵੀ, ਕਵਿਤਾ ਬੋਲੀ ਦਾ ਹੀ ਵੇਗ ਹੈ ਕਿਉਂਕਿ ਕਵੀ ਦਾ ਅਨੁਭਵ ਬੋਲੀ ਦੀ ਜ਼ਮੀਨ 'ਤੇ, ਬੋਲੀ ਦੇ ਮਾਧਿਅਮ ਰਾਹੀਂ, ਹੀ ਨਮੂਦਾਰ ਹੁੰਦਾ ਹੈ।

ਕਵਿਤਾ ਮੂਲ ਰੂਪ ਵਿੱਚ ਬੋਲੀ ਦਾ ਹਾਸਲ ਹੈ। ਬੋਲੀ ਸਾਂਝੇ ਸੱਭਿਆਚਾਰਕ ਪਸਾਰ ਦੀ ਭੋਇੰ ਹੁੰਦੀ ਹੈ। ਸੰਜੋਗ-ਵਿਜੋਗ ਤੇ ਇਹਨਾਂ ਨਾਲ਼ ਜੁੜੇ ਦੁੱਖ-ਸੁੱਖ ਨਾਲ਼ ਖ਼ਾਸ ਕੌਮਾਂ ਦੇ ਖ਼ਾਸ ਅਨੁਭਵ ਉਹਨਾਂ ਦੀ ਬੋਲੀ ਦੇ ਸੰਗੀਤ ਵਿੱਚ ਵਿਦਮਾਨ ਹੁੰਦੇ ਹਨ। ਬੋਲੀ ਦਾ ਸੰਗੀਤ ਕਾਲ਼ ਤੋਂ ਪਾਰ ਤਾਂ ਹੁੰਦਾ ਹੈ ਪਰ ਅਕਸਰ ਸਮੇਂ ਦੀਆਂ ਜੁਗ-ਗਰਦੀਆਂ ਇਸ ਦੀਆਂ ਅਨੇਕ ਅਹਿਮ ਤਰਜ਼ਾਂ ਨੂੰ ਬੀਤੇ ਦਾ ਹਿੱਸਾ ਬਣਾ ਚੇਤੇ 'ਚੋਂ ਖੋਰਨ ਦਾ ਕੰਮ ਕਰਦੀਆਂ ਹਨ। ਅਜਿਹੇ ਮੌਕਿਆਂ 'ਤੇ ਬੋਲੀ ਕਾਵਿ-ਅਮਲ ਰਾਹੀਂ ਆਪਣੇ-ਆਪ ਨੂੰ ਸੁਰਜੀਤ ਕਰਦੀ ਹੈ। ਬਹੁਤ ਵਾਰ ਬੋਲੀ ਕਵਿਤਾ ਦੇ ਮਾਧਿਅਮ ਰਾਹੀਂ ਆਪਣੇ ਆਪੇ ਨੂੰ ਸਾਬਤ ਰੂਪ ਵਿੱਚ ਵੇਖਦੀ ਹੈ। ਕਈ ਵਾਰ, ਬੋਲੀ ਦੀ ਪੁਨਰ-ਸੁਰਜੀਤੀ ਕਾਲ਼ ਦੀ ਹਿੰਸਾ ਦੇ ਅਚਿੰਤੇ ਕਹਿਰ ਨਾਲ਼ ਝੰਜੋੜੇ ਜਾਣ ਦੇ ਸਿੱਟੇ ਵਜੋਂ ਵੀ ਸਾਹਮਣੇ ਆਉਂਦੀ ਹੈ।

ਮੁੱਕਦੀ ਗੱਲ, ਇਹ ਦਿਸਦਾ ਜਹਾਨ ਕਾਲ਼ ਦੀ ਸੱਤਾ ਤੋਂ ਬਾਹਰ ਨਹੀਂ। ਪਰ, ਮਨੁੱਖੀ ਜੀਵਨ ਕਾਲ਼ ਦੇ ਨੇਮ-ਪ੍ਰਬੰਧ ਨੂੰ ਉਲੰਘ ਜਾਣ ਦੀਆਂ ਸੰਭਾਵਨਾਵਾਂ ਨਾਲ਼

ਭਰਪੂਰ ਹੈ। ਇਹ ਸੰਭਾਵਨਾਵਾਂ ਬੋਲੀ ਰਾਹੀਂ ਸਾਕਾਰ ਹੁੰਦੀਆਂ ਹਨ। ਬੋਲੀ ਕਵਿਤਾ ਰਾਹੀਂ ਸੁਰਜੀਤ ਹੁੰਦੀ ਹੈ। ਕਵਿਤਾ ਮਨੁੱਖੀ ਆਜ਼ਾਦੀ ਦੀ ਜ਼ਾਮਨ ਹੈ ਜਿਸ ਅੱਗੇ ਬਿਰਤਾਂਤਿਕ ਮਾਇਆ-ਜਾਲ਼ ਹਫ਼ਦੇ-ਹਫ਼ਦੇ ਦਮ ਤੋੜ ਦਿੰਦੇ ਹਨ।

ਕਵਿਤਾ ਅਤੇ ਮੇਰਾ ਸਫ਼ਰ

ਇਸ ਸੰਗ੍ਰਹਿ ਵਿਚਲੀਆਂ ਕਵਿਤਾਵਾਂ ਦੇਸ ਨਿਕਾਲ਼ੇ ਦੇ ਅਨੁਭਵ ਦੇ ਗਿਰਦ ਉਪਜੀਆਂ ਹਨ। ਮੈਂ ਸਾਲ ੨੦੦੦ ਵਿੱਚ ਦੇਸ-ਬਦਰ ਹੋਇਆ। ਪਰ ਇਹ ਘੜੀ ਮੇਰੇ ਦੇਸ ਨਿਕਾਲ਼ੇ ਦੀ ਸ਼ੁਰੂਆਤ ਨਹੀਂ ਸੀ। ਦੇਸ ਨਿਕਾਲ਼ੇ ਦੇ ਖਿਣ ਦੀ ਸ਼ੁਰੂਆਤ ਆਪਣੀ ਧਰਤੀ 'ਤੇ ਬਿਗਾਨੇ ਬਣ ਕੇ ਜਿਉਣ ਦੀ ਮਜਬੂਰੀ ਦੇ ਅਹਿਸਾਸ ਵਿੱਚ ਪਈ ਸੀ। ਇਹ ਸਿੱਖਾਂ ਦੀ ਹੋਣੀ ਸੀ ਜੋ ਅਸੀਂ ਵਿਰਾਸਤ ਵਿੱਚ ਹਾਸਲ ਕੀਤੀ ਸੀ। ਪਹਿਲੀਆਂ ਪੀੜ੍ਹੀਆਂ ਦੇ ਸਦਮਿਆਂ ਨਾਲ਼ ਪਰੁੰਨ੍ਹੇ ਅਵਚੇਤਨ ਨੂੰ ਲੈ, ਮੇਰੀ ਪੀੜ੍ਹੀ ਦੇ ਸਿੱਖ ਜਬਰ ਦੇ ਨਵੇਂ ਦੌਰ ਨੂੰ ਹੰਢਾ ਰਹੇ ਸਨ। ਬੇਪਤੀ ਅਤੇ ਨਸਲਕੁਸ਼ੀ ਦਾ ਦਰਦ ਇਕੱਲ ਦੀ ਹੌਲਨਾਕ ਚੁੱਪ ਵਿੱਚ ਪਲਟ ਰਿਹਾ ਸੀ। ਇਕੱਲ ਉਹਨਾਂ ਭਰੇ ਮੇਲਿਆਂ ਦੇ ਯਾਦਾਂ ਵਿੱਚ ਵੱਸ ਗਏ ਤੱਤ ਦਾ ਬੋਧ ਕਰਵਾ ਰਹੀ ਸੀ ਜਿਨ੍ਹਾਂ ਦੀ ਰੌਣਕ ਨੂੰ ਕਾਲ਼ ਦੀਆਂ ਜੁਗ-ਗਰਦੀਆਂ ਖਾ ਗਈਆਂ ਸਨ। ਅਜਿਹਾ ਵਿਸਮਾਦੀ ਅਨੁਭਵ ਕਵਿਤਾ ਦਾ ਉਦੇ-ਖਿਣ ਸੀ। ਕਵਿਤਾ ਕਰਮ ਤੇ ਸ਼ਬਦ ਦੋਹਾਂ ਵਿੱਚ ਸਦੀਆਂ ਤੋਂ ਸੁੱਤੇ ਨਿਰਮਲ ਚਸ਼ਮੇ ਵਾਂਗ ਫੁੱਟ ਰਹੀ ਸੀ।

ਕਵਿਤਾ ਦੇ ਇਨ੍ਹਾਂ ਨਿਰਮਲ ਚਸ਼ਮਿਆਂ ਦਾ ਵਹਾਅ ਵਿਘਨ ਰਹਿਤ ਨਹੀਂ ਸੀ। ਸਗੋਂ ਇਨ੍ਹਾਂ ਦਾ ਸੁਹੱਪਣ ਹੀ ਇਹ ਸੀ ਕਿ ਇਹ ਕਾਲ਼ ਦੇ ਵਿਘਨਕਾਰੀ ਅਮਲਾਂ ਦੇ ਨਾਲ਼ ਹੀ ਚੱਲ ਰਹੇ ਸਨ। ਕਾਲ਼ ਦਾ ਅਮਲ ਕਾਵਿਕ ਵੇਗਾਂ ਮੂਹਰੇ ਸਿਰਫ਼ ਰੋਕਾਂ ਨਹੀਂ ਖੜ੍ਹੀਆਂ ਕਰ ਰਿਹਾ ਸੀ। ਕਾਲ਼ ਦੇ ਤਰਕ ਦੀ ਸਿਧਾਈ ਜ਼ਿੰਦਗੀ ਦੀ ਬਹੁਤ ਸਾਰੀ ਰਹਿੰਦ-ਖੂੰਹਦ ਕਾਵਿਕ ਚਸ਼ਮਿਆਂ ਦੇ ਵਹਾਅ ਵਿੱਚ ਰਲ਼ਣ ਨੂੰ ਅਹੁਲ਼ ਰਹੀ ਸੀ। ਇਹ ਕਾਲ਼ ਦੇ ਸਿਰਜੇ ਬਿਰਤਾਂਤ ਸਨ ਜੋ ਜੀਵਨ ਦੇ ਹਰ ਅਮਲ, ਖ਼ਾਸ ਤੌਰ 'ਤੇ ਆਪਣੇ ਆਜ਼ਾਦ ਪਸਾਰ ਸਿਰਜਦੀ ਕਵਿਤਾ, ਨੂੰ ਅੰਦਰੋਂ ਰੂਪਾਂਤਰਿਤ ਕਰਨਾ ਚਾਹੁੰਦੇ ਸਨ। ਇਨ੍ਹਾਂ ਬਿਰਤਾਂਤਾਂ ਵਿੱਚੋਂ ਇੱਕ

ਮਾਰਕਸਵਾਦ ਸੀ ਜਿਸ ਦਾ ਸਾਹਿਤ ਸਿਰਜਣਾ 'ਤੇ ਸਿੱਧਾ ਨਿਸ਼ਾਨਾ ਸੀ। ਅਗਲੇ ਸਫ਼ਿਆਂ ਵਿੱਚ ਮੈਂ ਪੰਜਾਬ ਦੇ ਮਾਰਕਸਵਾਦੀ ਸੱਭਿਆਚਾਰ ਨਾਲ਼ ਆਪਣੇ ਅਨੁਭਵ ਦੇ ਵੇਰਵੇ ਸਾਂਝੇ ਕਰਾਂਗਾ। ਮੈਂ ਮਾਰਕਸਵਾਦੀ ਸਿਧਾਂਤਕਾਰੀ ਵਿੱਚੋਂ ਪੈਦਾ ਹੋਏ ਸਾਹਿਤਿਕ ਸੱਭਿਆਚਾਰ ਦੀ ਪੰਜਾਬ ਵਿੱਚਲੀ ਵੰਨਗੀ ਨਾਲ਼ ਪਏ ਵਾਹ ਦੀ ਗੱਲ ਕਰਨੀ ਹੈ। ਇਹ ਮੇਰਾ ਜੀਵੰਤ ਅਨੁਭਵ ਹੈ ਜਿਸ ਦਾ ਮੇਰੇ ਲੇਖਣੀ ਦੇ ਸਫ਼ਰ ਨਾਲ਼ ਸਿੱਧਾ ਸਬੰਧ ਹੈ।

ਮੈਂ ਅੱਸੀਵਿਆਂ ਦੇ ਮਗਰਲੇ ਅੱਧ ਵਿੱਚ ਲਿਖਣਾ ਸ਼ੁਰੂ ਕੀਤਾ। ਜੂਨ ੧੯੮੪ ਵਿੱਚ ਹਿੰਦੁਸਤਾਨੀ ਹਕੂਮਤ ਸ੍ਰੀ ਦਰਬਾਰ ਸਾਹਿਬ ਅਮ੍ਰਿਤਸਰ ਤੇ ਅਨੇਕ ਹੋਰ ਗੁਰਧਾਮਾਂ 'ਤੇ ਫ਼ੌਜੀ ਹਮਲਾ ਕਰ ਚੁੱਕੀ ਸੀ। ਪੰਜਾਬ ਤੇ ਭਾਰਤ ਵਿੱਚ, ਕੁਝ ਕੁ ਮਹੀਨਿਆਂ ਦੇ ਵਕਫ਼ੇ ਵਿੱਚ, ਸਿੱਖਾਂ ਦੀ ਨਸਲਕੁਸ਼ੀ ਦੇ ਤਿੰਨ ਵੱਡੇ ਕਹਿਰ ਹੋ ਗੁਜ਼ਰੇ ਸਨ। ਨਸਲਕੁਸ਼ੀਆਂ ਤੋਂ ਬਾਅਦ ਸਿੱਖਾਂ ਖ਼ਿਲਾਫ਼ ਬਿਰਤਾਂਤਿਕ ਹਿੰਸਾ ਦਾ ਨਵਾਂ ਦੌਰ ਬਹੁਤ ਜ਼ੋਰ ਨਾਲ਼ ਸ਼ੁਰੂ ਹੋਇਆ। ਹਿੰਦੂ ਰਾਸ਼ਟਰਵਾਦੀ ਸਿੱਖਾਂ ਦੀ ਹੋਂਦ ਨੂੰ ਮੇਸਣ ਲਈ ਤਾਹੂ ਸਨ। ਹਿੰਦੂਆਂ ਨੂੰ ਲੱਗਦਾ ਸੀ ਉਹਨਾਂ ਦਾ ਸਮਾਂ ਆ ਗਿਆ ਸੀ। ਅਸਲ ਵਿੱਚ ਹਿੰਦੂ ਆਧੁਨਿਕਵਾਦ ਦੇ ਸਿਰਜੇ ਕਾਲ਼-ਅਮਲ ਵਿੱਚ ਪ੍ਰਵੇਸ਼ ਕਰ ਚੁੱਕੇ ਸਨ। ਹਿੰਦੂਆਂ ਨੂੰ ਇਸ ਗੱਲ ਦੀ ਸਮਝ ਸੀ ਕਿ ਜੇ ਸਿੱਖ ਸਿੱਖੀ ਨਾਲ਼ ਜੁੜੇ ਰਹਿਣਗੇ ਤਾਂ ਉਹ ਆਧੁਨਿਕ-ਸੈਕੂਲਰ ਕਾਲ਼ ਨਾਲ਼ ਟਕਰਾਅ ਵਿੱਚ ਹੀ ਰਹਿਣਗੇ। ਮਨੁੱਖੀ ਅੰਤਰਮੁਖਤਾ 'ਤੇ ਆਧੁਨਿਕਵਾਦੀ ਹਿੰਸਾ ਨਾਲ਼ ਸਿੱਖੀ ਦੇ ਟਕਰਾਅ ਨੂੰ ਸੱਜੇ-ਪੱਖੀ, ਕੇਂਦਰਵਾਦੀ, ਤੇ ਖੱਬੇਪੱਖੀ, ਸਾਰੇ ਹਿੰਦੂਆਂ ਨੇ ਰਲ਼ ਕੇ ਆਪਣੇ ਰਾਸ਼ਟਰਵਾਦੀ ਮਨਸੂਬਿਆਂ ਦੇ ਹੱਕ ਵਿੱਚ ਵਰਤਣ ਦੀ ਕੋਸ਼ਿਸ਼ ਕੀਤੀ। ਹਿੰਦੂ ਵਿਦਵਾਨ, ਅਤੇ ਉਹਨਾਂ ਦੇ ਪ੍ਰਭਾਵ ਤਹਿਤ ਪੈਦਾ ਹੋਏ ਗ਼ੈਰ-ਹਿੰਦੂ ਹਿੰਦੁਸਤਾਨੀ ਰਾਸ਼ਟਰਵਾਦੀ, ਧਰਮ, ਸਿਆਸਤ, ਸੱਭਿਆਚਾਰ, ਤੇ ਸਾਹਿਤ ਦੀ ਆਪਣੇ ਮਨਸੂਬਿਆਂ ਨੂੰ ਰਾਸ ਆਉਂਦੀ ਵਿਆਖਿਆ ਕਰਨ ਲਈ ਬਿਰਤਾਂਤ ਸਿਰਜ ਰਹੇ ਸਨ। ਇਹ ਬਿਰਤਾਂਤ ਮੁੱਖ ਤੌਰ 'ਤੇ ਇਤਿਹਾਸਕਾਰੀ 'ਤੇ ਨਿਰਭਰ ਸਨ। ਸਿਧਾਂਤਿਕ ਆਧਾਰ ਲਈ ਇਹ ਬਿਰਤਾਂਤ ਆਧੁਨਿਕਵਾਦ, ਸੈਕੂਲਰਵਾਦ, ਮਨੁੱਖਵਾਦ, ਤੇ ਮਾਰਕਸਵਾਦ ਆਦਿ ਦੀ ਟੇਕ ਲੈਂਦੇ ਸਨ। ਇਸ ਧਿਰ ਦੀ ਇਤਿਹਾਸਕਾਰੀ ਤੱਥਾਂ ਅਤੇ ਅੰਕੜਿਆਂ ਦੀ ਬਹੁਤ ਨਿਰਲੱਜ ਤੋੜ-ਮਰੋੜ ਕਰਦੀ

ਸੀ ਤੇ ਇਹਨਾਂ ਦੀਆਂ ਸਿਧਾਂਤਿਕ ਦਲੀਲਾਂ ਆਲੋਚਨਾਤਮਕ ਪਹੁੰਚ ਤੋਂ ਵਿਰਵੀਆਂ ਸਨ। ਮਿਸਾਲ ਵਜੋਂ, ਇਸ ਗੱਲ 'ਤੇ ਕੋਈ ਵਿਚਾਰ ਨਹੀਂ ਸੀ ਹੁੰਦੀ ਕਿ ਪੱਛਮੀ ਸਿਧਾਂਤਿਕ ਚੌਖਟੇ ਆਪਣੇ-ਆਪ ਵਿੱਚ ਕਿਵੇਂ ਨੁਕਸਦਾਰ ਹਨ ਅਤੇ ਸਿੱਖਾਂ ਦੇ ਸੰਦਰਭ ਵਿੱਚ ਇਹਨਾਂ ਨੂੰ ਅੱਖਾਂ ਮੀਟ ਕੇ ਲਾਗੂ ਕਰਨਾ ਵਿਸ਼ਲੇਸ਼ਣ ਦੇ ਸੰਤੁਲਨ ਨੂੰ ਕਿਵੇਂ ਵਿਗਾੜਦਾ ਹੈ। ਹਿੰਦੂ ਰਾਸ਼ਟਰਵਾਦੀ ਅਤੇ ਖੱਬੇਪੱਖੀ ਵਿਦਵਾਨ ਸਰਕਾਰੀ ਅਤੇ ਹਿੰਦੂ ਮੀਡੀਆ ਦੇ ਧੂੰਆਂ-ਧਾਰ ਪ੍ਰਚਾਰ ਲਈ ਸਮੱਗਰੀ ਪੈਦਾ ਕਰਦੇ ਸਨ। ਮੀਡੀਆ ਹਿੰਸਾ ਦੇ ਸ਼ਿਕਾਰ ਸਿੱਖਾਂ ਨੂੰ ਹੀ ਹਿੰਸਾ ਲਈ ਦੋਸ਼ੀ ਬਣਾ ਰਿਹਾ ਸੀ। ਪਰ ਇਹ ਸਭ ਨਿਰਵਿਘਨ ਚੱਲੀ ਜਾ ਰਿਹਾ ਸੀ ਕਿਉਂਕਿ ਹਿੰਦੁਸਤਾਨੀ ਸਥਾਪਤੀ ਨੇ ਘੱਟਗਿਣਤੀ ਸਿੱਖਾਂ ਨੂੰ ਆਪਣੇ ਸਾਧਨਾਂ ਨਾਲ਼ ਬੇਜ਼ਬਾਨ ਬਣਾ ਕੇ ਰੱਖਿਆ ਹੋਇਆ ਸੀ। ਸਾਹਮਣੇ ਦਿਸਦੀ ਸਫਲਤਾ ਦੇ ਗ਼ਰੂਰ ਵਿੱਚ ਅੰਨ੍ਹਾ ਹਿੰਦੂ ਫ਼ਾਸ਼ੀਵਾਦ ਤਾਂਡਵ ਨਾਚ ਨੱਚਦਾ ਚੜ੍ਹਿਆ ਆ ਰਿਹਾ ਸੀ।

ਹਿੰਦੁਸਤਾਨੀ ਰਾਸ਼ਟਰਵਾਦ ਹਿੰਦੂ ਫ਼ਾਸ਼ੀਵਾਦ ਦਾ ਸੈਕੂਲਰ ਚਿਹਰਾ ਸੀ। ਭਾਰਤ ਹਿੰਦੂਆਂ ਦਾ ਦੇਸ ਸੀ: ਆਧੁਨਿਕ ਕਾਲ਼-ਅਮਲ ਤਹਿਤ ਹੋਂਦ ਵਿੱਚ ਆਇਆ ਇੱਕ ਆਧੁਨਿਕ ਰਾਸ਼ਟਰ। ਆਧੁਨਿਕ ਕਾਲ਼-ਅਮਲ ਦੀ ਈਨ ਮੰਨਣ ਤੋਂ ਆਕੀ ਸਿੱਖ ਉਕਤ ਹਿੰਦੂ ਰਾਸ਼ਟਰ ਦੇ ਵਿੱਚ ਰਹਿੰਦੇ ਹੋਏ ਵੀ ਬਾਹਰ ਸਨ। ਹਿੰਦੁਸਤਾਨੀ ਰਾਸ਼ਟਰਵਾਦ ਸਿੱਖਾਂ ਦੇ ਪੇਸ਼ ਪਈ ਓਪਰੀ ਸੱਤਾ ਸੀ ਜਿਸ ਦਾ ਕੁਝ ਸਿੱਖਾਂ 'ਤੇ ਦਬਾਅ ਸੀ। ਇਹ ਦਬਾਅ ਆਧੁਨਿਕ-ਕਾਲ਼ ਦਾ ਵਰਤਾਰਾਮੂਲਕ ਪ੍ਰਗਟਾਵਾ ਸੀ ਜੋ ਅੱਜ ਵੀ ਉਵੇਂ ਹੀ ਚੱਲ ਰਿਹਾ ਹੈ। ਅਜਿਹਾ ਦਬਾਅ ਬਣਾ ਕੇ ਤੇ ਉਸ ਨੂੰ ਨਿਰੰਤਰ ਬਰਕਰਾਰ ਰੱਖ ਕੇ ਹਿੰਦੂ ਸਥਾਪਤੀ ਸਿੱਖਾਂ ਨੂੰ ਸੁਨੇਹਾ ਦੇ ਰਹੀ ਸੀ ਕਿ ਬਿਨਾਂ ਕਿਸੇ ਹੀਲ-ਹੁੱਜਤ ਆਧੁਨਿਕਵਾਦੀ ਮਹਾਂਬਿਰਤਾਂਤਾਂ ਦੇ ਭੇਖ ਵਿੱਚ ਆਏ ਹਿੰਦੂਵਾਦ ਦੀ ਈਨ ਮੰਨੋ ਜਾਂ ਫਿਰ ਮਰਨ ਲਈ ਤਿਆਰ ਹੋ ਜਾਓ। ਸਿੱਖਾਂ ਅੰਦਰ ਲਗਾਤਾਰ ਤਿੱਖਾ ਹੁੰਦਾ ਦੇਸ ਨਿਕਾਲ਼ੇ ਦਾ ਅਹਿਸਾਸ ਇਸੇ ਦਬਾਅ ਦੀ ਉਪਜ ਸੀ। ਸਿੱਖਾਂ ਵੱਲੋਂ ਅਜਿਹੀ ਈਨ ਮੰਨਣ ਤੋਂ ਇਨਕਾਰੀ ਹੋਣ 'ਤੇ ਸੱਜੇ-ਪੱਖੀ, ਕੇਂਦਰਵਾਦੀ, ਤੇ ਖੱਬੇਪੱਖੀ ਹਿੰਦੁਸਤਾਨੀ ਰਾਸ਼ਟਰਵਾਦੀ ਹਰ ਕਿਸਮ ਦੇ ਸੰਚਾਰ-ਸਾਧਨਾਂ ਰਾਹੀਂ ਕਾਫ਼ਿਰ-ਕਾਫ਼ਿਰ ਕੂਕ ਰਹੇ ਸਨ। ਹਿੰਦੁਸਤਾਨੀ ਸੰਚਾਰ-ਸਾਧਨਾਂ ਦਾ ਸਿੱਖ-ਵਿਰੋਧੀ ਪ੍ਰਚਾਰ ਹਿੰਦੁਸਤਾਨੀ

ਰਾਸ਼ਟਰਵਾਦੀ ਹਿੰਦੂ ਬਹੁਗਿਣਤੀ ਲੋਕਾਂ ਨੂੰ ਸਿੱਖ ਵਿਰੋਧੀ ਹਿੰਸਾ ਵਾਜਬ ਠਹਿਰਾਉਣ ਦੇ ਆਧਾਰ ਮੁਹੱਈਆ ਕਰਵਾਉਂਦਾ ਸੀ। ਬਹੁਗਿਣਤੀ ਹਿੰਦੂਆਂ ਨੇ ਇਸ ਪ੍ਰਚਾਰ ਨੂੰ ਅਣਆਲੋਚਨਾਤਮਕ ਤਰੀਕੇ ਨਾਲ਼ ਸਵੀਕਾਰ ਕਰ ਇਸ ਨੂੰ ਹਾਲਾਤ ਦੀ ਤੱਥ-ਆਧਾਰਿਤ ਪੇਸ਼ਕਾਰੀ ਤਸਲੀਮ ਕਰ ਲਿਆ। ਇਹ ਅਣਦਿਸਦੀ ਹਿੰਸਾ ਸੀ ਜੋ ਦੇਸ ਨਿਕਾਲ਼ੇ ਦਾ ਅਹਿਸਾਸ ਤਿੱਖਾ ਤੇ ਡੂੰਘੇਰਾ ਕਰਦੀ ਸੀ। ਦੇਸ ਨਿਕਾਲ਼ੇ ਦਾ ਅਹਿਸਾਸ ਜਬਰ ਤੇ ਬੇਕਿਰਕੀ ਦੀ ਇੰਤਹਾ ਦਾ ਅਹਿਸਾਸ ਸੀ; ਇਹ ਸਮਾਜਿਕ ਦਬਾਅ ਸੀ ਜੋ ਪਛਾਣ ਦੇ ਕਾਇਨਾਤੀ ਆਧਾਰਾਂ ਦੀ ਦਾਅਵੇਦਾਰੀ ਰੱਖਦਾ ਸੀ। ਇਹ ਹਵਾ ਵਿੱਚ ਪਸਰਿਆ ਹੋਇਆ ਬੇਗਾਨਗੀ ਦਾ ਅਹਿਸਾਸ ਸੀ ਜੋ ਹਰ ਸਾਹ ਨਾਲ਼ ਅੰਦਰ ਜਾਂਦਾ ਸੀ। ਇਹ ਕਵੀਆਂ ਲਈ ਪਰਖ ਦੀ ਘੜੀ ਸੀ ਕਿ ਉਹ ਸਥਾਪਿਤ ਸਿਧਾਂਤਕਾਰੀ ਦੇ ਵਾਹਨ ਬਣਦੇ ਸਨ ਜਾਂ ਜੀਵਨ ਨਾਲ਼ ਆਪਣੀ ਪ੍ਰਤੀਬੱਧਤਾ ਨੂੰ ਗੀਤ ਦੀ ਲੈਅ ਵਾਂਗ ਵਹਿੰਦੀ ਰੱਖ ਸਕਦੇ ਸਨ ਜੋ ਧਰਤੀ ਦੇ ਅਣਗੌਲ਼ੇ ਕਿਣਕਿਆਂ ਦੀ ਵੇਦਨਾ ਨੂੰ ਵੀ ਅਜਿਹੀ ਜ਼ੁਬਾਨ ਦੇਵੇ ਜਿਹੜੀ ਅਸਮਾਨਾਂ ਤੋਂ ਪਾਰ ਥਰਥਰਾਹਟਾਂ ਛੇੜਨ ਦੇ ਸਮਰੱਥ ਹੋਵੇ।

ਹਿੰਦੂ ਸਥਾਪਤੀ ਆਧੁਨਿਕ ਕਾਲ਼ ਦੀ ਬਾਂਦੀ ਹੋ ਇਸ ਦੇ ਨਰਸੰਘਾਰੀ ਲੋਹਵਾਹਨਾਂ ’ਤੇ ਸਵਾਰੀ ਕਰ ਰਹੀ ਸੀ। ਹਿੰਦੂ ਸੱਤਾ ਦੇ ਗ਼ਲਬੇ ਤਹਿਤ ਸਿੱਖ ਅਕਾਦਮਿਕ ਅਦਾਰਿਆਂ ਵਿੱਚ ਹਾਸ਼ੀਏ ’ਤੇ ਸਨ। ਸਿੱਖਾਂ ਕੋਲ਼ ਹਿੰਦੁਸਤਾਨੀ ਸਥਾਪਤੀ ਦੇ ਪ੍ਰਚਾਰ-ਸਾਧਨਾਂ ਦਾ ਮੁਕਾਬਲਾ ਕਰ ਸਕਣ ਵਾਲ਼ਾ ਮੀਡੀਆ ਖੜ੍ਹਾ ਕਰਨ ਜੋਗੇ ਸਰੋਤ ਵੀ ਨਹੀਂ ਸਨ। ਸਾਹਿਤਿਕ ਅਦਾਰੇ ਗਿਆਨ ਲਈ ਅਕਾਦਮਿਕ ਅਦਾਰਿਆਂ ਅਤੇ ਵਿੱਤੀ ਸਰੋਤਾਂ ਲਈ ਸਰਕਾਰੀ ਵਸੀਲਿਆਂ ’ਤੇ ਨਿਰਭਰ ਸਨ, ਇਸ ਲਈ ਸਿੱਖਾਂ ਦੀ ਪਹੁੰਚ ਤੋਂ ਬਾਹਰ ਸਨ। ਅਕਾਦਮਿਕ ਅਦਾਰੇ ਅਤੇ ਸਰਕਾਰੀ ਵਿੱਤੀ ਸਰੋਤ ਹਿੰਦੂ ਸਥਾਪਤੀ ਦੇ ਕਬਜ਼ੇ ਹੇਠ ਸਨ। ਪੰਜਾਬ ਦੀਆਂ ਖੱਬੇਪੱਖੀ ਧਿਰਾਂ ਹਿੰਦੂ ਸਥਾਪਤੀ ਦੇ ਨਾਲ਼ ਸਨ। ਖੱਬੇਪੱਖੀ ਧਿਰਾਂ ਵੱਲੋਂ ਹਿੰਦੁਸਤਾਨੀ ਰਾਸ਼ਟਰਵਾਦ ਦੀ ਅਧੀਨਗੀ ਵਿੱਚ ਆ ਜਾਣ ਕਰਕੇ ਹੀ ਹਿੰਦੂ ਸਥਾਪਤੀ ਨੇ ਖੱਬੇਪੱਖੀਆਂ ਨੂੰ ਪੰਜਾਬ ਦੇ ਅਕਾਦਮਿਕ ਅਤੇ ਸਾਹਿਤਿਕ ਅਦਾਰਿਆਂ ’ਤੇ ਕਾਬਜ਼ ਕਰਵਾਇਆ। ਸਰਕਾਰੀ ਇਨਾਮਾਂ ਰਾਹੀਂ ਮਾਨਤਾ ਹਾਸਲ ਕਰਕੇ ਅਨੇਕ ਨਕਦਰੇ ਜਿਹੇ ਖੱਬੇਪੱਖੀ ਲੇਖਕ ਵੱਡੇ ਸਾਹਿਤਕਾਰਾਂ ਵਜੋਂ ਸਥਾਪਿਤ

ਹੋਏ। ਸਰਕਾਰੀ ਵਿੱਤੀ ਵਸੀਲਿਆਂ ਦੀ ਰਸਾਈ ਸਦਕਾ ਖੱਬੇਪੱਖੀ ਧਿਰ ਦੀ ਬਿਰਤਾਂਤਿਕ ਇਜਾਰੇਦਾਰੀ ਹੋਰ ਤਕੜੀ ਹੋਈ। ਹਿੰਦੂ ਸਥਾਪਤੀ ਨੇ ਖੱਬੇਪੱਖੀ ਧਿਰਾਂ ਦੀ ਸਰਗਰਮ ਹਮਾਇਤ ਨਾਲ਼ ਸਿੱਖਾਂ ਦੀਆਂ ਨਵੀਆਂ ਪੀੜ੍ਹੀਆਂ ਨੂੰ ਬਿਰਤਾਂਤਿਕ ਜਾਲ਼ ਵਿੱਚ ਉਲਝਾ ਲਿਆ ਸੀ। ਪੰਜਾਬ ਦੇ ਖੱਬੇਪੱਖੀਆਂ ਵਿੱਚੋਂ ਬਹੁਤੇ ਸਿੱਖ ਹੀ ਸਨ ਜੋ ਹਿੰਦੂ ਸਾਮਰਾਜ ਦੀ ਬਿਰਤਾਂਤਿਕ ਇਜਾਰੇਦਾਰੀ ਨੂੰ ਆਤਮਸਾਤ ਕਰ ਚੁੱਕੇ ਸਨ। ਅਜਿਹੇ ਸਿੱਖ, ਪਛਾਣ ਦੇ ਸੈਕੂਲਰ-ਸੱਭਿਆਚਾਰਕ ਆਧਾਰ ਨੂੰ ਵਡਿਆਉਂਦੇ ਅਤੇ ਧਾਰਮਿਕ ਆਧਾਰ ਨੂੰ ਛੁਟਿਆਉਂਦੇ ਸਨ। ਇਸ ਸਦਕਾ, ਹਿੰਦੂ ਸਾਮਰਾਜ ਲਈ ਸਿੱਖੀ ਨੂੰ ਸਿੱਖਾਂ ਦੀ ਪਛਾਣ ਦਾ ਆਧਾਰ ਮੰਨਣ ਤੋਂ ਇਨਕਾਰੀ ਹੋਣਾ ਸੌਖਾ ਹੋ ਗਿਆ। ਇਹ ਸਿੱਖ ਪਛਾਣ ਨੂੰ ਮੂਲ਼ੋਂ-ਮੁੱਢੋਂ ਰੱਦ ਕਰਨ ਦੇ ਮਨਸੂਬੇ ਦਾ ਹਿੱਸਾ ਸੀ। ਹਿੰਦੂ ਰਾਸ਼ਟਰਵਾਦੀਆਂ ਅਤੇ ਖੱਬੇਪੱਖੀਆਂ ਦੀ ਇਸ ਸੰਸਥਾਈ ਇਜਾਰੇਦਾਰੀ ਕਰਕੇ ਸਿੱਖੀ ਨਾਲ਼ ਜੁੜੇ ਸਿੱਖਾਂ ਕੋਲ਼ ਸਥਾਪਿਤ ਬਿਰਤਾਂਤਾਂ ਦੇ ਗ਼ਲਬੇ ਨੂੰ ਚੁਣੌਤੀ ਦੇਣ ਲਈ ਲੋੜੀਂਦਾ ਬੌਧਿਕ ਤਾਣਾ-ਬਾਣਾ ਨਹੀਂ ਸੀ। ਉਹ ਜਾਂ ਬੇਜ਼ਬਾਨ ਪਰਜਾ ਸਨ ਜਾਂ ਫਿਰ ਹਾਸ਼ੀਏ 'ਤੇ ਧੱਕੇ ਹੋਏ ਆਪਣੀ ਇਕੱਲ ਵਿੱਚ ਦਮਨ ਨੂੰ ਝੱਲ ਰਹੇ ਸਨ, ਜਿਵੇਂ ਪੰਜ-ਸੱਤ ਬੰਦੇ ਢਾਲ਼ਾਂ ਦੀ ਓਟ ਲੈ ਹਜ਼ਾਰਾਂ ਤੀਰਾਂ ਤੋਂ ਬਚਾਅ ਕਰ ਰਹੇ ਹੋਣ। ਹਿੰਦੂ ਸਾਮਰਾਜੀ ਸਿੱਖਾਂ ਦੀ ਪਛਾਣ 'ਤੇ ਸੁਆਲ ਖੜ੍ਹੇ ਕਰਨ ਵਿੱਚ ਸਫਲ ਰਹੇ ਸਨ। ਉਹਨਾਂ ਨੇ ਸਪੱਸ਼ਟ ਰਾਹ ਰੱਖ ਦਿੱਤਾ ਸੀ ਕਿ ਜਾਂ ਤਾਂ ਸਿੱਖ ਸੈਕੂਲਰ ਹਿੰਦੁਸਤਾਨੀ ਰਾਸ਼ਟਰਵਾਦ ਦੇ ਸੱਭਿਆਚਾਰਕ ਪਸਾਰ ਰਾਹੀਂ ਹਿੰਦੂਵਾਦ ਵਿੱਚ ਗ਼ਲਤਾਨ ਹੋ ਜਾਣ, ਨਹੀਂ ਤਾਂ ਮਰਨ ਲਈ ਤਿਆਰ ਰਹਿਣ। ਧਰਮ-ਤਬਦੀਲੀ ਜਾਂ ਮੌਤ ਦੀ ਇਹ ਚੋਣ ਕੋਈ ਨਵਾਂ ਵਰਤਾਰਾ ਨਹੀਂ ਸੀ। ਸਿੱਖਾਂ ਦਾ ਵੀ ਇਸ ਨਾਲ਼ ਬਥੇਰਾ ਅਨੁਭਵ ਰਿਹਾ ਸੀ। ਪਰ ਇਸ ਵਾਰ ਫ਼ਰਕ ਇਹ ਸੀ ਕਿ ਹਿੰਦੂ ਧਰਮ-ਤਬਦੀਲੀ ਦਾ ਸਾਮਰਾਜੀ ਮਨਸੂਬਾ ਸੈਕੂਲਰ ਬਿਰਤਾਂਤਿਕ ਪੈਂਤੜੇ ਦੀ ਓਟ ਵਿੱਚ ਅੱਗੇ ਵਧਾ ਰਹੇ ਸਨ। ਸਿੱਖਾਂ 'ਤੇ ਧਰਮ-ਤਬਦੀਲੀ ਲਈ ਹਿੰਦੂ ਸੱਤਾ ਦਾ ਦਬਾਅ ਬਹੁਤ ਡੂੰਘਾ ਅਤੇ ਜ਼ੋਰਦਾਰ ਸੀ ਪਰ ਇਸ ਦਾ ਸੈਕੂਲਰ ਅਤੇ ਜਮਹੂਰੀ ਭੇਖ ਹਿੰਦੁਸਤਾਨੀ ਸਥਾਪਤੀ ਨੂੰ ਦੋਸ਼ੀ ਬਣਨ ਤੋਂ ਬਚਾਅ ਰਿਹਾ ਸੀ। ਹਿੰਦੁਸਤਾਨੀ ਬੌਧਿਕ ਹਲਕੇ ਤੇ ਕੌਮਾਂਤਰੀ ਭਾਈਚਾਰਾ ਸਭ ਕੁਝ ਜਾਣਦੇ ਹੋਏ ਅਣਜਾਣ ਬਣ ਕੇ ਹਿੰਦੂ ਸੱਤਾ

ਦੀ ਹਮਾਇਤ ਕਰ ਰਹੇ ਸਨ ਅਤੇ ਸਿੱਖ ਪਛਾਣ ਦੇ ਧਾਰਮਿਕ ਆਧਾਰ ਨੂੰ ਕੱਟੜਵਾਦੀ ਅਤੇ ਰੂੜ੍ਹੀਵਾਦੀ ਵਜੋਂ ਦੁਰਕਾਰ ਕੇ ਸਿੱਖਾਂ ਨੂੰ ਹੀ ਦੋਸ਼ੀ ਬਣਾ ਰਹੇ ਸਨ।

ਆਧੁਨਿਕ ਸਮੇਂ ਦੀ ਨੁਮਾਇੰਦਗੀ ਕਰਨ ਵਾਲ਼ੇ ਮਨੁੱਖੀ ਪਛਾਣ ਦੇ ਆਧੁਨਿਕ-ਸੈਕੂਲਰ-ਮਾਰਕਸੀ ਆਧਾਰ ਸੱਭਿਆਚਾਰ ਨੂੰ ਵਡਿਆਉਂਦੇ ਤੇ ਧਰਮ ਨੂੰ ਛੁਟਿਆਉਂਦੇ ਸਨ। ਇਹਨਾਂ ਮੁਤਾਬਕ ਪੰਜਾਬੀ ਸੱਭਿਆਚਾਰ ਸਾਂਝੀ ਪੰਜਾਬੀਅਤ ਦਾ ਲਖਾਇਕ ਸੀ ਤੇ ਸਿੱਖੀ ਇੱਕ ਫ਼ਿਰਕੇ ਦੇ ਹਿਤਾਂ ਦੀ ਪੈਰਵਾਈ ਕਰਨ ਵਾਲ਼ਾ ਰਾਹ। ਪਰ ਅਸਲ ਵਿਚ ਇਹ ਧਿਰ ਪੰਜਾਬੀਅਤ ਦੀ ਵੀ ਸਕੀ ਨਹੀਂ ਸੀ। ਇਹਨਾਂ ਦੀ ਪੰਜਾਬੀਅਤ ਇੱਕ ਆਧੁਨਿਕ ਸੱਭਿਆਚਾਰਕ ਘਾੜਤ ਸੀ ਜਿਸ ਦੀਆਂ ਜ਼ਮੀਨੀ ਹਕੀਕਤਾਂ ਨਾਲ਼ ਬਹੁਤ ਸਾਰੀਆਂ ਵਿਰੋਧਤਾਈਆਂ ਸਨ। ਇਸ ਸੱਭਿਆਚਾਰਕ ਘਾੜਤ ਦਾ ਮਕਸਦ ਕਾਲ਼ ਦੇ ਆਧੁਨਿਕ ਅਮਲ ਦੀਆਂ ਨਿਰਧਾਰਿਤ ਕੀਤੀਆਂ ਹੱਦਾਂ ਮੁਤਾਬਕ ਮਨੁੱਖੀ ਪਛਾਣ ਦੇ ਮਾਪਦੰਡ ਸਥਾਪਿਤ ਕਰਨਾ ਸੀ। ਇਹ ਅਮਲ ਮੂਲ ਰੂਪ ਵਿੱਚ ਸਿਆਸੀ ਸੀ। ਮਾਰਕਸਵਾਦੀਆਂ ਦੀ ਸਮਝ ਸੀ ਕਿ ਸਮਾਜ ਦੀਆਂ ਧਾਰਮਿਕ ਬੁਨਿਆਦਾਂ ਤੋੜੇ ਬਗ਼ੈਰ, ਅਤੇ ਇਸ ਦੀ ਸੈਕੂਲਰ ਨਵ-ਸਿਰਜਣਾ ਬਿਨਾਂ ਕਮਿਊਨਿਸਟ ਇਨਕਲਾਬ ਦਾ ਟੀਚਾ ਸਾਕਾਰ ਕਰਨਾ ਔਖਾ ਹੈ। ਹਿੰਦੂ ਰਾਸ਼ਟਰਵਾਦੀਆਂ ਨੇ ਇਹ ਗੱਲ ਫੜ੍ਹ ਲਈ ਸੀ ਕਿ ਜੇ ਉਹ ਸਿੱਖਾਂ ਨੂੰ ਧਰਮ ਤੋਂ ਖਿੜਕਾ ਕੇ ਸੱਭਿਆਚਾਰ ਦੀ ਜ਼ਮੀਨ 'ਤੇ ਲੈ ਆਉਣ ਤਾਂ ਲੰਮੇ ਸਮੇਂ ਵਿੱਚ ਉਹਨਾਂ ਨੂੰ ਹਿੰਦੂਵਾਦ ਵਿੱਚ ਜਜ਼ਬ ਕਰਨਾ ਸੌਖਾ ਹੋ ਜਾਵੇਗਾ।

ਪੰਜਾਬੀਅਤ ਨੂੰ ਪਛਾਣ ਦਾ ਆਧਾਰ ਬਣਾਉਣ ਦਾ ਇਹ ਅਮਲ ਭਾਸ਼ਾਈ ਫ਼ਾਸ਼ੀਵਾਦ ਸੀ। ਆਧੁਨਿਕ ਕਾਲ਼ ਦੀ ਵਿਆਪਕਤਾ ਵੇਖੋ, ੧੯੩੦ਵਿਆਂ ਵਿੱਚ, ਜਿਸ ਵੇਲ਼ੇ ਭਾਸ਼ਾਈ ਫ਼ਾਸ਼ੀਵਾਦ ਦੀ ਪੈਦਾਇਸ਼ ਨਾਜ਼ੀਵਾਦ ਯੂਰਪ ਵਿੱਚ ਵੱਡੇ ਨਰਸੰਘਾਰ ਵੱਲ ਵਧ ਰਿਹਾ ਸੀ, ਉਸੇ ਵੇਲ਼ੇ ਭਾਸ਼ਾਈ ਫ਼ਾਸ਼ੀਵਾਦ ਪੰਜਾਬ ਵਿੱਚ ਪਛਾਣ ਦੇ ਸਿੱਖ ਆਧਾਰ ਨੂੰ ਮੁੱਢੋਂ ਰੱਦ ਕਰਨ ਦੇ ਆਧਾਰ ਤਿਆਰ ਕਰ ਰਿਹਾ ਸੀ। ਪੰਜਾਬ ਵਿੱਚ ਖੱਬੇਪੱਖੀਆਂ ਲਈ ਸੱਭਿਆਚਾਰ ਦੀ ਘਾੜਤ ਦਾ ਆਧਾਰ ਆਧੁਨਿਕ-ਸੈਕੂਲਰ-ਮਾਰਕਸੀ ਸਿਧਾਂਤੀਕਰਨ ਸੀ। ਇਹ ਸਿਧਾਂਤੀਕਰਨ ਅਸਲੋਂ

ਕੱਚਾ ਸੀ। ਮਾਰਕਸਵਾਦੀ ਇੱਕ ਬਹੁਤ ਸਿੱਧਾ ਜਿਹਾ ਸਿਧਾਂਤ ਲੈ ਕੇ ਆਏ ਕਿ ਧਰਮ ਪਰੰਪਰਕ ਹੈ ਤੇ ਸੱਭਿਆਚਾਰ ਆਧੁਨਿਕ। ਹਰ ਪਰੰਪਰਕ ਖ਼ਿਆਲ ਵੇਲ਼ਾ ਵਿਹਾ ਚੁੱਕਾ ਹੈ ਤੇ ਹਰ ਆਧੁਨਿਕ ਖ਼ਿਆਲ ਸਹੀ ਹੈ। ਅਸੀਂ ਧਰਮ ਨੂੰ ਪਰੰਪਰਕ ਤਾਂ ਮੰਨ ਸਕਦੇ ਹਾਂ, ਪਰ ਸੱਭਿਆਚਾਰ ਆਪਣੇ-ਆਪ ਵਿੱਚ ਆਧੁਨਿਕ ਨਹੀਂ ਹੈ। ਨਾ ਹੀ ਇਹ ਸਹੀ ਹੈ ਕਿ ਪਰੰਪਰਾ ਆਪਣੀ ਸਾਰਥਕਤਾ ਗੁਆ ਚੁੱਕੀ ਹੈ ਤੇ ਆਧੁਨਿਕਵਾਦੀ ਪਹੁੰਚ ਨੂੰ ਬਿਨਾਂ ਕਿਸੇ ਸੋਚ-ਵਿਚਾਰ ਦੇ ਅੰਤਿਮ ਮੰਨ ਲੈਣਾ ਚਾਹੀਦਾ ਹੈ। ਇਸ ਬਿਰਤਾਂਤ ਵਿੱਚ ਵਿਅਕਤੀਗਤ ਮਨੁੱਖੀ ਭਾਵਨਾਵਾਂ, ਜੋ ਵੱਖ-ਵੱਖ ਸੱਭਿਆਚਾਰਕ ਭਾਈਚਾਰਿਆਂ ਦੀ ਹੋਂਦ ਦਾ ਮੂਲ ਆਧਾਰ ਹੁੰਦੀਆਂ ਹਨ, ਦਾ ਦਮਨ ਸੀ। ਕਿਉਂਕਿ ਮਨੁੱਖੀ ਭਾਵਨਾਵਾਂ ਨੂੰ ਸਿਧਾਂਤਿਕ ਚੌਖਟੇ ਦੀਆਂ ਵਲਗਣਾਂ ਵਿੱਚ ਕੈਦ ਕਰਨ ਵਾਲ਼ੇ ਵਿੱਦਿਅਕ ਤੇ ਸਾਹਿਤਿਕ ਅਦਾਰੇ ਲਗਾਤਾਰ ਇਹ ਬਿਰਤਾਂਤ ਸਿੱਖਾਂ ਦੇ ਮਨ-ਮਸਤਕ ’ਤੇ ਉੱਕਰ ਰਹੇ ਸਨ। ਭਾਸ਼ਾਈ ਫ਼ਾਸ਼ੀਵਾਦ ਦੇ ਵਾਹਨ ਬਣੇ ਪੰਜਾਬ ਦੇ ਮਾਰਕਸਵਾਦੀਆਂ ਵਿੱਚ ਗੰਭੀਰ ਅਧਿਐਨ ’ਤੇ ਚਿੰਤਨ ਦਾ ਸੱਭਿਆਚਾਰ ਨਾ ਹੋਣ ਕਾਰਨ ਉਹ ਅਹਿਸਾਸ ਨਾ ਕਰ ਸਕੇ ਕਿ ਉਹ ਕਾਲ਼ ਦੇ ਵੱਡੇ ਪ੍ਰਵਾਹ ਦੀ ਅਧੀਨਗੀ ਵਿੱਚ ਚੱਲਣ ਵਾਲ਼ੀਆਂ ਛੋਟੀਆਂ ਕਠਪੁਤਲੀਆਂ ਸਨ।

ਪੰਜਾਬੀ ਸੱਭਿਆਚਾਰ ਦੀ ਘਾੜਤ ਦਾ ਮੂਲ ਆਧਾਰ ਪੰਜਾਬੀ ਭਾਸ਼ਾ ਸੀ। ਪੰਜਾਬੀਅਤ ਦੇ ਹਮਾਇਤੀਆਂ ਦੀ ਦਲੀਲ ਸੀ ਕਿ ਇੱਕ ਭਾਸ਼ਾ ਬੋਲਣ ਵਾਲ਼ੇ ਸਿੱਖ, ਹਿੰਦੂ, ਅਤੇ ਮੁਸਲਮਾਨ ਸਾਂਝੀ ਕੌਮ ਸਨ। ਇਹਨਾਂ ਮੁਤਾਬਕ ਸਿੱਖਾਂ ਦਾ ਵੱਖਰੀ ਕੌਮ ਹੋਣ ਦਾ ਦਾਅਵਾ ਇਸ ਸਾਂਝੀਵਾਲ਼ਤਾ ਦੇ ਰਾਹ ਵਿੱਚ ਅੜਿੱਕਾ ਸੀ। ਇਸ ਲਈ, ਸਿੱਖਾਂ ਦਾ ਇਹ ਨੈਤਿਕ ਫ਼ਰਜ਼ ਬਣਦਾ ਸੀ ਕਿ ਉਹ ਸਿੱਖੀ ਆਧਾਰਿਤ ਸਿਆਸੀ ਅਤੇ ਸੱਭਿਆਚਾਰਕ ਦਾਅਵੇ ਜਤਾਉਣੇ ਬੰਦ ਕਰ ਦੇਣ। ਇਸ ਬਿਰਤਾਂਤ ਵਿੱਚ ਦੋ ਨੁਕਸ ਸਨ: ਪਹਿਲਾ ਭਾਸ਼ਾ ਦੀ ਹਸਤੀ ਅਤੇ ਇਸ ਦੇ ਲੋਕਾਂ ਨਾਲ਼ ਨਾਤੇ ਬਾਰੇ, ਅਤੇ, ਦੂਜਾ, ਪੰਜਾਬ ਦੇ ਸਿੱਖਾਂ, ਮੁਸਲਮਾਨਾਂ, ਅਤੇ ਹਿੰਦੂਆਂ ਦੇ ਪਿਛਲੀ ਡੇਢ ਸਦੀ ਦੇ ਸਿਆਸੀ ਇਤਿਹਾਸ ਬਾਰੇ। ਪਹਿਲੇ ਦਾਅਵੇ ਦੇ ਉਲ਼ਟ, ਪੰਜਾਬੀ ਬੋਲੀ ਦਾ ਸਰੂਪ ਇੱਕਪਰਤੀ ਨਹੀਂ ਹੈ। ਪੰਜਾਬੀ

ਅੰਦਰਲੀ ਵੰਨ-ਸਵੰਨਤਾ ਹਥਲੇ ਸੰਦਰਭ ਵਿੱਚ ਖ਼ਾਸ ਧਿਆਨ ਦੀ ਮੰਗ ਕਰਦੀ ਹੈ।

ਪੰਜਾਬੀ ਹਿੰਦੂਆਂ ਦਾ ਪੰਜਾਬੀ ਸਾਹਿਤ-ਸਿਰਜਨਾ ਵਿੱਚ ਹਿੱਸਾ ਉਹਨਾਂ ਦੀ ਵੱਸੋਂ ਦੇ ਹਿਸਾਬ ਨਾ.ਲ ਨਿਗੂਣਾ ਰਿਹਾ ਹੈ। ਸ਼ਹਿਰੀ ਪੰਜਾਬੀ ਹਿੰਦੂਆਂ ਦੀ ਆਮ ਬੋਲਚਾਲ ਦੀ ਬੋਲੀ ਹਿੰਦੀ ਤੋਂ ਪ੍ਰਭਾਵਿਤ ਹੈ। ਪੰਜਾਬੀ ਮੁਸਲਮਾਨਾਂ ਨੇ ਵੀਹਵੀਂ ਸਦੀ ਤੋਂ ਪਹਿਲਾਂ ਪੰਜਾਬੀ ਬੋਲੀ ਵਿੱਚ ਬਹੁਤ ਵੱਡੀ ਤਾਦਾਦ ਵਿੱਚ, ਬਹੁਤ ਮਿਆਰੀ ਸਾਹਿਤ ਦੀ ਸਿਰਜਣਾ ਕੀਤੀ ਹੈ। ਪਰ ਵੀਹਵੀਂ ਸਦੀ ਵਿੱਚ ਪੰਜਾਬੀ ਮੁਸਲਮਾਨਾਂ ਦਾ ਪੰਜਾਬੀ ਸਾਹਿਤ ਸਿਰਜਣਾ ਵਿੱਚ ਹਿੱਸਾ ਉਹਨਾਂ ਦੀ ਆਬਾਦੀ ਦੇ ਲਿਹਾਜ਼ ਨਾ.ਲ ਨਿਗੂਣਾ ਰਿਹਾ ਹੈ। ਪੰਜਾਬੀ ਮੁਸਲਮਾਨਾਂ ਦੀ ਬੋਲੀ ਵਿੱਚ ਅਰਬੀ, ਫ਼ਾਰਸੀ, ਅਤੇ ਤੁਰਕੀ ਭਾਸ਼ਾਵਾਂ ਤੋਂ ਆਈ ਇਸਲਾਮੀ ਸ਼ਬਦਾਵਲੀ ਦੀ ਭਰਮਾਰ ਹੈ। ਪੰਜਾਬੀ ਸਿੱਖਾਂ ਨੇ ਪੰਜਾਬ ਦੇ ਵੱਖ-ਵੱਖ ਇਲਾਕਿਆਂ ਦੇ ਅਨੇਕ ਠੇਠ ਮੁਹਾਵਰੇ ਸਾਂਭ ਕੇ ਰੱਖੇ ਹਨ। ਸ੍ਰੀ ਗੁਰੂ ਗ੍ਰੰਥ ਸਾਹਿਬ, ਸਿੱਖ ਸਾਹਿਤ, ਅਤੇ ਸਿੱਖ ਧਾਰਮਿਕਤਾ ਨੇ ਪੰਜਾਬੀ ਦੀ ਖ਼ਾਸ ਨੁਹਾਰ ਘੜੀ ਹੈ। ਇਤਿਹਾਸਿਕ ਪੱਖੋਂ, ਉੱਨ੍ਹੀਵੀਂ ਸਦੀ ਦੇ ਅੱਧ ਵਿੱਚ ਪੰਜਾਬੀ ਹਿੰਦੂਆਂ ਨੇ ਹਿੰਦੀ, ਮੁਸਲਮਾਨਾਂ ਨੇ ਉਰਦੂ, ਅਤੇ ਸਿੱਖਾਂ ਨੇ ਪੰਜਾਬੀ ਨੂੰ ਅਪਣਾਇਆ। ਇਸ ਤੋਂ ਬਾਅਦ ਪੰਜਾਬ ਵਿੱਚ ਧਾਰਮਿਕ ਪੁਨਰ-ਸੁਰਜੀਤੀ ਦੀਆਂ ਅਤੇ ਕੌਮੀ ਦਾਅਵੇਦਾਰੀ ਦੀਆਂ ਅਨੇਕ ਲਹਿਰਾਂ ਚੱਲੀਆਂ। ਉਪਰੋਕਤ ਵਰਤਾਰੇ ਸਿੱਖਾਂ, ਹਿੰਦੂਆਂ, ਜਾਂ ਮੁਸਲਮਾਨਾਂ ਦੀ ਅਗਵਾਈ ਕਰਨ ਵਾ.ਲੇ ਕੁਲੀਨ ਵਰਗਾਂ ਤੱਕ ਸੀਮਿਤ ਨਹੀਂ ਸਨ, ਸਗੋਂ ਇਹਨਾਂ ਨੂੰ ਵਿਆਪਕ ਜਨਤਕ ਹਮਾਇਤ ਹਾਸਲ ਸੀ। ਇਹਨਾਂ ਭਾਸ਼ਾਈ ਤੇ ਸਿਆਸੀ ਲਹਿਰਾਂ ਵਿੱਚੋਂ ਹਿੰਦੂਆਂ ਨੇ ਹਿੰਦੁਸਤਾਨ ਅਤੇ ਮੁਸਲਮਾਨਾਂ ਨੇ ਪਾਕਿਸਤਾਨ ਹਾਸਲ ਕੀਤਾ। ਸਿੱਖ ਸਭ ਤੋਂ ਵੱਡੀ ਮਾਰ ਝੱਲਣ ਦੇ ਬਾਵਜੂਦ ਬੇਘਰ ਹੋ ਕੇ ਰਹਿ ਗਏ। ਭਾਵੇਂ ਕਿ ਇਹ ਇਤਿਹਾਸਿਕ ਹਕੀਕਤ ਹੈ ਕਿ ਅੱਜ ਤੱਕ, ਇਕੱਲੇ ਸਿੱਖ ਹੀ ਹਨ ਜਿਨ੍ਹਾਂ ਨੇ ਕਦੇ ਪੰਜਾਬੀ ਨਾ.ਲ ਬੇਗਾਨਗੀ ਨਹੀਂ ਪਾ.ਲੀ, ਇਕੱਲੇ ਸਿੱਖ ਹੀ ਹਨ ਜੋ ਹੁਣ ਤੱਕ ਪੰਜਾਬੀ ਲਈ ਲੜਦੇ ਆ ਰਹੇ ਹਨ, ਤਾਂ ਵੀ ਇਹ ਗੱਲ ਕਹੀ ਨਹੀਂ ਜਾ ਸਕਦੀ। ਪੰਜਾਬੀ ਸਾਹਿਤ ਉੱਤੇ ਕਾਬਜ਼ ਖੱਬੇਪੱਖੀ ਅਤੇ ਉਦਾਰਵਾਦੀ ਸੈਕੂਲਰ ਧਿਰਾਂ ਨੇ ਸਿੱਖਾਂ ਵੱਲੋਂ ਪੰਜਾਬੀ ਨਾ.ਲ ਆਪਣੀ ਪ੍ਰਤੀਬੱਧਤਾ

ਦਾ ਦਾਅਵਾ ਕਰਨ ਨੂੰ ਗੁਨਾਹ ਬਣਾ ਦਿੱਤਾ ਹੈ। ਸਿੱਖਾਂ ਦੀ ਇਸ ਜ਼ਬਾਨਬੰਦੀ ਦੇ ਹੱਕ ਵਿੱਚ ਖੱਬੇਪੱਖੀ ਧਿਰਾਂ ਦੀ ਦਲੀਲ ਸੀ ਕਿ ਪੰਜਾਬੀ ਨੂੰ ਧਰਮ ਨਾਲ਼ ਜੋੜਨਾ ਮਾੜੀ ਗੱਲ ਹੈ। ਕਮਾਲ ਦੀ ਗੱਲ ਹੈ ਕਿ ਜਿਨ੍ਹਾਂ ਨੇ ਪੰਜਾਬੀ ਨੂੰ ਆਪੋ-ਆਪਣੀ ਧਾਰਮਿਕ ਰਾਸ਼ਟਰਵਾਦੀ ਪਛਾਣ ਕਰਕੇ ਰੱਦ ਕੀਤਾ ਉਹਨਾਂ ਦਾ ਤਾਂ ਕੋਈ ਕਸੂਰ ਨਹੀਂ, ਪਰ ਸਿੱਖ, ਜਿਹੜੇ ਪੰਜਾਬੀ ਨੂੰ ਆਪਣੇ ਧਰਮ ਨਾਲ਼ ਜੁੜੀ ਮੰਨ ਕੇ ਬਚਾਉਣਾ ਚਾਹੁੰਦੇ ਹਨ, ਪੂਰੇ ਗੁਨਾਹਗਾਰ ਹਨ।

ਪੰਜਾਬੀ ਸੱਭਿਆਚਾਰ ਦੇ ਖੱਬੇਪੱਖੀ ਘਾੜੇ ਮਾਰਕਸੀ ਅਤੇ ਸੈਕੂਲਰ ਸਿਧਾਂਤਵਾਦ ਨੂੰ ਪ੍ਰਣਾਏ ਸ਼ਰਧਾਵਾਨ ਸਿਆਸੀ ਕਾਰਕੁਨ ਸਨ। ਆਪਣੇ ਸਿਧਾਂਤਵਾਦ ਨੂੰ ਸਹੀ ਠਹਿਰਾਉਣ ਅਤੇ ਉਸ ਦਾ ਪ੍ਰਚਾਰ ਕਰਨ ਦੀ ਹੋੜ ਵਿੱਚ ਉਹਨਾਂ ਨੇ ਜ਼ਿੰਦਗੀ ਪ੍ਰਤੀ ਗੰਭੀਰ ਸਰੋਕਾਰ ਤਜ ਹੀ ਦਿੱਤੇ। ਅਸਲ ਵਿੱਚ ਉਹ ਸ਼ਰਧਾਲੂਜਨ ਮਨੁੱਖਜਾਤੀ ਦਾ ਬੋਲੀ ਨਾਲ਼ ਨਾਤਾ ਸਮਝਣ ਤੋਂ ਉੱਕ ਗਏ। ਉਹ ਸਮਝ ਨਾ ਸਕੇ ਕਿ ਕਿਵੇਂ ਬੋਲੀ ਕੌਮਾਂ ਦੇ ਅਤਿ ਨਿੱਜੀ ਸੱਭਿਆਚਾਰਕ, ਆਤਮਿਕ, ਅਤੇ ਕੌਮੀ ਸਰੋਕਾਰਾਂ ਨੂੰ ਸਾਂਭੀ ਬੈਠੀ ਹੁੰਦੀ ਹੈ ਜੋ ਸਮੇਂ-ਸਮੇਂ ’ਤੇ ਸਾਹਿਤ, ਖ਼ਾਸਕਰ ਕਵਿਤਾ, ਰਾਹੀਂ ਜ਼ਾਹਰ ਹੁੰਦੇ ਰਹਿੰਦੇ ਹਨ। ਪੰਜਾਬੀ ਸੱਭਿਆਚਾਰ ਦੇ ਖੱਬੇਪੱਖੀ ਘਾੜਿਆਂ ਦੀ ਬੋਲੀ ਅਤੇ ਸਾਹਿਤ ਪ੍ਰਤੀ ਮੁਰਦਾ ਸਿਧਾਂਤਿਕ ਪਹੁੰਚ ਨੇ ਸਾਹਿਤ-ਸਿਰਜਣਾ ਦੇ ਵਹਾਅ ਮੂਹਰੇ ਅਨੇਕ ਬੰਨ੍ਹ ਲਾ ਦਿੱਤੇ। ਕਵਿਤਾ ਚੌਖਟਿਆਂ ਵਿੱਚ ਕੈਦ ਹੋ ਕੇ ਮੁਰਝਾਉਣ ਲੱਗ ਪਈ।

ਪਰ ਪੰਜਾਬ ਵਿੱਚ ਮੁੱਖ ਮਸਲਾ ਮਾਰਕਸਵਾਦੀ ਚਿੰਤਨਧਾਰਾ ਦਾ ਆਉਣਾ ਨਹੀਂ ਸੀ। ਮਸਲਾ ਤਾਂ ਇਹ ਸੀ ਕਿ ਪੰਜਾਬ ਦੇ ਖੱਬੇਪੱਖੀ ਅੰਧਵਿਸ਼ਵਾਸੀ ਸ਼ਰਧਾਲੂਆਂ ਵਾਂਗ ਬਿਨਾਂ ਮਾਰਕਸਵਾਦ ਨੂੰ ਪੜ੍ਹੇ ਇਸ ਦੇ ਮੁਰੀਦ ਬਣ ਗਏ। ਉਹਨਾਂ ਨੇ ਮਾਰਕਸਵਾਦ ਨੂੰ ਜਾਇਜ਼ ਠਹਿਰਾਉਣ ਲਈ ਸਿਆਸੀ ਕਾਂਵਾਂ-ਰੌਲ਼ੀ ਸ਼ੁਰੂ ਕਰ ਦਿੱਤੀ। ਇਸ ਮਾਹੌਲ ਵਿੱਚੋਂ ਸੰਵਾਦ ਪੂਰੀ ਤਰ੍ਹਾਂ ਗ਼ੈਰਹਾਜ਼ਰ ਸੀ। ਸਿੱਖ ਨੌਜੁਆਨਾਂ ਦੇ ਜਿਹੜੇ ਹਿੱਸੇ ਬਿਨਾਂ ਪੜ੍ਹੇ-ਗੁਣੇ ਮਾਰਕਸੀ ਬਿਰਤਾਂਤ ਨੂੰ ਆਤਮਸਾਤ ਕਰ ਚੁੱਕੇ ਸਨ ਉਹਨਾਂ ਕੋਲ਼ ਸੰਵਾਦ ਲਈ ਲੋੜੀਂਦੀ ਆਲੋਚਨਾਤਮਕ ਦ੍ਰਿਸ਼ਟੀ ਨਹੀਂ ਸੀ। ਹਿੰਦੂ ਸਥਾਪਤੀ ਅਤੇ ਇਸ ਦੇ ਮਾਰਕਸੀ ਪੈਰੋਕਾਰਾਂ ਨੂੰ ਮਾਨਤਾ ਦੇਣ ਤੋਂ ਇਨਕਾਰੀ ਹੋ ਸਿੱਧੇ ਬਗ਼ਾਵਤ ਦੇ ਰਾਹ ਤੁਰੇ ਹੋਏ

ਸਿੱਖ ਨੌਜੁਆਨ ਸੰਵਾਦ ਲਈ ਲੋੜੀਂਦੇ ਮੁਹਾਵਰਿਆਂ ਨਾਲ਼ ਹੀ ਵਾਬਸਤਾ ਨਹੀਂ ਸਨ। ਦੂਜੇ ਸ਼ਬਦਾਂ ਵਿੱਚ, ਸਿੱਖ ਨੌਜੁਆਨਾਂ ਦੀ ਹਥਿਆਰਬੰਦ ਲਹਿਰ ਬਹੁਤ ਜ਼ੋਰਦਾਰ ਤਾਂ ਸੀ ਪਰ ਇਸ ਦੀਆਂ ਆਪਣੀਆਂ ਸੀਮਤਾਈਆਂ ਵੀ ਸਨ। ਸਿੱਖਾਂ ਦੀ ਸਥਿਤੀ ਜ਼ਿਆਦਾ ਗੰਭੀਰ ਸੀ। ਸਿੱਖਾਂ ਦੀ ਲੋੜ ਸੀ ਕਿ ਹਥਿਆਰਬੰਦ ਲਹਿਰ ਤੋਂ ਬਾਹਰ ਸਿੱਖਾਂ ਕੋਲ਼ ਕੋਈ ਬੌਧਿਕ ਮੁਹਾਜ਼ ਹੁੰਦਾ ਜਿਹੜਾ ਬਿਰਤਾਂਤਿਕ ਹਿੰਸਾ ਦੀ ਜੜ੍ਹ ਫੜ੍ਹਦਾ। ਪਰ ਬੌਧਿਕ ਅਤੇ ਸਾਹਿਤਿਕ ਅਦਾਰਿਆਂ ਵਿੱਚ ਸਿੱਖ ਹਾਸ਼ੀਏ ’ਤੇ ਧੱਕੇ ਹੋਏ ਸਨ। ਬਿਰਤਾਂਤਿਕ ਹਿੰਸਾ ਦੀ, ਇਸ ਦੀ ਨੁਮਾਇੰਦਗੀ ਕਰਨ ਵਾਲ਼ੇ ਵਿਅਕਤੀਆਂ ਤੋਂ ਅਗਾਂਹ, ਨਿਸ਼ਾਨਦੇਹੀ ਕਰਨੀ ਹਥਿਆਰਬੰਦ ਲਹਿਰ ਦੇ ਕਰਨ ਵਾਲ਼ਾ ਕੰਮ ਨਹੀਂ ਸੀ। ਸਿੱਖਾਂ ਦੇ ਬੌਧਿਕ ਵਰਗ ਲਈ ਬਿਰਤਾਂਤਿਕ ਹਿੰਸਾ ਨਾਲ਼ ਸਿੱਧਾ ਮੱਥਾ ਲਾਉਣਾ ਜ਼ਰੂਰੀ ਸੀ ਜੋ ਕਿ ਬਹੁਤ ਸਾਰੇ ਕਾਰਨਾਂ ਕਰ ਕੇ ਸੰਭਵ ਨਾ ਹੋ ਸਕਿਆ। ਪੰਜਾਬ ਦੇ ਸਿੱਖ ਘਰਾਂ ਵਿੱਚ ਜੰਮੇ ਖੱਬੇਪੱਖੀ ਸਾਹਿਤਕਾਰਾਂ ਅਤੇ ਵਿਦਵਾਨਾਂ ਦੇ ਪੋਚ ਦਿਆਨਤਦਾਰੀ ਨਾਲ਼ ਸੰਵਾਦ ਵਿੱਚ ਆਉਣ ਲਈ ਰਾਜ਼ੀ ਨਹੀਂ ਸਨ। ਉਹ ਸੰਵਾਦ ਤੋਂ ਇਨਕਾਰੀ ਹੋ ਇੱਕਪਾਸੜ ਸਿੱਖ-ਵਿਰੋਧੀ ਪ੍ਰਚਾਰ ਵਿੱਚ ਜੁਟੇ ਹੋਏ ਸਨ। ਅਜਿਹੇ ਤਰਕਹੀਣ ਵਿਹਾਰ ਦੀ ਵਜ੍ਹਾ ਉਹਨਾਂ ਅੰਦਰਲੀ ਬੇਚੈਨੀ ਸੀ ਜਿਸ ਸਦਕਾ ਉਹ ਕਿਸੇ ਵੀ ਕੀਮਤ ’ਤੇ ਆਪਣੇ-ਆਪ ਨੂੰ ਸਿੱਖ ਵਿਰੋਧੀ ਸਾਬਤ ਕਰਨਾ ਚਾਹੁੰਦੇ ਸਨ। ਹਿੰਦੁਸਤਾਨੀ ਰਾਸ਼ਟਰਵਾਦੀਆਂ ਲਈ ਇਸ ਤੋਂ ਵਧੀਆ ਗੱਲ ਕੋਈ ਨਹੀਂ ਸੀ ਹੋ ਸਕਦੀ ਕਿ ਜਿਨ੍ਹਾਂ ਸਾਹਿਤਿਕ ਅਤੇ ਅਕਾਦਮਿਕ ਹਲਕਿਆਂ ਨੇ ਸਿੱਖਾਂ ਨੂੰ ਬਿਰਤਾਂਤਿਕ ਹਿੰਸਾ ਤੋਂ ਬਚਾਉਣਾ ਸੀ ਉਹ ਸਿੱਖਾਂ ਖ਼ਿਲਾਫ਼ ਇਸ ਹਿੰਸਾ ਦੇ ਸਭ ਤੋਂ ਕਾਰਗਰ ਹਥਿਆਰ ਹੋ ਨਿੱਬੜੇ। ਖੱਬੇਪੱਖੀਆਂ ਅੰਦਰਲੀ ਉਪਰੋਕਤ ਬੇਚੈਨੀ ਹਿੰਦੁਸਤਾਨੀ ਰਾਸ਼ਟਰਵਾਦੀਆਂ ਨੇ ਪੜਾਅ-ਦਰ-ਪੜਾਅ, ਬੜੇ ਵਿਉਂਤਬੱਧ ਢੰਗ ਨਾਲ਼, ਪੈਦਾ ਕੀਤੀ ਸੀ।

ਸਿੱਖਾਂ ਕੋਲ਼ ਨਾ ਤਾਂ ਕੋਈ ਆਧੁਨਿਕਤਾ ਨਾਲ਼ ਸਿੱਧਾ ਮੱਥਾ ਲਾਉਣ ਵਾਲ਼ੀ ਪੱਛਮੀ ਤਰਜ਼ ਦੀ ਬੌਧਿਕ ਪਰੰਪਰਾ ਸੀ ਤੇ ਨਾ ਹੀ ਉਹ ਇਸ ਪਰੰਪਰਾ ਨੂੰ ਚੁਣੌਤੀ ਦੇਣ ਵਾਲ਼ੀਆਂ ਉੱਤਰਆਧੁਨਿਕ ਜਾਂ ਉੱਤਰਸੰਰਚਨਾਵਾਦੀ ਚਿੰਤਨ-ਧਾਰਾਵਾਂ ਨਾਲ਼ ਚੰਗੀ ਤਰ੍ਹਾਂ ਵਾਬਸਤਾ ਸਨ। ਪਰ ਸਿੱਖਾਂ ਕੋਲ਼ ਬਹੁਤ ਤਾਕਤਵਰ ਕਾਵਿ-

ਪਰੰਪਰਾ ਸੀ ਜਿਸ ਵਿੱਚ ਨਵੀਆਂ ਚਿੰਤਨ-ਤਰਜ਼ਾਂ ਦੀਆਂ ਸੰਭਾਵਨਾਵਾਂ ਪਈਆਂ ਸਨ। ਅੱਸੀਵਿਆਂ ਵਿੱਚ ਆ ਕੇ ਅਜਿਹੀ ਸੰਭਾਵਨਾ ਹਰਿੰਦਰ ਸਿੰਘ ਮਹਿਬੂਬ ਦੇ ਕੰਮ ਨਾਲ਼ ਸਾਕਾਰ ਹੋਈ। ਪਰ ਉਹਨਾਂ ਦੀਆਂ ਲਿਖਤਾਂ ਆਉਣ ਤੋਂ ਪਹਿਲਾਂ ਸਿੱਖ ਬੌਧਿਕ ਅਤੇ ਸਾਹਿਤਿਕ ਖੇਤਰਾਂ ਵਿੱਚ ਬਿਲਕੁਲ ਹੀ ਹਾਸ਼ੀਏ 'ਤੇ ਚਲੇ ਗਏ ਸਨ।

ਉਪਰੋਕਤ ਵੇਰਵਾ ਪੰਜਾਬ ਦੀ ਧਰਤੀ 'ਤੇ ਜੰਮੇ-ਪਲ਼ੇ ਕਵਿਤਾ ਦੇ ਇੱਕ ਸਿੱਖ ਪਾਠਕ ਅਤੇ ਸਾਧਕ ਦਾ ਇਤਿਹਾਸਿਕ ਅਨੁਭਵ ਬਿਆਨ ਕਰਦਾ ਹੈ। ਅਨੁਭਵ ਦੇ ਇਤਿਹਾਸਿਕ ਪਹਿਲੂ ਨੂੰ ਇਸ ਦੇ ਵਿਚਾਰਅਧੀਨ ਸੰਦਰਭ ਵਿੱਚ ਸਮਝਣ ਦੀ ਲੋੜ ਹੈ। ਇੱਥੇ ਇਤਿਹਾਸਿਕਤਾ ਅਨੁਭਵ ਨੂੰ ਢਾਲਣ ਵਾਲ਼ਾ ਸਾਂਚਾ ਨਹੀਂ ਸਗੋਂ ਕਾਲ਼ ਦੇ ਜਮੂਦ ਵਿੱਚ ਬੇਸੁੱਧ ਹੋਈ ਮਨੁੱਖੀ ਚੇਤਨਾ ਨੂੰ ਝੰਜੋੜਨ ਵਾਲ਼ਾ ਕਹਿਰਵਾਨ ਵੇਗ ਹੈ। ਕਵਿਤਾ ਦਾ ਆਦਿ-ਅੰਤ ਇਤਿਹਾਸਿਕਤਾ ਤੋਂ ਪਾਰ ਹੈ। ਕਵਿਤਾ ਚੇਤੇ ਵਿੱਚ ਲਹਿਰਦੇ ਰਾਗਾਂ ਵਿੱਚ ਲੀਨ ਹੋ, ਸਮਕਾਲ਼ ਦੇ ਸਦਮਿਆਂ ਸਾਹਵੇਂ ਸਿਦਕ ਦੀਆਂ ਨਵੀਆਂ ਬੁਲੰਦੀਆਂ ਛੋਹ, ਵਿਸਮਾਦ ਦੀ ਭਰਪੂਰਤਾ ਰਾਹੀਂ, ਭਵਿੱਖ ਵਿੱਚ ਮਨੁੱਖੀ ਆਪੇ ਦੀਆਂ ਅਣਕਿਆਸੀਆਂ ਸੰਭਾਵਨਾਵਾਂ ਸਾਕਾਰ ਕਰਨ ਦਾ ਨਾਂ ਹੈ। ਕਵਿਤਾ ਇਤਿਹਾਸ ਦੀਆਂ ਸੰਰਚਨਾਵਾਂ ਵਿੱਚੋਂ ਪੈਦਾ ਨਹੀਂ ਹੁੰਦੀ ਸਗੋਂ ਜੀਵਨ ਦੇ ਖੇੜੇ ਵਿੱਚ ਲੋੜੀਂਦੇ ਰੰਗ ਭਰ ਤੇ ਦੇਹ ਦੇ ਵਿਛੁੰਨੇ ਨਾਦਾਂ ਨੂੰ ਸੰਜੋਗੀ ਛੋਹਾਂ ਦੇ ਸਮਕਾਲ਼ ਤੇ ਭਵਿੱਖ ਦੇ ਉਹਨਾਂ ਰੂਪਾਂ ਨੂੰ ਡੌਲ਼ਦੀ ਹੈ ਜੋ ਵਕਤ ਨਾਲ਼ ਇਤਿਹਾਸ ਦਾ ਗੌਰਵ ਹੋ ਨਿੱਬੜਦੇ ਹਨ।

ਇਹ ਮੇਰੇ ਸਫ਼ਰ ਦੇ ਸ਼ੁਰੂਆਤੀ ਦੌਰ ਦੇ ਹਾਲਾਤ ਸਨ। ਦਮਨ ਦਾ ਪ੍ਰਕੋਪ ਦਿਨ-ਪੁਰ-ਰਾਤ ਜਾਰੀ ਸੀ। ਇਤਿਹਾਸ ਦੀਆਂ ਅਣਕਿਆਸੀਆਂ ਬੁਲੰਦੀਆਂ ਵੀ ਨਿੱਤ-ਦਿਹਾੜੇ ਪ੍ਰਗਟ ਹੋ ਰਹੀਆਂ ਸਨ। ਅਨੁਭਵ ਦੀ ਇਹ ਇਤਿਹਾਸਿਕਤਾ ਕਾਲ਼ ਤੇ ਬੋਲੀ ਦੀਆਂ ਕਾਇਨਾਤੀ ਸੰਭਾਵਨਾਵਾਂ ਨਾਲ਼ ਇਕਸੁਰ ਸੀ। ਸਿੱਖ ਦਮਨ ਨਾਲ਼ ਬਹੁਤ ਬਹਾਦਰੀ ਨਾਲ਼ ਲੜ ਰਹੇ ਸਨ। ਪਰ ਦਮਨ ਨਾਲ਼ ਜੂਝਣ ਸਦਕਾ ਵਿਅਕਤੀਆਂ ਜਾਂ ਕੌਮਾਂ ਅੰਦਰਲੇ ਬੇਗਾਨਗੀ ਦੇ ਅਹਿਸਾਸ ਖ਼ਤਮ ਨਹੀਂ ਹੋ ਜਾਂਦੇ ਭਾਵੇਂ ਕਿ ਇਸ ਨਾਲ਼ ਬੇਵਤਨੀ ਦੀ ਸਥਿਤੀ ਦੇ ਖ਼ਤਮ ਹੋਣ ਦਾ ਮੁੱਢ ਜ਼ਰੂਰ ਬੱਝ ਸਕਦਾ ਹੈ। ਦੂਜਾ, ਸੰਕਟ ਤੇ ਤਲਖ਼ੀਆਂ ਕਵੀ ਨੂੰ ਸਤਹ ਤੋਂ ਡੂੰਘਾ ਲਹਿਣ ਦੀ

ਪ੍ਰੇਰਨਾ ਤੇ ਸਮਰੱਥਾ ਦਿੰਦੇ ਹਨ। ਕਵੀ ਆਪਣੀ ਗੱਲ ਨਿੱਜ ਤੋਂ ਸ਼ੁਰੂ ਕਰ ਸਕਦਾ ਹੈ ਪਰ ਕਵਿਤਾ ਦੇ ਪਸਾਰ ਕਦੇ ਨਿੱਜ ਤੱਕ ਸੀਮਿਤ ਨਹੀਂ ਰਹਿੰਦੇ। ਇਸ ਤਰ੍ਹਾਂ, ਦੇਸ ਨਿਕਾਲ਼ੇ ਨਾਲ਼ ਕਵੀ ਦਾ ਅਨੁਭਵ ਆਪਣੇ ਲੋਕਾਂ ਦੇ ਬਹੁਤ ਸਾਰੇ ਮੂਕ ਅਨੁਭਵਾਂ ਨੂੰ ਜ਼ੁਬਾਨ ਦਿੰਦਾ ਹੈ।

ਦੇਸ ਨਿਕਾਲ਼ੇ ਦੀ ਅਵਸਥਾ ਅਸਲ ਵਿੱਚ ਦੇਸ ਤੇ ਕਾਲ਼ ਦੇ ਸਬੰਧਾਂ ਵਿਚਲੇ ਬਖੇੜਿਆਂ ਵਿੱਚ ਪਈ ਸੀ। ਉਸ ਵੇਲ਼ੇ, ਕਾਲ਼ ਦਾ ਪ੍ਰਵਾਹ ਦੇਸ ਦੀ ਸੁਰਤਿ ਨਾਲ਼ ਇਕਸੁਰ ਨਹੀਂ ਸੀ। ਸਮੇਂ ਦੀਆਂ ਕਈ ਪਰਤਾਂ, ਜੋ ਸਾਡੇ ਦੇਸ ਦੇ ਵਾਯੂ-ਮੰਡਲ਼ ’ਤੇ ਹਾਵੀ ਹੋ ਗਈਆਂ ਸਨ, ਦੇਸ ਦੀ ਸੁਰਤਿ ਦੇ ਆਪ-ਮੁਹਾਰੇ ਵੇਗ ਨੂੰ ਸੀਮਿਤ ਘੇਰੇ ਵਾਲ਼ੇ ਸਿਧਾਂਤਿਕ ਚੌਖਟਿਆਂ ਵਿੱਚ ਕੈਦ ਕਰ ਰਹੀਆਂ ਸਨ। ਸਿੱਖਾਂ ਦਾ ਸਮਾਂ ਇਹਨਾਂ ਜੁਗ-ਗਰਦੀਆਂ ਦੇ ਹਾਸ਼ੀਏ ’ਤੇ ਅੰਗੜਾਈਆਂ ਲੈ ਰਿਹਾ ਸੀ।

ਇਹ ਸਭ ਕੁਝ ਮੈਥੋਂ ਪਹਿਲੀ ਪੀੜ੍ਹੀ ਵਿੱਚ ਹੀ ਵਾਪਰ ਚੁੱਕਾ ਸੀ। ਮੇਰੀ ਸੁਰਤ ਵਿੱਚ ਪੰਜਾਬ ਦੀ ਧਰਤੀ ’ਤੇ ਅਣਕਿਆਸਿਆ ਇਤਿਹਾਸਿਕ ਪਲ਼ਟਾਅ ਆਇਆ ਸੀ। ੧੯੭੦ਵਿਆਂ ਦੇ ਅਖੀਰ ਵਿੱਚ ਸੰਤ ਜਰਨੈਲ ਸਿੰਘ ਭਿੰਡਰਾਂਵਾਲ਼ੇ ਪੰਜਾਬ ਦੇ ਸਿਆਸੀ ਦ੍ਰਿਸ਼ ’ਤੇ ਆਏ। ਉਹਨਾਂ ਨੇ ਇੱਕ ਇਤਿਹਾਸਿਕ ਲਹਿਰ ਦਾ ਮੁੱਢ ਬੰਨ੍ਹਿਆਂ ਜੋ ਉੱਪਰਲੀ ਸਤਹ ਤੋਂ ਵੇਖਿਆਂ ਸਿੱਖਾਂ ਦੇ ਸਿਆਸੀ ਸਰੋਕਾਰਾਂ ਲਈ ਸੰਘਰਸ਼ ਵਿੱਢਣ ਵਾਲ਼ੀ ਲਹਿਰ ਸੀ। ਪਰ ਅਸਲ ਵਿੱਚ ਇਹ ਲਹਿਰ ਸਿੱਖੀ ਅਤੇ ਸਿੱਖਾਂ ਦੀ ਹੋਂਦ ਖ਼ਿਲਾਫ਼ ਚੱਲ ਰਹੇ ਦਮਨ-ਚੱਕਰ ਨੂੰ ਬੁਨਿਆਦੀ ਪੱਧਰ ’ਤੇ ਚੁਣੌਤੀ ਦੇਣ ਵਾਲ਼ੀ ਲਹਿਰ ਸੀ। ਇਹ ਲਹਿਰ ਸਿੱਖੀ ਦੀ ਪੁਨਰ-ਸੁਰਜੀਤੀ ਦੀ ਲਹਿਰ ਹੋ ਨਿੱਬੜੀ। ਪਰ ਸਿੱਖਾਂ ਨੇ ਆਪਣਾ ਮੂਲ ਪਛਾਣਿਆਂ ਤੇ ਧਰਮ ਦੀ ਇਹ ਪੁਨਰ-ਸੁਰਜੀਤੀ ਸੱਭਿਆਚਾਰਕ ਪਲ਼ਟਾਅ ਦਾ ਰੂਪ ਧਾਰ ਗਈ। ਨੌਜੁਆਨਾਂ ਦਾ ਸਰੂਪ ਤੇ ਰਹਿਣੀ ਬਦਲ ਗਏ। ਉਹਨਾਂ ਦੇ ਸਰੋਕਾਰ ਸਿੱਧੇ ਧਾਰਮਿਕ ਹੋ ਗਏ। ਉਕਤ ਪਲ਼ਟਾਅ ਸਿੱਖਾਂ ਦੇ ਇੱਕ ਛੋਟੇ ਹਿੱਸੇ ਵਿੱਚੋਂ ਪੈਦਾ ਹੋਈ ਪ੍ਰੇਰਨਾਦਾਇਕ ਲਹਿਰ ਦੇ ਰੂਪ ਵਿੱਚ ਨਮੂਦਾਰ ਹੋਇਆ ਜੋ ਛੇਤੀ ਹੀ ਬਹੁਤ ਵਿਆਪਕ ਵਰਤਾਰਾ ਬਣ ਗਿਆ। ਇਸ ਪਲ਼ਟਾਅ ਦੀ ਵਿਆਪਕਤਾ ਦੇ ਬਾਵਜੂਦ, ਪੰਜਾਬ ਦਾ ਜਨਤਕ ਪਸਾਰ ਸਮੇਂ ਦੇ ਓਪਰੇ ਪ੍ਰਭਾਵਾਂ ਤੋਂ ਅਜੇ ਵੀ ਮੁਕਤ ਨਹੀਂ ਸੀ। ਦੇਸ ਅੰਦਰ ਪਰਦੇਸੀ ਹੋਣ ਦਾ, ਨਿਥਾਵੇਂ ਹੋਣ ਦਾ, ਅਹਿਸਾਸ ਸਾਡੇ ਦੌਰ

ਵਿੱਚ ਹੋਰ ਵਿਅਕਤ ਹੋ ਗਿਆ ਸੀ। ਇਸ ਦੀ ਵਜ੍ਹਾ ਸੀ ਸਿੱਖਾਂ ਅੰਦਰ ਆਏ ਪਲ਼ਟਾਅ ਕਾਰਨ ਹਿੰਦੁਸਤਾਨੀ ਸਥਾਪਤੀ ਦੀ ਵਧੀ ਹੋਈ ਬੇਚੈਨੀ ਵਿੱਚੋਂ ਨਿਕ਼ਲੀ ਨਿਰਦਈ ਹਿੰਸਾ।

ਇਹ ਹਿੰਸਾ ਸਰੀਰਕ ਤੇ ਸੱਭਿਆਚਾਰਕ ਸੀ ਜਿਸ ਦੇ ਆਧਾਰ ਬਿਰਤਾਂਤਿਕ ਸਨ। ਹਿੰਦੁਸਤਾਨੀ ਹਕੂਮਤ ਨੂੰ ਸੱਭਿਆਚਾਰਕ ਹਿੰਸਾ ਦੀ ਲੋੜ ਦੀ ਬਹੁਤ ਸੁਚੇਤ ਪ੍ਰਤੀਤੀ ਸੀ। ਹਿੰਦੂ ਬ੍ਰਾਹਮਣਵਾਦੀ ਬਿਰਤਾਂਤ ਅਤੇ ਪੱਛਮੀ ਬਸਤੀਵਾਦੀ ਬਿਰਤਾਂਤ ਇਸ ਪ੍ਰਤੀਤੀ ਦੇ ਆਧਾਰ ਸਨ। ਬ੍ਰਾਹਮਣਵਾਦੀਆਂ ਕੋਲ਼ ਲੋਕਾਂ ਨੂੰ ਦਲਿਤ ਬਣਾ ਕੇ ਗ਼ੁਲਾਮਾਂ ਵਜੋਂ ਵਰਤਣ ਦਾ ਸਦੀਆਂ ਦਾ ਤਜਰਬਾ ਸੀ। ਪੱਛਮੀ ਬਸਤੀਵਾਦੀਆਂ ਕੋਲ਼ ਮਨੁੱਖੀ ਅੰਤਰਮੁਖਤਾ ਦੀ ਘਾੜਤ ਦੇ ਬਹੁਤ ਕਾਰਗਰ ਬਿਰਤਾਂਤ ਸਨ। ਬਸਤੀਵਾਦੀ ਇਹਨਾਂ ਬਿਰਤਾਂਤਾਂ ਨੂੰ ਬਸਤੀਆਂ ਦੇ ਮੂਲ-ਨਿਵਾਸੀਆਂ ਦੇ ਮਨ-ਮਸਤਕ ਨੂੰ ਆਪਣੇ ਹਿਸਾਬ ਨਾ਼ਲ ਢਾਲਣ ਲਈ ਵਰਤਦੇ ਸਨ। ਬਸਤੀਵਾਦੀ ਸੱਤਾ ਤਹਿਤ ਆ ਗਏ ਲੋਕਾਂ ਦੀ ਅੰਤਰਮੁਖਤਾ ਦਾ ਅਜਿਹਾ ਕਾਇਆਕਲਪ ਬਸਤੀਵਾਦੀਆਂ ਦੇ ਸਾਮਰਾਜੀ ਮਨਸੂਬੇ ਲਈ ਲੋੜੀਂਦਾ ਸੀ। ਅਜਿਹੇ ਕਾਇਆਕਲਪ ਨਾਲ ਮੂਲ-ਨਿਵਾਸੀਆਂ ਵੱਲੋਂ ਬਸਤੀਵਾਦ ਖ਼ਿਲਾਫ਼ ਪ੍ਰਤੀਰੋਧ ਦੀ ਸੰਭਾਵਨਾ ਲੱਗਭੱਗ ਮੁੱਕ ਜਾਂਦੀ ਸੀ।

ਅੰਗਰੇਜ਼ ਬਸਤੀਵਾਦੀਆਂ ਦੇ ਲੋਕਾਂ ਨੂੰ ਗ਼ੁਲਾਮ ਬਣਾਉਣ ਦੇ ਹੱਥਕੰਡੇ ਸੰਨ ਸੰਤਾ਼ਲੀ ਦੀ ਸੱਤਾ ਤਬਦੀਲੀ ਤੋਂ ਬਾਅਦ ਹਿੰਦੂਆਂ ਨੂੰ ਬਹੁਤ ਰਾਸ ਆਏ। ਸੰਤਾ਼ਲੀ ਦੀ ਸੱਤਾ ਤਬਦੀਲੀ ਤੋਂ ਬਾਅਦ ਹਿੰਦੂ ਨਵੀਂ ਬਸਤੀਵਾਦੀ ਤਾਕਤ ਬਣ ਗਏ ਸਨ। ਉਹਨਾਂ ਨੇ ਸਰੀਰਕ ਹਿੰਸਾ ਦਾ ਆਧਾਰ ਤਿਆਰ ਕਰਨ ਵਾ਼ਲੇ ਸੱਭਿਆਚਾਰਕ ਹਿੰਸਾ ਦੇ ਬਣੇ-ਬਣਾਏ ਨਮੂਨੇ ਆਪਣੇ ਬਸਤੀਵਾਦੀ ਪੂਰਵ-ਅਧਿਕਾਰੀਆਂ ਤੋਂ ਲੈ ਲਏ ਸਨ। ਬਸਤੀਵਾਦੀ ਬਿਰਤਾਂਤਾਂ ਨੂੰ ਅਮਲੀ ਰੂਪ ਵਿੱਚ ਲਿਆਉਣ ਵੇ਼ਲੇ ਹਿੰਦੂ ਹਾਕਮਾਂ ਨੇ ਇਹਨਾਂ ਨੂੰ ਆਪਣੇ ਸਥਾਨਿਕ ਬਿਰਤਾਂਤਾਂ ਦੀ ਪੁੱਠ ਦੇ ਲਈ ਸੀ ਜਿਸ ਨਾ਼ਲ ਇਹ ਜ਼ਮੀਨ ’ਤੇ ਲਾਗੂ ਕਰਨੇ ਹੋਰ ਸੌਖੇ ਹੋ ਗਏ। ਹਿੰਦੂ ਬਸਤੀਵਾਦੀ ਇਸ ਮਨਸੂਬੇ ਵਿੱਚ ਖ਼ਾਸ ਤੌਰ ’ਤੇ ਕਾਮਯਾਬ ਰਹੇ ਕਿਉਂਕਿ ਸਿੱਖਾਂ ਦੇ ਮੁਆਮਲੇ ਵਿੱਚ ਉਹਨਾਂ ਨੂੰ ਖੱਬੇਪੱਖੀ ਤੇ ਉਦਾਰਵਾਦੀ ਧਿਰਾਂ ਦੀ ਅਜਿਹੀ ਜ਼ੋਰਦਾਰ ਹਮਾਇਤ ਹਾਸਲ ਹੋਈ ਜਿਸ ਦੀ ਦੁਨੀਆ ਦੇ ਕਿਸੇ ਹੋਰ

ਹਿੱਸੇ 'ਚੋਂ ਮਿਸਾਲ ਮਿਲਣੀ ਔਖੀ ਹੈ। ਹਿੰਦੁਸਤਾਨੀ ਪੁਲਿਸ ਤੇ ਫ਼ੌਜੀ ਦਸਤਿਆਂ ਦੀ ਸਰੀਰਕ ਹਿੰਸਾ ਦੇ ਪਿੱਛੇ ਕਾਰਜਸ਼ੀਲ ਸੱਭਿਆਚਾਰਕ ਹਿੰਸਾ ਦਾ ਵਰਤਾਰਾ ਹਰ ਸਿੱਖ ਦੇ ਮਨ ਨੂੰ ਆਪਣੀ ਲਪੇਟ ਵਿੱਚ ਲੈ ਰਿਹਾ ਸੀ। ਜਿਵੇਂ-ਜਿਵੇਂ ਹਿੰਦੁਸਤਾਨੀ ਹਾਕਮਾਂ ਨੂੰ ਲੱਗਦਾ ਸੀ ਕਿ ਸਿੱਖ ਆਪਣੀ ਆਜ਼ਾਦੀ ਦੀ ਮੰਜ਼ਲ ਵੱਲ ਵਧ ਰਹੇ ਹਨ ਉਵੇਂ-ਉਵੇਂ ਉਹਨਾਂ ਦੀ ਹਿੰਸਾ ਵਿੱਚ ਆਪਮੁਹਾਰਾ ਵਾਧਾ ਹੋ ਰਿਹਾ ਸੀ। ਜਿਵੇਂ-ਜਿਵੇਂ ਸਿੱਖਾਂ 'ਤੇ ਹਕੂਮਤੀ ਜਬਰ ਵਧ ਰਿਹਾ ਸੀ, ਉਵੇਂ-ਉਵੇਂ ਖੱਬੇਪੱਖੀ ਤੇ ਹਿੰਦੂ ਰਾਸ਼ਟਰਵਾਦੀ ਸਿੱਖਾਂ ਨੂੰ ਦੋਸ਼ੀ ਬਣਾ ਹੋਰ ਜ਼ੋਰ ਨਾਲ਼ ਹਾਸ਼ੀਏ ਵੱਲ ਧੱਕ ਰਹੇ ਸਨ। ਸਾਹਿਤਿਕ ਅਤੇ ਬੌਧਿਕ ਹਲਕਿਆਂ ਵਿੱਚ ਸਿੱਖ ਸਰੋਕਾਰਾਂ ਦੀ ਗੱਲ ਕਰਨੀ ਤਾਂ ਦੂਰ ਦੀ ਗੱਲ, ਸਿੱਖ ਸ਼ਬਦ ਬੋਲਣਾ ਹੀ ਵਰਜਿਤ ਸੀ। ਖੱਬੇਪੱਖੀ, ਉਦਾਰਵਾਦੀ, ਤੇ ਇਹਨਾਂ ਦੋਹਾਂ ਦੇ ਸਰਪ੍ਰਸਤ ਹਿੰਦੁਸਤਾਨੀ ਰਾਸ਼ਟਰਵਾਦੀ, ਅੰਤਿਮ ਫ਼ੈਸਲਾ ਦੇ ਚੁੱਕੇ ਸਨ ਕਿ ਪੰਜਾਬ ਵਿੱਚ ਪਛਾਣ ਦਾ ਆਧਾਰ ਸਿੱਖੀ ਨਹੀਂ, ਪੰਜਾਬੀਅਤ ਹੋਵੇਗੀ।

ਇਹ ਇੱਕਪਾਸੜ ਪ੍ਰਚਾਰ-ਮੁਹਿੰਮ ਸੀ ਜਿਸ ਵਿੱਚ ਸੰਵਾਦ ਦੀ ਕੋਈ ਸੰਭਾਵਨਾ ਨਹੀਂ ਸੀ। ਪੰਜਾਬ ਦੇ ਬੌਧਿਕ ਅਤੇ ਸਾਹਿਤਿਕ ਅਦਾਰਿਆਂ 'ਤੇ ਖੱਬੇਪੱਖੀ, ਉਦਾਰਵਾਦੀ, ਤੇ ਹਿੰਦੁਸਤਾਨੀ ਰਾਸ਼ਟਰਵਾਦੀਆਂ ਦਾ ਮੁਕੰਮਲ ਕਬਜ਼ਾ ਸੀ। ਪੰਜਾਬ ਦੇ ਬੌਧਿਕ ਅਤੇ ਸਾਹਿਤਿਕ ਹਲਕਿਆਂ ਦੇ ਸੱਭਿਆਚਾਰ ਵਿੱਚ ਬੌਧਿਕਤਾ ਅਤੇ ਸਾਹਿਤਿਕਤਾ ਦੋਵੇਂ ਗ਼ੈਰਹਾਜ਼ਰ ਸਨ। ਇਸ ਗੱਲ 'ਤੇ ਕਦੇ ਵਿਚਾਰ ਨਹੀਂ ਸੀ ਹੁੰਦੀ ਕਿ ਪਛਾਣ ਦੇ ਆਧਾਰ ਸੱਭਿਆਚਾਰਕ ਹੀ ਕਿਉਂ ਹੋਣ, ਧਾਰਮਿਕ ਕਿਉਂ ਨਹੀਂ ਹੋ ਸਕਦੇ। ਅਸਲ ਵਿੱਚ ਕਿਸੇ ਵੀ ਗੱਲ 'ਤੇ ਵਿਚਾਰ ਨਹੀਂ ਸੀ ਹੁੰਦੀ। ਖੱਬੇਪੱਖੀਆਂ ਅਤੇ ਉਦਾਰਵਾਦੀਆਂ ਦਾ ਯਕੀਨ ਸੀ ਕਿ ਉਹਨਾਂ ਕੋਲ਼ ਕਾਇਨਾਤੀ ਸੱਚ ਹੈ ਜਿਸ ਦਾ ਪ੍ਰਚਾਰ ਤੇ ਪ੍ਰਸਾਰ ਕਰਨਾ ਉਹਨਾਂ ਦਾ ਬੁਨਿਆਦੀ ਹੱਕ ਸੀ। ਇਸ ਕਰਕੇ, ਇਹਨਾਂ ਭੱਦਰਲੋਕਾਂ ਨੇ ਬਿਨਾਂ ਕਿਸੇ ਅਧਿਐਨ ਜਾਂ ਚਿੰਤਨ ਤੋਂ ਧਰਮ ਨੂੰ ਪੱਛਮੀ ਸੰਬੋਧ ਰਿਲਿਜਨ ਦਾ ਸਮਅਰਥੀ ਮੰਨ ਲਿਆ। ਇਸ ਵਿਸ਼ੇ 'ਤੇ ਵਿਸਥਾਰ ਵਿੱਚ ਅਗਾਂਹ ਗੱਲ ਕਰਾਂਗੇ। ਪਹਿਲਾਂ ਪੰਜਾਬ ਦੀ ਸਾਹਿਤਿਕ ਸਥਾਪਤੀ ਨਾਲ਼ ਮੇਰੇ ਅਨੁਭਵ ਦੇ ਕੁਝ ਵੇਰਵੇ ਸਾਂਝੇ ਕਰਦੇ ਹਾਂ।

ਕਵਿਤਾ ਲਿਖਣ ਤੋਂ ਪਹਿਲਾਂ ਮੈਨੂੰ ਕਵਿਤਾ ਪੜ੍ਹਨ ਦੀ ਲਗਨ ਲੱਗੀ। ਅੱਸੀਵਿਆਂ ਦੇ ਮਗਰਲੇ ਅੱਧ ਵਿੱਚ, ਘੱਲੂਘਾਰਿਆਂ ਤੋਂ ਐਨ ਬਾਅਦ, ਮੇਰੇ ਵਰਗੇ ਸਿੱਖ ਨੌਜੁਆਨ ਲਈ ਕਵਿਤਾ ਪੜ੍ਹਨ ਦਾ ਖ਼ਾਸ ਅਰਥ ਸੀ ਜਿਸ ਦਾ ਮੈਨੂੰ ਉਸ ਵੇਲ਼ੇ ਸੁਚੇਤ ਅਹਿਸਾਸ ਨਹੀਂ ਸੀ। ਮੈਨੂੰ ਕਵਿਤਾ ਪੜ੍ਹਨੀ ਚੰਗੀ ਲੱਗਦੀ ਸੀ ਤੇ ਮੈਂ ਜ਼ਿਆਦਾਤਰ ਗਾ ਕੇ ਪੜ੍ਹਦਾ ਸੀ ਜਿਸ ਨੂੰ ਮੇਰੇ ਆਪਣੇ ਕੰਨ ਸੁਣਨਾ ਪਸੰਦ ਕਰਦੇ ਸਨ। ਕਵਿਤਾ ਨੂੰ ਇਉਂ ਪੜ੍ਹਨਾ ਨਿੱਤ-ਦਿਹਾੜੇ ਅੰਦਰ ਲਹਿੰਦੀ ਹਿੰਸਾ ਨੂੰ ਆਪੇ ਤੋਂ ਪਰ੍ਹੇ ਰੱਖਣ ਦਾ ਹੀਲਾ ਸੀ। ਇਹ ਅਖ਼ਬਾਰ ਦੇ ਸਿਰਜੇ ਜਹਾਨ ਦੇ ਸਮਾਨਅੰਤਰ ਆਪਣਾ ਪਸਾਰ ਸਿਰਜਣ ਦਾ ਜ਼ਰ੍ਹੀਆ ਸੀ ਕਿਉਂਕਿ ਉਹਨੀਂ ਦਿਨੀਂ ਅਖ਼ਬਾਰ ਹਿੰਸਾ ਦੇ ਮਾਧਿਅਮ ਸਨ। ਅਖ਼ਬਾਰ ਦੇ ਪਹਿਲੇ ਪੰਨੇ 'ਤੇ ਬੀਤੇ ਦਿਨ ਹੋਈਆਂ ਵਾਰਦਾਤਾਂ ਬਾਰੇ ਜਾਣਕਾਰੀ ਦੇਣ ਵਾਲ਼ੀ ਮੁੱਖ ਸੁਰਖ਼ੀ ਹੁੰਦੀ ਸੀ ਤੇ ਅੰਦਰ ਛਪੇ ਲੇਖਾਂ ਵਿੱਚ ਉਸ ਹਾਲਾਤ ਦੀ ਤਸ਼ਰੀਹ; ਬਾਹਰ ਹਿੰਸਾ ਦਾ ਵੇਰਵਾ ਹੁੰਦਾ ਸੀ, ਅੰਦਰ ਉਸ ਹਿੰਸਾ ਦੀ ਵਿਆਖਿਆ ਜੋ ਸਦਾ ਪੀੜਿਤ ਸਿੱਖਾਂ ਨੂੰ ਹੀ ਦੋਸ਼ੀ ਠਹਿਰਾਉਂਦੀ ਸੀ। ਅਖ਼ਬਾਰ ਲੋਕਾਂ ਨੂੰ ਖ਼ਾਸ ਤਰੀਕੇ ਨਾਲ਼ ਮਹਿਸੂਸ ਕਰਵਾਉਣ ਦੇ ਮਨਸੂਬੇ 'ਤੇ ਕੰਮ ਕਰਦੇ ਸਨ। ਅਖ਼ਬਾਰ ਲੋਕਾਂ ਨਾਲ਼ ਇਸ ਤਰ੍ਹਾਂ ਦਾ ਮਨੋਵਿਗਿਆਨਕ ਵਰਤਾਅ ਕਰਦੇ ਸਨ ਕਿ ਪੰਜਾਬ ਦੀ ਧਰਤੀ ਅਤੇ ਸਿੱਖਾਂ ਉੱਤੇ ਹੋ ਰਹੀ ਹਿੰਸਾ ਦੇ ਅਸਲ ਅਧਾਰ ਤੇ ਰੂਪ ਇੰਨੇ ਕੁ ਧੁੰਦਲ਼ੇ ਕਰ ਦਿੱਤੇ ਜਾਣ ਕਿ ਹਿੰਦੁਸਤਾਨੀ ਹਕੂਮਤ ਦੇ ਜ਼ੁਲਮ ਤੋਂ ਪੀੜਿਤ ਸਿੱਖ ਉਹਨਾਂ ਨੂੰ ਵੇਖ ਕੇ ਵੀ ਨਾ ਵੇਖ ਸਕਣ, ਆਪਣੇ ਸਰੀਰ 'ਤੇ ਸਭ ਕੁਝ ਝੱਲ ਕੇ ਵੀ ਮਹਿਸੂਸ ਨਾ ਕਰ ਸਕਣ ਕਿ ਉਹਨਾਂ ਨਾਲ਼ ਕੀ ਹੋ ਰਿਹਾ ਸੀ।

ਹਿੰਦੁਸਤਾਨੀ ਹਕੂਮਤ ਸਿੱਖਾਂ ਦੀ ਅੰਨ੍ਹੀ ਕਤਲੋਗਾਰਤ 'ਤੇ ਉਤਾਰੂ ਸੀ ਜਿਸ ਦੇ ਜੁਆਬ ਵਿੱਚ ਕਿਸੇ ਪੱਧਰ 'ਤੇ ਸਿੱਖ ਵੀ ਲੜਾਈ ਦੇ ਰਹੇ ਸਨ। ਸਿੱਖਾਂ ਦੇ ਹਥਿਆਰਬੰਦ ਸੰਘਰਸ਼ ਦੇ ਮੁਕਾਬਲੇ ਹਿੰਦੁਸਤਾਨੀ ਹਕੂਮਤ ਦਾ ਜਬਰ ਬਹੁਤ ਵੱਡੇ ਪੱਧਰ ਦੀ ਹਿੰਸਾ ਸੀ। ਇਸ ਹਿੰਸਾ ਦਾ ਕਹਿਰ ਤੇ ਨਿਰਦਈਪੁਣਾ ਸਿੱਖਾਂ 'ਤੇ ਹੋਏ ਪਹਿਲੀਆਂ ਹਕੂਮਤਾਂ ਦੇ ਜ਼ੁਲਮਾਂ ਨੂੰ ਮਾਤ ਪਾਉਂਦਾ ਸੀ। ਇਹ ਸਾਹਮਣੇ ਦਿਸਦੀ ਅਸਲੀਅਤ ਸੀ ਜਿਸ ਨੂੰ ਵੇਖਣ ਲਈ ਕਿਸੇ ਦਿੱਬ-ਦ੍ਰਿਸ਼ਟੀ ਦੀ ਲੋੜ ਨਹੀਂ ਸੀ। ਪਰ ਅਖ਼ਬਾਰੀ ਲੇਖਾਂ ਵਿੱਚ ਇਸ ਅਸਲੀਅਤ ਦਾ ਪਰਛਾਵਾਂ ਲੱਭਣਾ

ਵੀ ਔਖਾ ਸੀ। ਅਸਲੀਅਤ ਦੇ ਉਲਟ, ਅਖ਼ਬਾਰ ਹਕੂਮਤੀ ਜਬਰ ਨੂੰ ਘਟਾ ਕੇ ਅਤੇ ਸਿੱਖਾਂ ਦੀ ਆਪਣੀ ਹੋਂਦ ਲਈ ਲੜਾਈ ਨੂੰ ਵਧਾ-ਚੜ੍ਹਾਅ ਕੇ ਪੇਸ਼ ਕਰਦੇ ਸਨ। ਪੰਜਾਬ ਅਤੇ ਭਾਰਤ ਦੇ ਪੱਤਰਕਾਰੀ ਅਦਾਰੇ ਅਤੇ ਉਹਨਾਂ ਵਿੱਚ ਲਿਖਣ ਵਾਲੇ ਖੱਬੇਪੱਖੀ ਅਤੇ ਉਦਾਰਵਾਦੀ ਲੇਖਕ ਅਤੇ ਕਾਲਮਨਵੀਸ ਦਲੀਲ ਦਿੰਦੇ ਸਨ ਕਿ ਪੰਜਾਬ ਦੇ ਲੋਕ ਹਿੰਦੁਸਤਾਨੀ ਹਕੂਮਤ ਅਤੇ ਸਿੱਖ ਪ੍ਰਤੀਰੋਧ ਨਾਂ ਦੇ ਚੱਕੀ ਦੇ ਦੋ ਪੁੜਾਂ ਵਿੱਚ ਪਿਸ ਰਹੇ ਸਨ। ਦੋਵੇਂ ਤਰ੍ਹਾਂ ਦੀ ਹਿੰਸਾ ਗ਼ਲਤ ਸੀ ਤੇ ਪੰਜਾਬ ਵਿੱਚ ਕਿਸੇ ਵੀ ਕੀਮਤ ’ਤੇ ਸ਼ਾਂਤੀ ਆਉਣੀ ਚਾਹੀਦੀ ਸੀ। ਸੁਰਜੀਤ ਪਾਤਰ ਵਰਗੇ ਕਵੀ ਲਿਖ ਰਹੇ ਸਨ ਕਿ ਪੰਜਾਬ ਨੂੰ ਨਜ਼ਰ ਲੱਗ ਗਈ ਸੀ ਜਿਸ ਨੂੰ (ਕਿਸੇ ਟੂਣੇ-ਟਾਮਣ ਨਾਲ਼) ਉਤਾਰਨ ਦੀ ਲੋੜ ਸੀ। ਅਜਿਹਾ ਨਹੀਂ ਸੀ ਕਿ ਇਹ ਸਭ ਖ਼ੁਦ ਅਸਲੀਅਤ ਤੋਂ ਅਣਜਾਣ ਸਨ। ਅਸਲ ਵਿੱਚ ਇਹ ਲੋਕ ਗਿਣ-ਮਿਥ ਕੇ ਇਸ ਮਨਸੂਬੇ ’ਤੇ ਕੰਮ ਕਰ ਰਹੇ ਸਨ ਕਿ ਪੰਜਾਬ ਦੇ ਸਿੱਖ ਅਸਲੀਅਤ ਬਾਰੇ ਸਿੱਧੇ ਰੂਪ ਵਿੱਚ ਚੇਤੰਨ ਹੋ ਕੇ ਹਕੂਮਤ ਨੂੰ ਚੁਣੌਤੀ ਨਾ ਦੇਣ।

ਅਸਲੀਅਤ ਇਹ ਸੀ ਕਿ ਭਾਰਤ ਮਜ਼ਬੂਤ ਕੇਂਦਰ ਵਾਲ਼ਾ ਮੁਲਕ ਸੀ ਜਿੱਥੇ ਸੂਬਿਆਂ ਕੋਲ਼ ਨੀਤੀਆਂ ਅਤੇ ਕਾਨੂੰਨ ਘੜਨ ਦੇ ਅਧਿਕਾਰ ਨਾਮ-ਮਾਤਰ ਸਨ। ਸੰਨ ਚੁਰਾਸੀ ਤੋਂ ਪਹਿਲਾਂ ਸਿੱਖਾਂ ਦਾ ਸੰਘਰਸ਼ ਅਨੰਦਪੁਰ ਸਾਹਿਬ ਦਾ ਮਤਾ ਲਾਗੂ ਕਰਵਾਉਣ ਲਈ ਸੀ। ਅਨੰਦਪੁਰ ਸਾਹਿਬ ਦਾ ਮਤਾ ਸਿੱਖ ਸਿਆਸੀ ਪਾਰਟੀ ਸ਼੍ਰੋਮਣੀ ਅਕਾਲੀ ਦਲ ਦਾ ਸਿਆਸੀ ਲਕਸ਼ ਸੀ ਜਿਸ ਤਹਿਤ ਉਹ ਪੰਜਾਬ ਲਈ ਖ਼ੁਦਮੁਖ਼ਤਿਆਰੀ ਚਾਹੁੰਦੇ ਸਨ। ਸਿੱਖ ਖ਼ੁਦਮੁਖ਼ਤਿਆਰੀ ਰਾਹੀਂ ਬੁਨਿਆਦੀ ਜਮਹੂਰੀ ਹੱਕਾਂ ਦੀ ਮੰਗ ਕਰ ਰਹੇ ਸਨ। ਮਜ਼ਬੂਤ ਕੇਂਦਰ ਵਾਲ਼ੇ ਹਿੰਦੁਸਤਾਨੀ ਢਾਂਚੇ ਵਿੱਚ ਸਿੱਖਾਂ ਕੋਲ਼ ਬੁਨਿਆਦੀ ਜਮਹੂਰੀ ਹੱਕ ਨਹੀਂ ਸਨ। ਕਿਸੇ ਲੇਖਕ ਦੀ ਸਮਝ ਜਾਂ ਕਵੀ ਦੀ ਸੰਵੇਦਨਸ਼ੀਲਤਾ ਮਸਲੇ ਦੇ ਇਸ ਬੁਨਿਆਦੀ ਆਧਾਰ ਪ੍ਰਤੀ ਚੇਤੰਨਤਾ ਨਹੀਂ ਵਿਖਾ ਰਹੀ ਸੀ। ਹਿੰਦੁਸਤਾਨੀ ਹਕੂਮਤ ਚਾਹੁੰਦੀ ਸੀ ਕਿ ਸਿੱਖਾਂ ਦਾ ਸੰਘਰਸ਼ ਕਿਸੇ ਵੀ ਪ੍ਰਾਪਤੀ ਤੋਂ ਬਿਨਾਂ ਖ਼ਤਮ ਹੋਵੇ। ਖੱਬੇਪੱਖੀ ਅਤੇ ਉਦਾਰਵਾਦੀ ਲੇਖਕ, ਕਵੀ, ਅਤੇ ਪੱਤਰਕਾਰ ਸ਼ਾਂਤੀ ਦੀ ਦੁਹਾਈ ਦੇ ਕੇ ਸਿੱਖ ਸੰਘਰਸ਼ ਨੂੰ ਬਿਨਾਂ ਪ੍ਰਾਪਤੀ ਤੋਂ ਖ਼ਤਮ ਕਰਨ ਲਈ ਆਧਾਰ ਤਿਆਰ ਕਰ ਰਹੇ ਸਨ। ਉਪਰੋਕਤ ਲੇਖਕਾਂ ਦੀਆਂ ਲਿਖਤਾਂ ਨਾਲ਼ ਭਰੇ ਪੰਜਾਬੀ ਅਤੇ ਹਿੰਦੁਸਤਾਨੀ

ਅਖ਼ਬਾਰ ਸਮਾਜਿਕ ਅਤੇ ਸੱਭਿਆਚਾਰਕ ਪਸਾਰ ਸਿਰਜਦੇ ਸਨ ਜਿੱਥੇ ਸਿੱਖ-ਵਿਰੋਧੀ ਹਿੰਸਾ ਬਾਰੇ ਜਾਣਕਾਰੀ ਤੇ ਇਸ ਦਾ ਸ਼ਿੱਦਤ ਭਰਪੂਰ ਅਹਿਸਾਸ ਰੱਖਣ ਵਾਲ਼ੇ ਬੰਦੇ ਲਈ ਸਾਹ ਲੈਣਾ ਔਖਾ ਸੀ।

ਬਤੌਰ ਸਿੱਖ ਇਸ ਘੁਟਣ ਤੋਂ ਕਿਸੇ ਪੱਧਰ ਦੀ ਨਿਜਾਤ ਪਾਉਣੀ ਮੇਰੀ ਬੁਨਿਆਦੀ ਲੋੜ ਸੀ। ਪਹਿਲਾ ਆਸਰਾ ਗੁਰਬਾਣੀ ਦਾ ਸੀ। ਗੁਰਬਾਣੀ ਦਾ ਪਾਠ ਕਰਨਾ ਤੇ ਕਵਿਤਾ ਪੜ੍ਹਨਾ ਅਖ਼ਬਾਰਾਂ ਦੇ ਸਿਰਜੇ ਜਹਾਨ ਵਿੱਚ ਕੈਦ ਰਹਿਣ ਤੋਂ ਇਨਕਾਰੀ ਹੋਣਾ ਸੀ। ਲਹਿਰ ਵਿੱਚ ਬਹੁਤ ਸਾਰੇ ਬੰਦੇ ਸਨ ਜਿਹੜੇ ਸਿਰਫ਼ ਗੁਰਬਾਣੀ ਦਾ ਪਾਠ ਹੀ ਕਰਦੇ ਸਨ। ਉਹਨਾਂ ਦੀ ਅਵਸਥਾ ਵੀ ਬਹੁਤ ਉੱਚੀ ਸੀ। ਪਰ ਮੈਂ ਉਸ ਅਵਸਥਾ ਦਾ ਬੰਦਾ ਨਹੀਂ ਸੀ। ਮੈਂ ਸਮਕਾਲ਼ ਨਾਲ਼ ਘੁਲ਼ ਰਿਹਾ ਸੀ ਤੇ ਇਸ ਤੋਂ ਨਿਰਲੇਪ ਰਹਿਣ ਦੇ ਸਮਰੱਥ ਨਹੀਂ ਸੀ। ਮੈਨੂੰ ਪਤਾ ਨਹੀਂ ਸੀ ਕਿ ਮੈਂ ਠੀਕ ਸੀ ਜਾਂ ਗ਼ਲਤ, ਬੱਸ ਮਨਅੰਤਰ ਦੀ ਧੂਹ ਸੀ ਖੜ੍ਹੇ ਤੇ ਵਹਿੰਦੇ, ਸਾਰੇ ਕਿਸਮ ਦੇ, ਪਾਣੀਆਂ ਨੂੰ ਤਰ ਕੇ ਪਾਰ ਲੰਘਣ ਦੀ। ਕਈ ਵਾਰ ਲਗਦਾ ਹੈ ਕਿ ਮੈਂ ਗ਼ਲਤ ਹੀ ਸੀ। ਸਮਕਾਲ਼ ਨਾਲ਼ ਸਿੱਧਾ ਮੱਥਾ ਲਾ ਕੇ ਉਸ ਲੋੜ ਅਨੁਸਾਰ ਬੋਲੀ ਦੀ ਤਲਾਸ਼ ਕਰਨੀ ਛੋਟੇ ਘੇਰੇ ਵਾਲ਼ੀ ਕਸਰਤ ਸੀ। ਗੁਰਬਾਣੀ ਅਤੇ ਨਾਮ ਦੇ ਅਭਿਆਸੀ ਹੋਣਾ ਵਡੇਰੇ ਕਾਵਿਕ ਅਤੇ ਬਿਰਤਾਂਤਿਕ ਮੁਹਾਵਰੇ ਦੀ ਨੀਂਹ ਬਣਨਾ ਸੀ। ਭਾਵੇਂ ਕਿ ਮੈਂ ਤੁਰਦਾ-ਫਿਰਦਾ ਜਾਂ ਸਫ਼ਰ ਕਰਦਾ ਗੁਰਬਾਣੀ ਦਾ ਪਾਠ ਹੀ ਕਰਦਾ ਸੀ ਪਰ ਇਹ ਚੰਗੀ ਸ਼ੁਰੂਆਤ ਅਖੰਡ ਅਨੁਭਵ ਵਿੱਚ ਨਾ ਪਲ਼ਟ ਸਕੀ।

ਪਰ ਪੜ੍ਹਨ ਨਾਲ਼ ਲਿਖਣ ਲਈ ਪ੍ਰੇਰਨਾ ਵੀ ਮਿਲ਼ਦੀ ਹੈ ਤੇ ਕਾਵਿ ਮੁਹਾਵਰਾ ਸਿਰਜਣਾ ਕਾਫ਼ੀ ਸਹਿਜ ਹੋ ਜਾਂਦਾ ਹੈ। ਆਪਣਾ ਕਾਵਿਕ ਸਫ਼ਰ ਸ਼ੁਰੂ ਕਰਨ ਵੇਲ਼ੇ ਮੇਰੇ ਕੋਲ਼ ਇੱਕ ਖ਼ਾਸ ਬੋਲੀ ਸੀ ਜੋ ਮੈਂ ਆਪਣੀ ਵਿਰਾਸਤ 'ਚੋਂ ਹਾਸਲ ਕੀਤੀ ਸੀ। ਮੇਰੇ ਸਫ਼ਰ ਦੇ ਸੰਦਰਭ ਵਿੱਚ ਵਿਰਾਸਤ ਦੀ ਗੱਲ ਕਰੀਏ ਤਾਂ ਇਹ ਸਿੱਖ ਵਿਰਾਸਤ ਸੀ। ਪਰ ਉਸ ਵੇਲ਼ੇ ਸਿੱਖ ਵਿਰਾਸਤ ਵਿੱਚ ਆਧੁਨਿਕਤਾ ਇੱਕ ਸਦੀ ਤੋਂ ਵੀ ਲੰਮੇ ਸਮੇਂ ਤੋਂ ਵਿਘਨ ਪਾਉਂਦੀ ਆ ਰਹੀ ਸੀ। ਆਪਣੇ ਪਰਿਵਾਰ ਦੇ ਸਿੱਖੀ ਵੱਲ ਝੁਕਾਅ ਕਰਕੇ ਮੈਂ ਸਭ ਤੋਂ ਪਹਿਲਾਂ ਗੁਰਬਾਣੀ ਨਾਲ਼ ਹੀ ਜੁੜਿਆ ਸੀ ਪਰ ਕਵਿਤਾ ਲਿਖਣੀ ਸ਼ੁਰੂ ਕਰਨ ਵੇਲ਼ੇ ਮੈਂ ਇਸ ਕਾਬਲ ਨਹੀਂ ਸੀ ਕਿ

ਗੁਰਬਾਣੀ, ਭਾਈ ਗੁਰਦਾਸ, ਅਤੇ ਉਸ ਤੋਂ ਬਾਅਦ ਦੇ ਸਿੱਖ ਸਾਹਿਤ ਤੋਂ ਆਪਣੀ ਕਾਵਿ-ਬੋਲੀ ਹਾਸਲ ਕਰ ਸਕਦਾ।

ਸ਼ੁਰੂ ਵਿੱਚ ਪਾਠਕ ਵਜੋਂ ਮੇਰਾ ਝੁਕਾਅ ਸਿੱਖ ਇਤਿਹਾਸ ਜਾਂ ਗਲਪ ਵੱਲ ਸੀ। ਕਵਿਤਾ ਪੜ੍ਹਨ ਦਾ ਪਹਿਲਾ ਸਿਫ਼ਤੀ ਅਨੁਭਵ ਸਕੂਲ ਦੇ ਪਾਠਕ੍ਰਮ ਰਾਹੀਂ ਹੋਇਆ। ਇਸ ਤਰ੍ਹਾਂ ਮੇਰੀ ਵਿਰਾਸਤ ਗੁਰਮਤਿ ਕਾਵਿ, ਸੂਫ਼ੀ ਕਾਵਿ, ਕਿੱਸਾ ਕਾਵਿ, ਸ਼ਾਹ ਮੁਹੰਮਦ, ਅਤੇ ਆਧੁਨਿਕ ਸਿੱਖ ਕਾਵਿ ਬਣ ਗਈ। ਆਧੁਨਿਕ ਸਿੱਖ ਕਾਵਿ ਵਿੱਚੋਂ ਮੁੱਖ ਤੌਰ 'ਤੇ ਭਾਈ ਵੀਰ ਸਿੰਘ, ਪੂਰਨ ਸਿੰਘ, ਅਤੇ ਮੋਹਨ ਸਿੰਘ ਹੀ ਮੇਰੇ ਪ੍ਰੇਰਨਾ ਸਰੋਤ ਸਨ। ਪਾਠਕ੍ਰਮ ਵਿੱਚ ਸ਼ਾਮਲ ਆਧੁਨਿਕ ਕਵਿਤਾ ਨੇ ਮੇਰੇ ਅਵਚੇਤਨ ਵਿੱਚ ਇਹ ਗੱਲ ਬਹਾ ਦਿੱਤੀ ਸੀ ਕਿ ਨਵੀਂ ਪੰਜਾਬੀ ਕਵਿਤਾ ਦੀ ਬੋਲੀ ਕਿਹੋ ਜਿਹੀ ਹੋਣੀ ਚਾਹੀਦੀ ਹੈ; ਕਿ ਨਵੀਂ ਕਵਿਤਾ ਦੀ ਬੋਲੀ ਸਿੱਧੀ ਗੁਰਬਾਣੀ ਦੇ ਮੁਹਾਵਰੇ ਵਿੱਚੋਂ ਪੈਦਾ ਹੋਣ ਦੀ ਬਜਾਏ ਆਮ ਬੋਲ-ਚਾਲ ਵਾਲ਼ੀ ਤੇ ਸੈਕੂਲਰ ਮੁਹਾਵਰੇ ਵਾਲ਼ੀ ਆਧੁਨਿਕ ਪੰਜਾਬੀ ਵਿੱਚੋਂ ਨਿਕਲਣੀ ਚਾਹੀਦੀ ਹੈ। ਇਸ ਪ੍ਰਭਾਵ ਦਾ ਮੁੱਖ ਸਰੋਤ ਮੋਹਨ ਸਿੰਘ ਦੀ ਕਵਿਤਾ ਸੀ। ਇਸ ਤੋਂ ਬਾਅਦ ਦੀ ਕਵਿਤਾ ਨਾਲ਼ ਮੇਰਾ ਅਜੇ ਵਾਹ ਨਹੀਂ ਸੀ ਪਿਆ। ਇਸ ਲਈ ਮੈਂ ਆਪਣੇ ਸਮਕਾਲ਼ੀ ਕਾਵਿ-ਮੁਹਾਵਰਿਆਂ ਤੋਂ ਭੋਲ਼ੇ-ਭਾਅ ਹੀ, ਜਾਂ ਕਹਿ ਲਓ ਅਗਿਆਨ ਵੱਸ, ਅਣਭਿੱਜ ਰਿਹਾ ਜਿਸ ਕਰਕੇ ਆਧੁਨਿਕਤਾ ਕਾਰਨ ਹੋਏ ਮੇਰੇ ਰੂਪਾਂਤਰਨ ਦੀ ਕੋਈ ਹੱਦ ਰਹੀ।

ਪਰ ਬਸਤੀਵਾਦ ਰਾਹੀਂ ਆਏ ਫ਼ਲਸਫ਼ਾਨਾ ਵਿਘਨਾਂ ਦੇ ਬਾਵਜੂਦ ਪੰਜਾਬੀ ਕਵਿਤਾ ਵਿੱਚੋਂ ਸਿੱਖ ਬੋਲੀ ਦੀ ਗੂੰਜ ਕਿਸੇ ਨਾ ਕਿਸੇ ਰੂਪ ਵਿੱਚ ਸੁਣ ਹੀ ਜਾਂਦੀ ਸੀ। ਇਸ ਸਬੰਧ ਵਿੱਚ ਭਾਈ ਵੀਰ ਸਿੰਘ ਦੀ ਕਵਿਤਾ ਸਭ ਤੋਂ ਉੱਤਮ ਸਰੋਤ ਸੀ। ਉਹਨਾਂ ਦੀ ਕਵਿਤਾ ਦੀ ਆਧੁਨਿਕ ਪੰਜਾਬੀ ਗੁਰਬਾਣੀ ਦੀ ਜ਼ਮੀਨ 'ਤੇ ਹੀ ਖਿੜਦੀ ਸੀ।

ਸਕੂਲ ਦੇ ਪਾਠਕ੍ਰਮ ਤੋਂ ਬਾਹਰ ਸਭ ਤੋਂ ਪਹਿਲਾਂ ਜਿਹੜੀ ਕਵਿਤਾ ਨੇ ਮੈਨੂੰ ਖ਼ਾਸ ਤੌਰ 'ਤੇ ਖਿੱਚ ਪਾਈ ਉਹ ਪ੍ਰੀਤਮ ਸਿੰਘ ਕਾਸਦ ਦੀ 'ਅਜੇ ਤਾਂ ਸਾਡੀਆਂ ਰਗਾਂ 'ਚ ਕਲਗ਼ੀਧਰ ਦਾ ਖ਼ੂਨ ਹੈ' ਸੀ। ਮੈਂ ਇਸ ਕਵਿਤਾ ਦਾ ਇੱਕ ਹਿੱਸਾ "ਸਿੱਖ ਫੁਲਵਾੜੀ" ਰਸਾਲੇ ਵਿੱਚ ਪੜ੍ਹਿਆ ਸੀ ਜਿੱਥੇ ਕਵੀ ਦਾ ਨਾਮ ਨਹੀਂ ਸੀ

ਲਿਖਿਆ ਹੋਇਆ। ਪਰ ਇਹ ਕਾਵਿ-ਟੁਕੜੀ ਮੈਨੂੰ ਨਾਲ਼-ਦੀ-ਨਾਲ਼ ਚੇਤੇ ਹੋ ਗਈ, ਕਦੇ ਨਹੀਂ ਭੁੱਲੀ, ਤੇ ਲਗਾਤਾਰ ਧੂਹ ਪਾਉਂਦੀ ਰਹੀ:

ਉਠ ! ਨੇਜ਼ਿਆਂ ਤੇ ਟੰਗ ਦੇ,
ਭਈ ਕਟ ਬੰਦ ਬੰਦ ਦੇ
ਭਈ ਭੱਠੀਆਂ 'ਚ ਝੋਂਕ ਦੇ,
ਭਈ ਆਰਿਆਂ ਨੂੰ ਸੌਂਪ ਦੇ,
ਮੇਰੀ ਜਵਾਨੀ ਸੜ ਕੇ ਵੀ
ਮੇਰੀ ਜਵਾਨੀ ਕੜ੍ਹ ਕੇ ਵੀ
ਗਾਵੇਗੀ ਇਕੋ ਰਾਗਨੀ
ਕਿ ਧਰਮ ਪਿਛੇ ਮਰਨ ਵਿਚ
ਦਸਮੇਸ਼ ਦੇ ਦੁਲਾਰਿਆਂ ਦੀ
ਜਿੰਦ ਲਈ ਸਕੂਨ ਹੈ।
ਕੋਈ ਜ਼ੁਲਮ, ਕੋਈ ਸਿੱਤਮ
ਸਾਨੂੰ ਝੁਕਾ ਸਕਦਾ ਨਹੀਂ,
ਅਜੇ ਤਾਂ ਸਾਡੀਆਂ ਰਗਾਂ 'ਚ
ਕਲਗੀਧਰ ਦਾ ਖ਼ੂਨ ਹੈ।

ਮੈਨੂੰ ਟੁੰਬਣ ਵਾਲ਼ੀ ਅਗਲੀ ਕਵਿਤਾ ਮੋਹਨ ਸਿੰਘ ਦੀ 'ਸਿੱਖੀ ਦਾ ਬੂਟਾ' ਸੀ। ਇਹ ਕਵਿਤਾ ਸਾਡੇ ਬਾਪੂ ਜੀ ਰਾਤ ਨੂੰ ਰੋਟੀ ਤੋਂ ਬਾਅਦ ਅਕਸਰ ਪੜ੍ਹ ਕੇ ਸੁਣਾਉਂਦੇ ਸੀ। ਮੋਹਨ ਸਿੰਘ ਦੀ 'ਸਿਪਾਹੀ ਦਾ ਦਿਲ', ਜੋ ਸਕੂਲ ਦੇ ਪਾਠਕ੍ਰਮ ਦਾ ਹਿੱਸਾ ਸੀ, ਵੀ ਮੇਰੀ ਮਨਭਾਉਂਦੀ ਕਵਿਤਾ ਸੀ। ਇਸ ਤੋਂ ਬਾਅਦ "ਸਾਵੇ ਪੱਤਰ" ਵਿੱਚ ਸ਼ਾਮਲ ਕਵਿਤਾਵਾਂ 'ਦੇਸ਼ ਪਿਆਰ', 'ਛੱਤੋ ਦੀ ਬੇਰੀ', ਤੇ 'ਅੰਬੀ ਦੇ ਬੂਟੇ ਥੱਲੇ' ਬਹੁਤ ਸ਼ੌਕ ਨਾਲ਼ ਪੜ੍ਹੀਆਂ। ਵਿਧਾਤਾ ਸਿੰਘ ਤੀਰ ਦੀਆਂ ਕਵਿਤਾਵਾਂ 'ਪਾਂਡੀ ਪਾਤਸ਼ਾਹ' ਤੇ 'ਖੇਤਾਂ ਦਾ ਸਾਧੂ' ਦੀ ਲੈਅ ਮੇਰੇ ਮਨ ਨੂੰ ਬਹੁਤ ਭਾਉਂਦੀ ਸੀ। ਉਸ ਵੇਲ਼ੇ ਮੇਰੀ ਕਵਿਤਾ ਲਿਖਣ ਵਿੱਚ ਕੋਈ ਮੁਹਾਰਤ ਨਹੀਂ ਸੀ,

ਕੋਈ ਖ਼ਾਸ ਰੁਚੀ ਵੀ ਨਹੀਂ ਸੀ। ਪਰ ਇਹ ਮੇਰੀ ਖ਼ੁਸ਼ਕਿਸਮਤੀ ਸੀ ਕਿ ਮੇਰੀ ਦਿਲਚਸਪੀ ਲਿਖਣ ਨਾ.ਲੋਂ ਪੜ੍ਹਨ ਵਿੱਚ ਜ਼ਿਆਦਾ ਸੀ।

ਮੈਂ ਕਵਿਤਾ ਰਸ ਲੈਣ ਲਈ ਹੀ ਪੜ੍ਹਦਾ ਸੀ। ਕਵਿਤਾ ਨਾ.ਲ ਮੇਰੇ ਇਸ ਨਾਤੇ ਦਾ ਕੀ ਅਰਥ ਹੈ? ਇਹ ਕਹਿਣਾ ਔਖਾ ਹੈ ਕਿ ਕਿਸੇ ਖ਼ਾਸ ਵਿਅਕਤੀ ਦਾ ਖ਼ਾਸ ਕਵਿਤਾ ਨਾ.ਲ ਨਿੱਜੀ ਨਾਤਾ ਕਿਉਂ ਹੁੰਦਾ ਹੈ ਜਾਂ ਇਸ ਸਬੰਧ ਦੇ ਕਿਹੋ ਜਿਹੇ ਆਧਾਰ ਹੁੰਦੇ ਹਨ। ਇਸ ਲਈ ਬਿਹਤਰ ਹੈ ਕਿ ਇਸ ਵਿਸ਼ੇ ਨੂੰ ਅੰਤਰਮੁਖੀ ਸੰਦਰਭ ਵਿੱਚ ਹੀ ਵੇਖਿਆ ਜਾਵੇ। ਇੱਕ ਵਿਅਕਤੀ ਦਾ ਸਫ਼ਰ ਇੱਕ ਮਿਸਾਲ ਹੈ ਜੋ ਚੰਗੀ ਜਾਂ ਮਾੜੀ ਹੋ ਸਕਦੀ ਹੈ। ਇਹ ਕਵਿਤਾ ਨਾ.ਲ ਮਨੁੱਖੀ ਨਾਤੇ ਦੀ ਇੱਕ ਤਰਜ਼ ਹੈ ਜਿਸ ਦੀ ਕੋਈ ਆਮ ਜਾਂ ਖ਼ਾਸ ਵੰਨਗੀ ਹੋ ਸਕਦੀ ਹੈ। ਇਸ ਲਈ, ਹਰ ਅੰਤਰਮੁਖੀ ਅਨੁਭਵ ਮਾਅਨਾ ਰੱਖਦਾ ਹੈ।

ਕਵਿਤਾ ਪੜ੍ਹਨ ਨਾ.ਲ ਇਸ ਅੰਦਰਲੇ ਨੁਮਾਇੰਦਗੀ ਦੇ ਸਰੋਦੀ ਰੂਪ ਆਪ-ਮੁਹਾਰੇ ਅੰਦਰ ਲਹਿ ਜਾਂਦੇ ਹਨ ਤੇ ਕਈ ਤਰ੍ਹਾਂ ਦੇ ਅਨੁਭਵਾਂ ਨੂੰ ਜ਼ੁਬਾਨ ਦੇਣ ਦਾ ਸਾਧਨ ਬਣਦੇ ਹਨ। ਕਿਸੇ ਅਜਿਹੀ ਪ੍ਰੇਰਨਾ ਤਹਿਤ ਮੈਂ ਲਿਖਣ ਦੇ ਤਜਰਬੇ ਕਰਨੇ ਸ਼ੁਰੂ ਕਰ ਦਿੱਤੇ। ਮੇਰੀਆਂ ਪਹਿਲੀਆਂ ਕਵਿਤਾਵਾਂ ਬੈਂਤ ਛੰਦ ਵਿੱਚ ਸਨ। ਮੇਰੇ ਤਾਇਆ ਜੀ ਸ. ਮਲਕੀਤ ਸਿੰਘ ਨੇ ਸਲਾਹ ਦਿੱਤੀ ਕਿ ਜੇ ਤੈਨੂੰ ਕਵਿਤਾ ਲਿਖਣ ਦਾ ਸ਼ੌਕ ਹੈ ਤਾਂ ਸੰਪੂਰਨ ਸਿੰਘ ਝੱਲੇ ਨੂੰ ਜ਼ਰੂਰ ਮਿ.ਲ। ਉਸ ਕਵਿਤਾ ਲਈ ਝੱਲਾ ਸਾਹਿਬ ਵਾਕਈ ਪ੍ਰਬੀਨ ਉਸਤਾਦ ਸਨ।

ਝੱਲਾ ਸਾਹਿਬ ਦੀ ਫ਼ਰੀਦਕੋਟ ਰੇਲਵੇ ਸਟੇਸ਼ਨ ਕੋ.ਲ ਛੋਟੀ ਜਿਹੀ ਚਾਹ ਦੀ ਦੁਕਾਨ ਸੀ। ਸਾਹਮਣੇ ਚਾਹ ਵਾ.ਲੇ ਪਤੀਲੇ-ਗਲਾਸ ਵਗ਼ੈਰਾ ਪਏ ਸਨ ਤੇ ਪਿੱਛੇ ਝੱਲਾ ਸਾਹਿਬ ਆਪਣੇ ਆਸਣ 'ਤੇ ਬੈਠੇ ਸਨ। ਮੈਂ ਜਾ ਕੇ ਸਤਿ ਸ੍ਰੀ ਅਕਾਲ ਕਹੀ ਤਾਂ ਉਹਨਾਂ ਸੱਜੇ ਪਾਸੇ ਵੱਲ ਨੂੰ ਹੱਥ ਕਰਕੇ ਕਿਹਾ ਅੰਦਰ ਆ ਜਾ। ਮੈਂ ਛੋਟੇ ਜਿਹੇ ਬੂਹੇ ਥਾਣੀਂ ਅੰਦਰ ਗਿਆ ਤਾਂ ਇਉਂ ਲੱਗਿਆ ਜਿਵੇਂ ਕਿਸੇ ਗੁਫਾ ਵਿੱਚ ਆਣ ਵੜਿਆ ਸੀ। ਮੈਂ ਗੁਫਾ ਦੇ ਹਨੇਰੇ ਖੂੰਜੇ ਵਿੱਚ ਬੈਠਾ ਸੀ ਤੇ ਝੱਲਾ ਸਾਹਿਬ ਕਵਿਤਾ ਅਤੇ ਸੂਰਜ ਦੋਹਾਂ ਦੇ ਜਲਾਲ ਨਾ.ਲ ਦਮਕ ਰਹੇ ਸੀ। ਉਹਨਾਂ ਨੇ ਕਰਤਾਰ ਸਿੰਘ ਬਲੱਗਣ ਤੇ ਹੋਰ ਕਈ ਕਵੀਆਂ ਦੇ ਹਵਾਲੇ ਨਾ.ਲ ਗੱਲ ਕਰਦਿਆਂ ਕਵਿਤਾ ਦੇ ਰੰਗ-ਰੂਪ ਬਾਰੇ ਵਿਦਵਤਾ ਭਰਪੂਰ ਟਿੱਪਣੀਆਂ ਕੀਤੀਆਂ। ਮੇਰੇ ਲਈ ਇਹ ਨਵਾਂ

ਤੇ ਤਰੋ-ਤਾਜ਼ਾ ਅਨੁਭਵ ਸੀ, ਇਸ ਲਈ ਮੈਂ ਬੈਠਾ ਚੁੱਪ-ਚਾਪ ਸੁਣਦਾ ਰਿਹਾ। ਫੇਰ ਝੱਲਾ ਸਾਹਿਬ ਨੇ ਮੈਨੂੰ ਕੁਝ ਸੁਣਾਉਣ ਲਈ ਕਿਹਾ। ਮੈਂ ਇੱਕ ਤੁਕ ਬੋਲੀ: "ਸਾਡੇ ਸਿਰਾਂ ਦੇ ਪੈਂਵਦੇ ਮੁੱਲ ਮੀਆਂ" ਤਾਂ ਉਹ ਮੈਨੂੰ ਟੋਕ ਕੇ ਗਰਜੇ, "ਇਹ ਕੀ ਐ? ਇਹ ਮੀਆਂ ਕੀ ਹੁੰਦੈ? ਤੂੰ ਮੁਸਲਮਾਨ ਐਂ?" ਫਿਰ ਉਹ ਵਜਦ ਵਿੱਚ ਸਿਰ ਹਿਲਾ ਕੇ ਪੂਰੇ ਜਾਹੋ-ਜਲਾਲ ਵਿੱਚ ਬੋਲੇ, "ਲਿਖ! ਸਾਡੇ ਸਿਰਾਂ ਦੇ ਪੈਂਦੇ ਨੇ ਮੁੱਲ ਸਿੰਘੋ।" ਮੇਰੇ ਲਈ ਇਹ ਸਬਕ ਬੜਾ ਲਾਹੇਵੰਦ ਸਾਬਤ ਹੋਇਆ। ਇੱਕ ਤਾਂ ਸਿੱਖ ਸ਼ਬਦਾਵਲੀ ਨਾ.ਲ ਅਜਿਹੀ ਅਪਣੱਤ ਪੰਜਾਬੀ ਦੇ ਸਾਹਿਤਿਕ ਦਾਇਰਿਆਂ ਵਿੱਚ ਆਮ ਤੌਰ 'ਤੇ ਵਰਜਿਤ ਹੁੰਦੀ ਸੀ। ਦੂਜਾ, ਝੱਲਾ ਸਾਹਿਬ ਨੇ ਮੈਨੂੰ ਬੈਂਤ ਦੀ ਸਹੀ ਲੈਅ ਦੇ ਦਿੱਤੀ ਜਿਸ ਨੂੰ ਮੈਂ ਬਾਅਦ ਵਿੱਚ ਚੰਗੀ ਤਰ੍ਹਾਂ ਪਕਾ ਲਿਆ। ਪਰ ਅਫ਼ਸੋਸ ਕਿ ਮੈਂ ਦੁਬਾਰਾ ਝੱਲਾ ਸਾਹਿਬ ਕੋ.ਲ ਨਾ ਜਾ ਸਕਿਆ। ਇਸ ਦੀ ਵਜ੍ਹਾ ਸੀ ਕਿ ਉਹਨਾਂ ਦੀ ਦੁਕਾਨ 'ਤੇ ਕਈ ਕਿਸਮ ਦੇ ਤਮਾਕੂਨੋਸ਼ ਜਿਹੇ ਬੰਦਿਆਂ ਦਾ ਆਉਣਾ-ਜਾਣਾ ਸੀ ਜੋ ਮੇਰੇ ਲਈ ਅਸਹਿ ਸੀ।

ਥੋੜ੍ਹੇ ਚਿਰ ਬਾਅਦ ਬਾਪੂ ਜੀ ਨੇ ਫ਼ਰੀਦਕੋਟ ਕਚਹਿਰੀਆਂ ਵਿੱਚ ਕੰਮ ਕਰਦੇ ਸਰਕਾਰੀ ਮੁਲਾਜ਼ਮ ਵਿਰਸਾ ਸਿੰਘ ਦੇ ਘਰੇ ਹੁੰਦੀਆਂ ਸਾਹਿਤਿਕ ਬੈਠਕਾਂ ਬਾਰੇ ਦੱਸਿਆ। ਮੈਂ ਉਹਨਾਂ ਵਿੱਚੋਂ ਦੋ ਬੈਠਕਾਂ ਵਿੱਚ ਸ਼ਾਮਲ ਹੋਇਆ। ਪਹਿਲੀ, ਕਵੀ ਸਵਰਨਜੀਤ ਸਿੰਘ ਸਵੀ ਨਾ.ਲ ਸੀ, ਤੇ ਦੂਜੀ, ਕਹਾਣੀਕਾਰ ਲਾਲ ਸਿੰਘ ਨਾ.ਲ। ਦੂਜੀ ਬੈਠਕ ਵਿੱਚ ਲਾਲ ਸਿੰਘ ਨੇ ਆਪਣੀ ਕਹਾਣੀ "ਧੁੱਪ-ਛਾਂ" ਪੜ੍ਹ ਕੇ ਸੁਣਾਈ। ਬੈਠਕ ਵਿੱਚ ਧਰਮ ਕੰਮੇਆਣਾ, ਹਰਮੀਤ ਵਿਦਿਆਰਥੀ, ਕੁਮਾਰ ਜਗਦੇਵ ਸਿੰਘ, ਵਿਜੇ ਵਿਵੇਕ, ਰਾਜਿੰਦਰ ਬਿਮਲ, ਤੇਜਵਿੰਦਰ ਤੇ ਹੋਰ ਕਈ ਜਣੇ ਸ਼ਾਮਲ ਸਨ। ਕਹਾਣੀ "ਧੁੱਪ-ਛਾਂ" ਪੰਜਾਬ ਵਿੱਚ ਸਥਾਪਿਤ ਵਿਸ਼ਲੇਸ਼ਣ ਦੇ ਮਾਰਕਸੀ ਮਿਆਰਾਂ ਦੀ ਸਹੀ ਤਰਜਮਾਨੀ ਕਰਦੀ ਸੀ। ਕਹਾਣੀ ਅਨੁਸਾਰ ਅੱਸੀਵਿਆਂ ਵਿੱਚ ਪੰਜਾਬ ਵਿੱਚ ਹੋਈ ਸਿੱਖੀ ਦੀ ਪੁਨਰ-ਸੁਰਜੀਤੀ ਗੁੰਡਾ ਬਿਰਤੀ ਵਾ.ਲੇ ਮੌਕਾਪ੍ਰਸਤ ਵਪਾਰੀ ਲੋਕਾਂ ਦੇ ਤਾਕਤ ਹਾਸਲ ਕਰਨ ਦੇ ਢਕਵੰਜ ਤੋਂ ਬਿਨਾਂ ਕੁਝ ਨਹੀਂ ਸੀ। "ਧੁੱਪ-ਛਾਂ" ਪੰਜਾਬ ਦੇ ਸਰਕਾਰੀ ਸਕੂਲਾਂ ਦੇ ਅਧਿਆਪਕਾਂ ਦੀ ਆਪਣੀ ਕਿਰਤ ਪ੍ਰਤੀ ਬਦ-ਦਿਆਨਤਦਾਰੀ ਦੇ ਮੁੱਦੇ ਨੂੰ ਛੁਟਿਆਉਣ ਦੀ ਕੋਸ਼ਿਸ਼ ਕਰਦੀ ਸੀ। ਕਹਾਣੀ ਮੁਤਾਬਕ ਪੰਜਾਬ ਵਿੱਚ ਫ਼ਿਰਕਾਪ੍ਰਸਤੀ ਕਿਸੇ ਅਣਦਿਸਦੀ

ਥਾਂ ਤੋਂ ਅਚਾਨਕ ਆ ਫੈਲੀ ਵਬਾ ਸੀ। ਕਹਾਣੀ ਨੇ ਹਕੂਮਤੀ ਹਿੰਸਾ ਦੇ ਬਿਰਤਾਂਤਿਕ, ਕਾਨੂੰਨੀ, ਅਤੇ ਫ਼ੌਜੀ ਆਦਿਕ ਸਾਰੇ ਪੱਖ ਛੁਟਿਆ ਦਿੱਤੇ ਸਨ। ਉਹਨਾਂ ਦਾ ਵੇਰਵਾ ਇੱਕ ਪਾਤਰ ਦਾ ਨਜ਼ਰੀਆ ਹੋਣ ਤੱਕ ਸੀਮਿਤ ਸੀ। ਕਹਾਣੀ ਨੇ ਹਕੂਮਤ ਖ਼ਿਲਾਫ਼ ਲੜਦੇ ਸਿੱਖਾਂ ਨੂੰ ਹਰ ਧਰਮ ਅਤੇ ਹਰ ਆਰਥਿਕ ਵਰਗ ਦੇ ਲੋਕਾਂ ਦੇ ਜੀਵਨ ਦੁਸ਼ਵਾਰ ਬਣਾਉਣ ਵਾਲ਼ੀ ਧਿਰ ਬਣਾ ਕੇ ਪੇਸ਼ ਕੀਤਾ ਸੀ।[੪] ਅਜਿਹਾ ਨਹੀਂ ਸੀ ਕਿ ਕਹਾਣੀਕਾਰ ਨੇ ਜੀਵਨ ਦੇ ਜਿਸ ਮਰਜ਼ੀ ਪੱਖ ਨੂੰ ਵਧਾ-ਚੜ੍ਹਾ ਲਿਆ ਤੇ ਜਿਸ ਨੂੰ ਮਰਜ਼ੀ ਛੁਟਿਆ ਦਿੱਤਾ। ਕਹਾਣੀਕਾਰ ਨੇ ਬੜੇ ਜ਼ਾਬਤੇ ਨਾਲ਼ ਭਾਰਤ ਦੀ ਸੈਕੂਲਰ ਰਾਸ਼ਟਰਵਾਦੀ ਸਥਾਪਤੀ ਦੀਆਂ ਨਿਸ਼ਚਿਤ ਕੀਤੀਆਂ ਬਿਰਤਾਂਤਿਕ ਲੀਹਾਂ ਦੀ ਪੈਰਵਾਈ ਕੀਤੀ। ਉਸ ਵੇਲ਼ੇ ਦੇ ਪੰਜਾਬ ਵਿਚਲੀ ਜ਼ਿੰਦਗੀ ਦੀ ਅਸਲੀਅਤ ਇਹ ਸੀ ਕਿ ਸਿੱਖ ਬਹੁਗਿਣਤੀ ਹਿੰਦੂਆਂ ਅਤੇ ਉਹਨਾਂ ਵੱਲੋਂ ਚੁਣੀ ਜਾਂਦੀ ਹਕੂਮਤ ਦੇ ਫ਼ਿਰਕਾਪ੍ਰਸਤ ਰਵੱਈਏ ਅਤੇ ਉਸ ਵਿੱਚੋਂ ਨਿਕਲ਼ਦੀ ਹਿੰਸਾ ਦਾ ਸ਼ਿਕਾਰ ਸਨ। ਪਰ ਬੌਧਿਕ ਅਤੇ ਸਾਹਿਤਿਕ ਜਗਤ ਵਿੱਚ ਇਹੀ ਸੱਚ ਸੀ ਕਿ ਸਿੱਖ ਦੋਸ਼ੀ ਹਨ ਕਿਉਂਕਿ ਉਹਨਾਂ ਨੇ ਲੜਾਈ ਹੀ ਗ਼ਲਤ ਵਿੱਢੀ ਹੈ। ਇਸ ਪਹੁੰਚ ਮੁਤਾਬਕ ਧਰਮ ਕੱਟੜਤਾ ਅਤੇ ਫ਼ਿਰਕਾਪ੍ਰਸਤੀ ਦੀ ਬੁਨਿਆਦ ਹੈ। ਧਾਰਮਿਕ ਫ਼ਿਰਕਾਪ੍ਰਸਤੀ ਵੱਡੇ ਕਲੇਸ਼ਾਂ ਅਤੇ ਕਤਲੋਗਾਰਤਾਂ ਦਾ ਕਾਰਨ ਰਹੀ ਹੈ। ਸਿੱਖ ਧਾਰਮਿਕ ਸਰੋਕਾਰ ਰੱਖਦੇ ਹਨ ਇਸ ਲਈ ਉਹ ਬੁਨਿਆਦੀ ਤੌਰ 'ਤੇ ਹੀ ਗ਼ਲਤ ਹਨ। ਪੰਜਾਬ ਦੀ ਹਿੰਦੁਸਤਾਨੀ ਕਾਨੂੰਨ ਅਤੇ ਨੀਤੀ ਘੜਨ ਦੇ ਅਮਲ ਰਾਹੀਂ ਹੋਈ ਤਬਾਹੀ ਕੋਈ ਮੁੱਦਾ ਨਹੀਂ ਕਿਉਂਕਿ ਸਿੱਖ ਧਾਰਮਿਕ ਹਨ। ਸਿੱਖਾਂ ਵੱਲੋਂ ਉਪਰੋਕਤ ਤਬਾਹੀ ਤੋਂ ਬਚਣ ਲਈ ਹਿੰਦੁਸਤਾਨੀ ਢਾਂਚੇ ਅੰਦਰ ਖ਼ੁਦਮੁਖ਼ਤਿਆਰੀ ਦੀ ਮੰਗ ਵੀ ਜਾਇਜ਼ ਨਹੀਂ ਸੀ ਕਿਉਂਕਿ ਇਸ ਨਾਲ਼ "ਖ਼ਾਲਸਾ ਜੀ ਦੇ ਬੋਲਬਾਲੇ" ਵਰਗੇ ਸਿੱਖ ਸਰੋਕਾਰ ਜੁੜੇ ਹੋਏ ਹਨ। ਇਹਨਾਂ ਬੌਧਿਕ ਹਲਕਿਆਂ ਲਈ ਇਸ ਗੱਲ ਦਾ ਕੋਈ ਅਰਥ ਨਹੀਂ ਸੀ ਕਿ ਹਿੰਦੂ ਸਾਮਰਾਜ ਦੀ ਹਿੰਸਾ ਤੋਂ ਬਚਣ ਲਈ ਸਿੱਖ ਭਾਰਤ ਦੇ ਅੰਦਰ ਹੀ ਆਪਣਾ ਸੁਰੱਖਿਅਤ ਸੱਭਿਆਚਾਰਕ ਅਤੇ ਸਿਆਸੀ ਪਸਾਰ ਚਾਹੁੰਦੇ ਹਨ ਜੋ ਕਿ ਸਿੱਖਾਂ ਦੀ ਬੁਨਿਆਦੀ ਲੋੜ ਸੀ। ਇਹਨਾਂ ਬੁੱਧੀਜੀਵੀਆਂ ਲਈ ਸਿਰਫ਼ ਇਹ

ਸਿਧਾਂਤਿਕ ਲੀਹ ਮਾਅਨਾ ਰੱਖਦੀ ਸੀ ਕਿ ਮਨੁੱਖੀ ਸਰੋਕਾਰਾਂ ਦੀ ਨਿਸ਼ਾਨਦੇਹੀ ਸਿਰਫ਼ ਆਰਥਿਕ ਲੀਹਾਂ 'ਤੇ, ਜਮਾਤੀ ਵੰਡ ਦੇ ਆਧਾਰ 'ਤੇ, ਹੀ ਕੀਤੀ ਜਾਵੇ।

ਲਾਲ ਸਿੰਘ ਦੀ ਕਹਾਣੀ 'ਤੇ ਹੋਈ ਬਹਿਸ ਵਿੱਚ ਵਿੱਚ ਉਕਤ ਸਿਧਾਂਤਿਕ ਲੀਹਾਂ ਦੀ ਨਿਰਲੱਜ ਪੈਰਵਾਈ ਵੇਖਣ ਵਿੱਚ ਆਈ। ਬੈਠਕ ਵਿੱਚ ਸ਼ਾਮਲ ਲੇਖਕਾਂ 'ਚੋਂ ਇੱਕ ਵੀ ਬੰਦਾ ਨਹੀਂ ਸੀ ਜਿਸ ਦੇ ਦਿਲ ਵਿੱਚ ਪੰਜਾਬ ਦੀ ਧਰਤੀ ਅਤੇ ਓਥੇ ਵੱਸਦੇ ਸਿੱਖਾਂ ਉੱਤੇ ਹੋ ਰਹੀ ਹਿੰਸਾ ਬਾਰੇ ਕੋਈ ਦਰਦ ਜਾਂ ਸਰੋਕਾਰ ਜਾਗਿਆ ਹੋਵੇ। ਇੱਕ ਵੀ ਅਜਿਹਾ ਨਹੀਂ ਸੀ ਜਿਸ ਕੋਲ ਸਥਾਨਿਕ ਸਥਿਤੀਆਂ ਤੋਂ ਬੇਲਾਗ ਮਾਰਕਸੀ ਸਿਧਾਂਤਵਾਦ ਬਾਰੇ ਕੋਈ ਆਲੋਚਨਾਤਮਕ ਸੁਆਲ ਹੋਵੇ। ਇਸ ਬਹਿਸ ਦਾ ਬੌਧਿਕ ਪਸਾਰ, ਜਿਸ ਵਿੱਚ ਹਰ ਬੰਦੇ ਦੀ ਦ੍ਰਿਸ਼ਟੀ ਉਸੇ ਮਾਰਕਸੀ ਸਿਧਾਂਤਿਕ ਚੌਖਟੇ ਵਿੱਚ ਕੈਦ ਸੀ, ਚੰਗੀ ਤਰ੍ਹਾਂ ਪਰਿਭਾਸ਼ਿਤ ਕੀਤਾ ਹੋਇਆ ਤੰਗ ਦਾਇਰਾ ਸੀ ਜੋ ਮੈਨੂੰ ਅਲਹਿਦਗੀ ਦੇ ਅਹਿਸਾਸ ਵੱਲ ਧੱਕ ਰਿਹਾ ਸੀ। ਇਹ ਵਿਸ਼ਲੇਸ਼ਣ ਮੇਰੇ ਲਈ ਬਿਲਕੁਲ ਵੱਖਰਾ ਅਨੁਭਵ ਸੀ ਜਿਸ ਨੇ ਮੇਰੇ ਸਾਹਮਣੇ ਨਵੇਂ ਸੁਆਲ ਤੇ ਤੌਖਲੇ ਖੜ੍ਹੇ ਕੀਤੇ। ਮੇਰੇ ਲਈ ਇਹਨਾਂ ਸੁਆਲਾਂ ਅਤੇ ਤੌਖਲਿਆਂ ਨਾਲ਼ ਸਿੱਧਾ ਮੱਥਾ ਲਾਉਣਾ ਜ਼ਰੂਰੀ ਸੀ। ਇਹ ਅਮੁੱਲ ਅਨੁਭਵ ਸੀ ਜੋ ਪੰਜਾਬ ਦੀ ਪ੍ਰਗਤੀਵਾਦੀ ਲਹਿਰ ਬਾਰੇ ਕਿਸੇ ਵੀ ਕਿਤਾਬ ਵਿੱਚੋਂ ਹਾਸਲ ਨਹੀਂ ਸੀ ਹੋ ਸਕਦਾ। ਇਹ ਜ਼ਮੀਨ 'ਤੇ ਵਰਤ ਰਹੀ ਬਿਰਤਾਂਤਿਕ ਹਿੰਸਾ ਨਾਲ਼ ਮੇਰਾ ਸਿੱਧਾ ਤਜਰਬਾ ਸੀ। ਮਾਰਕਸੀਆਂ ਦਾ ਸਿੱਧਾ ਐਲਾਨ ਸੀ: ਚੁੱਪ ਕਰਕੇ ਆਪਣੇ-ਆਪ ਨੂੰ ਸਾਡੇ ਵਿਚਾਰਧਾਰਕ ਚੌਖਟੇ ਵਿੱਚ ਢਾਲ਼ੋ ਜਾਂ ਸਾਹਿਤਿਕ ਹਲਕਿਆਂ ਵਿੱਚੋਂ ਬੇਦਖ਼ਲੀ ਲਈ ਤਿਆਰ ਰਹੋ। ਜ਼ਾਹਰ ਹੈ ਬਤੌਰ ਸਿੱਖ ਮੇਰੀ ਹੋਣੀ ਇਸ ਸਾਹਿਤਿਕ ਸਥਾਪਤੀ ਤੋਂ ਬਾਹਰ ਰਹਿਣਾ ਹੀ ਸੀ। ਅਲਹਿਦਗੀ ਦੇ ਇਸ ਅਨੁਭਵ ਨੇ ਮੇਰੇ ਅੰਦਰ ਆਪਣੀ ਬੋਲੀ ਦੀ ਭਾਲ਼ ਦਾ ਅਣਜਾਣਿਆ ਜਿਹਾ ਅਹਿਸਾਸ ਪੈਦਾ ਕੀਤਾ ਜਿਸ ਦੀ ਸੁਚੇਤ ਪ੍ਰਤੀਤੀ ਕਰਨ ਲਈ ਮੈਨੂੰ ਕੁਝ ਸਾਲ ਲੱਗ ਗਏ।

ਲਾਲ ਸਿੰਘ ਦੀ ਕਹਾਣੀ 'ਤੇ ਬਹਿਸ ਤੋਂ ਬਾਅਦ ਕਵਿਤਾਵਾਂ ਦਾ ਦੌਰ ਸ਼ੁਰੂ ਹੋਇਆ ਤਾਂ ਮੈਂ ਵੀ ਆਪਣੀ ਬੈਂਤ ਵਿੱਚ ਲਿਖੀ ਕਵਿਤਾ ਸੁਣਾਈ। ਬੈਂਤ ਦੀ ਲੈਅ ਨੇ ਕਵੀ-ਸਰੋਤਿਆਂ ਦੇ ਮਨ ਵਿੱਚ ਬੇਚੈਨੀ ਪੈਦਾ ਕੀਤੀ। ਮੇਰੇ ਲਈ ਇਹ

ਬੇਚੈਨੀ ਅਣਕਿਆਸੀ ਸੀ ਕਿਉਂਕਿ ਮੈਨੂੰ ਨਹੀਂ ਸੀ ਪਤਾ ਕਿ ਪੰਜਾਬ ਦੇ ਖੱਬੇਪੱਖੀ ਆਪਣੀ ਪਰੰਪਰਾ ਦੀ ਲੈਅ ਤੋਂ ਵੀ ਨਾਤਾ ਤੋੜਨਾ ਚਾਹੁੰਦੇ ਸਨ। ਮੇਰੀ ਕਵਿਤਾ ਸੁਣਦਿਆਂ ਹੀ ਸਾਰੇ ਕਾਮਰੇਡ ਲਗੜਬੱਗਿਆਂ ਦੇ ਝੁੰਡ ਵਾਂਗ ਇਕੱਠੇ ਹੋ ਕੇ ਮੈਨੂੰ ਪੈ ਨਿਕਲ਼ੇ। ਉਹਨਾਂ ਨੇ ਸਭ ਤੋਂ ਪਹਿਲਾਂ ਤਾਂ ਮੇਰੇ ਨਾਮ 'ਤੇ ਹੱਲਾ ਕੀਤਾ। ਇੱਕ ਬੋਲਿਆ, "ਜਪੁਜੀ ਸਾਹਿਬ ਦੀ ਪਹਿਲੀ ਪਉੜੀ ਜਿੱਡਾ ਤਾਂ ਤੇਰਾ ਨਾਂ ਹੀ ਹੈ!" ਤੇ ਫਿਰ ਸਾਰੀ ਮੰਡਲੀ ਨੇ ਸਰਬ-ਸੰਮਤੀ ਨਾਲ਼ ਮੈਨੂੰ ਇਸ ਨਾਲੋਂ 'ਪ੍ਰਭ' ਲਾਹੁਣ ਦੀ ਤਾਕੀਦ ਕੀਤੀ ਤੇ ਇਕੱਠੇ ਹੀ ਬੋਲੇ, "ਸ਼ਰਨਦੀਪ ਠੀਕ ਹੈ।" ਨਾਲ਼ ਹੀ ਪ੍ਰਗਤੀਵਾਦੀ ਸਾਹਿਤ-ਸ਼ਾਸਤਰ ਦਾ ਪ੍ਰਚਾਰ ਸ਼ੁਰੂ ਹੋ ਗਿਆ। ਇੱਕ ਬੋਲਿਆ ਕਿ ਤੂੰ ਪਹਿਲਾਂ ਨਜਮ ਹੁਸੈਨ ਸੱਯਦ ਦੀਆਂ ਕਿਤਾਬਾਂ 'ਸੇਧਾਂ' ਤੇ 'ਸਾਰਾਂ' ਪੜ੍ਹ, ਫੇਰ ਤੈਨੂੰ ਪਤਾ ਲੱਗੂ ਸਾਹਿਤ ਕੀ ਹੁੰਦਾ ਹੈ। ਨਾਲ਼ ਹੀ ਉਹਨਾਂ ਨੇ ਸਾਹਿਤ ਦੇ ਰੂਪਾਂ ਬਾਰੇ ਦਿਸ਼ਾ-ਨਿਰਦੇਸ਼ ਦੇਣੇ ਸ਼ੁਰੂ ਕਰ ਦਿੱਤੇ। ਉਹਨਾਂ ਮੁਤਾਬਕ ਪਿੰਗਲ ਦੇ ਛੰਦਾਂ ਵਾਲ਼ੀ ਕਵਿਤਾ ਵੇਲ਼ਾ ਵਿਹਾ ਚੁੱਕੀ ਸੀ ਤੇ ਹੁਣ ਨਜ਼ਮ (ਖੁੱਲ੍ਹੀ ਕਵਿਤਾ) ਦਾ ਜ਼ਮਾਨਾ ਸੀ। ਉਹਨਾਂ ਮੁਤਾਬਕ ਇਸ ਨਵੇਂ ਜ਼ਮਾਨੇ ਵਿੱਚ ਪੁਰਾਣੀ ਛੰਦ-ਬੱਧ ਕਵਿਤਾ ਦੀ ਕੋਈ ਥਾਂ ਨਹੀਂ ਸੀ ਪਰ ਗ਼ਜ਼ਲ ਪ੍ਰਵਾਨ ਹੋ ਸਕਦੀ ਸੀ। ਪੰਜਾਬ ਦੇ ਮਾਰਕਸਵਾਦੀ ਸਾਹਿਤਿਕ ਹਲਕਿਆਂ ਵਿੱਚ ਨਜ਼ਮ ਤੇ ਗ਼ਜ਼ਲ ਦੇ ਨੁਮਾਇੰਦਾ ਕਵੀ ਕ੍ਰਮਵਾਰ ਪਾਸ਼ (ਅਵਤਾਰ ਸਿੰਘ ਸੰਧੂ) ਅਤੇ ਸੁਰਜੀਤ ਪਾਤਰ ਸਨ ਜਿਨ੍ਹਾਂ ਨੂੰ ਮੈਂ ਇਸ ਬੈਠਕ ਤੋਂ ਬਾਅਦ ਪੜ੍ਹਿਆ।

ਇਹ ਬੈਠਕ ਆਧੁਨਿਕ ਕਾਲ਼ ਦੀ ਸੱਤਾ ਦੇ ਸਾਹਿਤ ਉੱਪਰ ਪ੍ਰਕੋਪ ਦਾ ਇੱਕ ਸਬੂਤ ਸੀ। ਕਾਲ਼ ਦੀ ਸੱਤਾ ਆਧੁਨਿਕਵਾਦੀ ਵਿਚਾਰਾਂ ਦੇ ਗ਼ਲਬੇ ਤੱਕ ਸੀਮਿਤ ਨਹੀਂ ਸੀ। ਮਾਰਕਸੀ ਤੇ ਆਧੁਨਿਕ ਵਿਚਾਰ ਆਧੁਨਿਕਵਾਦ ਦੇ ਪਿੱਛੇ ਕੰਮ ਕਰਦੀ ਤਰਕਵਾਦੀ ਭਾਵਨਾ ਦੀ ਪ੍ਰਭੁਤਾ 'ਤੇ ਸਵਾਰ ਹੋ ਕੇ ਵਧਦੇ ਆ ਰਹੇ ਸਨ। ਪੰਜਾਬ ਦੇ ਮਾਰਕਸੀ ਆਪਣੇ-ਆਪ ਨੂੰ ਗੋਰੇ ਪੂਰਬਵਾਦੀਆਂ ਵਾਂਗ ਕਿਸੇ ਕਲਿਆਣਕਾਰੀ ਮਿਸ਼ਨ ਦੇ ਹਰਕਾਰੇ ਸਮਝਦੇ ਸਨ। ਤਰਕਵਾਦੀ ਭਾਵਨਾ ਦੀ ਪ੍ਰਭੁਤਾ ਨੇ ਮਾਰਕਸੀਆਂ ਵਿੱਚ ਇੱਕ ਹਾਕਮਾਨਾ ਰਵੱਈਆ ਪੈਦਾ ਕੀਤਾ ਸੀ ਜਿਸ ਕਰਕੇ ਉਹ ਨਾ ਕਿਸੇ ਗੱਲ ਲਈ ਜੁਆਬਦੇਹ ਸਨ, ਨਾ ਸੰਵਾਦ ਨੂੰ ਬੁਨਿਆਦੀ ਨੈਤਿਕਤਾ ਦਾ ਹਿੱਸਾ ਸਮਝਦੇ ਸਨ। ਮਾਰਕਸੀ ਔਖੇ ਸੁਆਲਾਂ ਨੂੰ ਟਿੱਚਰਾਂ ਜਾਂ

ਘੁਣਤਰਬਾਜ਼ੀਆਂ ਨਾਲ਼ ਉਲੰਘਣ ਨੂੰ ਤਰਜੀਹ ਦਿੰਦੇ ਸਨ। ਉਹਨਾਂ ਦੇ ਸੱਭਿਆਚਾਰ ਅੰਦਰਲੀ ਗ਼ੈਰ-ਸੰਜੀਦਾ ਤਿਕੜਮਬਾਜ਼ੀ ਉਹਨਾਂ ਦੀ ਕਠੋਰਤਾ ਵਿੱਚ ਹੋਰ ਵਾਧਾ ਕਰਦੀ ਸੀ। ਕਿਸੇ ਕਿਸਮ ਦੀ ਵੱਖਰਤਾਈ ਪ੍ਰਤੀ ਇਹ ਹਾਕਮਾਨਾ ਕਠੋਰਤਾ ਪੰਜਾਬ ਦੀਆਂ ਸਾਹਿਤਿਕ ਮਹਿਫ਼ਿਲਾਂ ਦਾ ਮਾਹੌਲ ਨਿਸ਼ਚਿਤ ਕਰਦੀ ਸੀ। ਇਹਨਾਂ ਮਹਿਫ਼ਿਲਾਂ ਵਿੱਚ ਜਾਣ ਵਾਲ਼ਾ ਸਿੱਖ ਪਰ ਸੀ, ਜਿਸ ਨੂੰ, ਅੰਦਰ ਵੜਦਿਆਂ ਹੀ, ਤਰਕਵਾਦੀ ਪ੍ਰਭੁਤਾ ਦੀ ਘੂਰਵੀਂ ਨਜ਼ਰ ਦਾ ਪ੍ਰਕੋਪ ਝੱਲਣਾ ਪੈਂਦਾ ਸੀ। ਕਿਸੇ ਗੰਭੀਰ ਵਿਚਾਰ ਜਾਂ ਕਿਸੇ ਚੁਣੌਤੀ ਭਰਪੂਰ ਤਨਕੀਦ ਦੀ ਟੋਹ ਲੈਂਦਿਆਂ ਹੀ ਇਹ ਘੂਰਵੀਂ ਨਜ਼ਰ ਗੰਵਾਰੂ ਹਾਸੜ ਦਾ ਰੂਪ ਧਾਰ ਲੈਂਦੀ ਸੀ। ਅਜਿਹੀ ਉਪੱਦਰੀ ਹਿੰਸਾ ਤੋਂ ਬਚਾਅ ਬੰਦੇ ਦੀ ਆਪਣੇ ਅੰਦਰਲੀ ਸੰਗੀਤਿਕਤਾ ਹੀ ਕਰ ਸਕਦੀ ਹੈ। ਖ਼ੁਸ਼ਕਿਸਮਤੀ ਨੂੰ, ਮੇਰੇ ਅੰਦਰ ਬੋਲੀ ਦਾ ਸਰੋਦ ਚੁੱਪ-ਚੁਪੀਤੇ ਵਿਗਸ ਰਿਹਾ ਸੀ ਜਿਸ ਨੇ ਮੈਨੂੰ ਇਸ ਵਲਗਣ ਵਿੱਚ ਕੈਦ ਹੋਣੋਂ ਬਚਾ ਲਿਆ।

ਪੰਜਾਬ ਦੀ ਸਾਹਿਤਿਕ ਵਿਰਾਸਤ ਦਾ ਰੰਗ-ਰੂਪ ਮੇਸ ਕੇ ਉਸ ਨੂੰ ਨਵੇਂ ਸਾਂਚੇ ਵਿਚ ਢਾਲਣ ਦੇ ਮਨਸੂਬੇ ਪਿੱਛੇ ਕੰਮ ਕਰਦੇ ਮਾਰਕਸਵਾਦੀ ਸਿਆਸੀ ਪੈਂਤੜੇ ਦੀ ਉਦੋਂ ਮੈਨੂੰ ਸਪੱਸ਼ਟ ਸਮਝ ਨਹੀਂ ਸੀ। ਪਰ ਪੰਜਾਬੀ ਕਵਿਤਾ ਦੇ ਪਰੰਪਰਕ ਰੂਪਾਂ ਨੂੰ ਤਜ ਦੇਣ ਵਾਲ਼ੀ ਗੱਲ ਮੈਨੂੰ ਭਾਈ ਨਾ। ਮੇਰੇ ਲਈ ਉਸ ਵੇਲ਼ੇ ਖੁੱਲ੍ਹੀ ਕਵਿਤਾ ਅਸਹਿ ਸੀ ਇਸ ਲਈ ਮੈਂ ਗ਼ਜ਼ਲ ਨਾਲ਼ ਤਜਰਬਾ ਕਰਨ ਦਾ ਫ਼ੈਸਲਾ ਕੀਤਾ। ਮੈਨੂੰ ਪਤਾ ਨਹੀਂ ਸੀ ਕਿ ਗ਼ਜ਼ਲ ਕਿਵੇਂ ਲਿਖੀਦੀ ਹੈ। ਮੈਂ ਜਿਸ ਨੂੰ ਵੀ ਪੁੱਛਿਆ ਕਰਾਂ, ਉਹ ਹੀ ਕਹਿ ਦਿਆ ਕਰੇ ਕਿ ਗ਼ਜ਼ਲ ਦੇ ਉੱਨੀ ਬਹਿਰ ਹੁੰਦੇ ਹਨ ਤੇ ਇਸ ਲਈ ਉਸਤਾਦ ਧਾਰਨ ਦੀ ਲੋੜ ਹੈ। ਹਿੰਦੂ ਉਸਤਾਦ ਦੀ ਥਾਂ ਗੁਰੂ ਕਹਿਣ ਨੂੰ ਤਰਜੀਹ ਦਿੰਦੇ ਸਨ। ਇੱਕ ਅਮ੍ਰਿਤਧਾਰੀ ਸਿੱਖ ਨੂੰ ਗੁਰੂ ਧਾਰਨ ਦੀ ਨਸੀਹਤ ਨਿਰੀ ਬਰਬਰਤਾ ਸੀ ਜਿਸ ਦਾ ਉਹਨਾਂ ਨੂੰ ਕੋਈ ਅਹਿਸਾਸ ਨਹੀਂ ਸੀ। ਇੱਕ ਹਿੰਦੂ ਸੱਜਣ ਨੇ ਤਾਂ ਮੈਨੂੰ ਦੀਪਕ ਜੈਤੋਈ ਕੋਲ਼ ਸ਼ਰਾਬ ਤੇ ਪੱਗ ਲੈ ਕੇ ਜਾਣ ਦੀ ਨਸੀਹਤ ਵੀ ਦੇ ਦਿੱਤੀ। ਪਹਿਲਾਂ ਤਾਂ ਮੈਨੂੰ ਹੈਰਾਨੀ ਹੋਈ ਕਿ ਇਸ ਬੰਦੇ ਨੂੰ ਦਿਸਦਾ ਨਹੀਂ ਕਿ ਮੈਂ ਅਮ੍ਰਿਤਧਾਰੀ ਹਾਂ ਜਾਂ ਇਹ ਆਪਣੀ ਸੁੱਧ-ਬੁੱਧ ਗੁਆ ਬੈਠਾ ਹੈ? ਪਰ ਨਾਲ਼ ਹੀ ਮੈਂ ਉਸ ਦੀਆਂ ਅੱਖਾਂ ਵਿੱਚ ਨੱਚਦੀ ਸ਼ਰਾਰਤੀ ਖੁਣਸ

ਵੇਖ ਲਈ। ਇਸ ਗੱਲ ਨੇ ਮੈਨੂੰ ਪ੍ਰੇਸ਼ਾਨ ਤਾਂ ਕੀਤਾ ਪਰ ਮੈਂ ਅਵਾਕ ਜਿਹਾ ਰਹਿ ਗਿਆ।

ਮੇਰੀ ਚੁੱਪ ਸਿੱਖਾਂ ਦੇ ਸੰਕਟ ਦੀ ਲਖਾਇਕ ਸੀ। ਸਿੱਖਾਂ ਦਾ ਸੰਕਟ ਹੈ ਕਿ ਸਾਹਮਣੇ ਖੜ੍ਹਾ ਬੰਦਾ ਘਟੀਆ ਤੋਂ ਘਟੀਆ ਸ਼ਰਾਰਤਾਂ ਕਰੀ ਜਾਵੇ, ਸ਼ਰ੍ਹੇਆਮ ਢੁੱਚਰਾਂ ਡਾਹੀ ਜਾਵੇ, ਪਰ ਸਿੱਖ ਅਸਲੀਅਤ ਨੂੰ ਵੇਖਣ ਤੋਂ ਇਨਕਾਰੀ ਬਣੇ ਰਹਿੰਦੇ ਹਨ। ਹੁਣ ਵੀ ਮੈਨੂੰ ਪਤਾ ਨਹੀਂ ਕਿ ਇਹ ਭੋਲ਼ੇਪਣ 'ਚੋਂ ਪੈਦਾ ਹੋਈ ਵਿਹਾਰ ਦੀ ਪਾਕੀਜ਼ਗੀ ਹੈ ਜਾਂ ਗ਼ੁਲਾਮੀ ਨਾਲ਼ ਪੈਦਾ ਹੋਈ ਕਮਜ਼ੋਰੀ। ਪਰ ਜ਼ਾਹਰ ਹੈ ਕਿ ਸਿੱਖਾਂ ਨੇ ਬਿਰਤਾਂਤਿਕ ਵਲਗਣਾਂ ਤੋਂ ਆਜ਼ਾਦ ਹੋਣ ਦਾ ਹੀਲਾ ਨਹੀਂ ਸੀ ਕੀਤਾ ਜੋ ਕਿ ਪੱਛਮੀ ਫ਼ਲਸਫ਼ੇ ਅਤੇ ਮਾਰਕਸਵਾਦ ਆਦਿ ਦਾ ਦੀਰਘ ਆਲੋਚਨਾਮਕ ਅਧਿਐਨ ਕੀਤੇ ਬ਼ਗੈਰ ਸੰਭਵ ਨਹੀਂ ਸੀ। ਉਸ ਵੇਲ਼ੇ ਹਿੰਦੁਸਤਾਨੀ ਸਥਾਪਤੀ ਦੀ ਪੰਜਾਬ ਦੀ ਆਬੋ-ਹਵਾ 'ਤੇ ਬਿਰਤਾਂਤਿਕ ਇਜਾਰੇਦਾਰੀ ਇੰਨੀ ਤਕੜੀ ਸੀ ਕਿ ਸਿੱਧੇ ਬਾਗ਼ੀ ਹੋਏ ਬ਼ਗੈਰ ਇਸ ਦਾ ਵਿਰੋਧ ਕਰਨਾ ਸੰਭਵ ਨਹੀਂ ਸੀ। ਸਿੱਧੀ ਲੜਾਈ ਵਿੱਢੇ ਬ਼ਗੈਰ ਗੱਲ ਸਮਝ ਕੇ ਵੀ ਸਮਝ ਨਹੀਂ ਸੀ ਆਉਂਦੀ। ਹਿੰਦੁਸਤਾਨੀ ਸਥਾਪਤੀ ਨੇ ਸਿੱਖਾਂ ਜਿਹੀਆਂ ਘੱਟਗਿਣਤੀਆਂ 'ਤੇ ਗ਼ਲਬਾ ਪਾਉਣ ਲਈ ਸਹਿਹੋਂਦ ਦੇ ਖ਼ਿਆਲ ਨੂੰ ਵਰਤਿਆ। ਹਿੰਦੁਸਤਾਨੀ ਸੰਦਰਭ ਵਿੱਚ ਸਹਿਹੋਂਦ ਦਾ ਭਾਵ ਸੀ ਕਿ ਹਿੰਦੁਸਤਾਨ ਵਿੱਚ ਵੱਸਦੇ ਸਭ ਗ਼ੈਰ-ਹਿੰਦੂ ਆਪਣੀ ਪਛਾਣ ਗੁਆ ਕੇ ਹਿੰਦੁਸਤਾਨ ਦੇ ਸੈਕੂਲਰ ਰਾਸ਼ਟਰਵਾਦੀ ਪਸਾਰ ਵਿੱਚ ਆਉਣ। ਹਿੰਦੁਸਤਾਨੀ ਸਥਾਪਤੀ ਨੇ ਅਜਿਹੀ ਸਹਿਹੋਂਦ ਦਾ ਖ਼ਿਆਲ ਜਮਾ ਹੀ ਨਹੀਂ ਸੀ ਦਿੱਤਾ ਸਗੋਂ ਇਸ ਦੇ ਅਨੁਸਾਰੀ ਹੋਣ ਨੂੰ ਸਿੱਖਾਂ ਦੀ ਨੈਤਿਕ ਜ਼ਿੰਮੇਵਾਰੀ ਬਣਾ ਦਿੱਤਾ ਸੀ। ਸਹਿਹੋਂਦ ਦਾ ਪੈਂਤੜਾ ਹਿੰਦੂ ਸਾਮਰਾਜੀ ਬਿਰਤੀਆਂ ਲਈ ਬਹੁਤ ਕਾਰਗਰ ਸਾਬਤ ਹੋਇਆ। ਸਹਿਹੋਂਦ ਦਾ ਸਿੱਧਾ ਭਾਵ ਤਾਂ ਸੀ ਕਿ ਸਭ ਭਾਈਚਾਰੇ, ਖ਼ਾਸ ਤੌਰ 'ਤੇ ਹਿੰਦੂ ਅਤੇ ਸਿੱਖ, ਆਪਸ ਵਿੱਚ ਮਿਲ਼-ਜੁਲ਼ ਕੇ ਰਹਿਣ। ਪਰ ਇਸ ਦਾ ਅਸਲ ਭਾਵ ਸੀ ਕਿ ਸਿੱਖ ਇਸ ਸੱਭਿਆਚਾਰਕ ਏਕਤਾ ਦੀ ਜ਼ਿੰਮੇਵਾਰੀ ਓਟਣ ਅਤੇ ਆਪਣੇ ਧਾਰਮਿਕ, ਸੱਭਿਆਚਾਰਕ, ਸਿਆਸੀ, ਅਤੇ ਆਰਥਿਕ ਹਿਤਾਂ ਨੂੰ ਤਿਲਾਂਜਲੀ ਦੇ ਦੇਣ। ਸਹਿਹੋਂਦ ਦਾ ਸਾਰਾ ਬੋਝ ਸਿੱਖ ਘੱਟਗਿਣਤੀ 'ਤੇ ਸੀ। ਇਹ ਕੋਈ ਨਹੀਂ ਸੀ ਕਹਿੰਦਾ ਕਿ ਸਹਿਹੋਂਦ ਲਈ ਪੰਜਾਬ

ਦੇ ਹਿੰਦੂਆਂ ਨੂੰ ਪੰਜਾਬ ਦੀ ਖ਼ੁਦਮੁਖ਼ਤਿਆਰੀ ਦਾ ਵਿਰੋਧ ਕਰਨ ਦੀ ਬਜਾਏ ਇਸ ਵਿੱਚ ਸਿੱਖਾਂ ਦਾ ਸਾਥ ਦੇਣਾ ਚਾਹੀਦਾ ਹੈ। ਸਾਹਿਤਿਕ ਅਦਾਰਿਆਂ ਵਿੱਚ ਸਰਗਰਮ ਸਿੱਖ, ਖ਼ਾਸ ਤੌਰ ’ਤੇ ਮਾਰਕਸਵਾਦੀ ਨਜ਼ਰੀਏ ਵਾਲ਼ੇ, ਇਹ ਸਮਝਣ ਤੋਂ ਇਨਕਾਰੀ ਸਨ ਕਿ ਸਦੀਆਂ ਤੋਂ ਸਹਿਹੋਂਦ ਹੀ ਬ੍ਰਾਹਮਣਵਾਦ ਦਾ ਹੋਰਾਂ ਨੂੰ ਆਪਣੇ ਵਿੱਚ ਜਜ਼ਬ ਕਰਨ ਦਾ ਸਾਧਨ ਰਿਹਾ ਹੈ।

ਪਰ ਲੰਮੇ ਸਮੇਂ ਵਿੱਚ ਮੇਰੀ ਚੁੱਪ ਮੇਰੀ ਤਾਕਤ ਬਣੀ। ਮੈਨੂੰ ਇਸ ਗੱਲ ਨੇ ਝੰਜੋੜਿਆ ਤੇ ਮੈਂ ਸੋਚਿਆ ਕਿ ਹੁਣ ਗ਼ਜ਼ਲ ਲਿਖ ਕੇ ਇਹਨਾਂ ਦਾ ਉਸਤਾਦੀ-ਸ਼ਾਗਿਰਦੀ ਵਾਲ਼ਾ ਭਰਮ ਜ਼ਰੂਰ ਤੋੜਨਾ ਹੈ। ਗ਼ਜ਼ਲ ਲਿਖਣ ਦੀ ਚੁਣੌਤੀ ਪ੍ਰਵਾਨ ਕਰਨ ਦਾ ਅਰਥ ਮਹਿਜ਼ ਆਪਣੀ ਮਨਭਾਉਂਦੀ ਸਾਹਿਤਿਕ ਵਿਧਾ ਨੂੰ ਸਮਰਪਿਤ ਹੋਣਾ ਨਹੀਂ ਸੀ। ਇਹ ਬੰਦੇ ਨੂੰ ਸਿਧਾ ਲੈਣ ਦੇ ਮਨਸੂਬਿਆਂ ਖ਼ਿਲਾਫ਼ ਪੈਦਾ ਹੋਇਆ ਪ੍ਰਤੀਰੋਧ ਸੀ। ਇਸੇ ਵੇਗ ਵਿੱਚੋਂ ਘਰੇ ਆ ਕੇ ਮੈਂ ਕੁਝ ਗ਼ਜ਼ਲਾਂ ਗ਼ਜ਼ਲ ਦੀ ਤਕਨੀਕ ਸਮਝਣ ਦੇ ਨੁਕਤੇ ਤੋਂ ਪੜ੍ਹੀਆਂ। ਮੈਂ ਗ਼ਜ਼ਲ ਦੀ ਤਕਨੀਕ ਦੇ ਨਮੂਨੇ ਵਜੋਂ ਜਗਤਾਰ ਦੇ ਇੱਕ ਸ਼ਿਅਰ ਦਾ ਉਤਾਰਾ ਕੀਤਾ। ਇਹ ਸ਼ਿਅਰ ਸੀ:

ਨੈਣਾਂ ’ਚ ਜੰਮੀ ਦਿਸ ਰਹੀ ਹੈ ਤਾਰਿਆਂ ਦੀ ਲੋਅ,
ਆਏ ਹੋ ਕਿਸ ਦੀ ਯਾਦ ਵਿੱਚ ਰਾਤਾਂ ਗੁਜ਼ਾਰ ਕੇ।

ਜਿਵੇਂ ਕਿ ਪਾਠਕ ਜਾਣਦੇ ਹੀ ਹਨ, ਪਿੰਗਲ ਵਿੱਚ ਮਾਤਰਾ ਵਾਲ਼ੇ ਅੱਖਰ ਨੂੰ ਗੁਰੂ (S) ਅਤੇ ਮੁਕਤਾ ਅੱਖਰ ਨੂੰ ਲਘੂ (I) ਕਿਹਾ ਜਾਂਦਾ ਹੈ। ਮੈਂ ਇਸ ਸ਼ਿਅਰ ਦੇ ਗੁਰੂ ਦੇ ਥਾਂ ਗੁਰੂ ਤੇ ਲਘੂ ਦੇ ਥਾਂ ਲਘੂ ਦੇ ਨਿਸ਼ਾਨ ਲਾ ਲਏ। ਫਿਰ ਗੁਰੂ ਤੇ ਲਘੂ ਦੇ ਹਿਸਾਬ ਨਾਲ਼ ਅੱਖਰ ਜੋੜ ਕੇ ਇੱਕ ਸ਼ਿਅਰ ਲਿਖ ਲਿਆ ਤੇ ਕੁਝ ਦਿਨਾਂ ਵਿੱਚ ਹੋਰ ਸ਼ਿਅਰ ਲਿਖ ਕੇ ਉਹਨਾਂ ਦੀ ਗ਼ਜ਼ਲ ਬਣਾ ਲਈ। ਮੈਂ ਜਿਸ ਨੂੰ ਵੀ ਵਿਖਾਵਾਂ ਉਹ ਹੀ ਆਖੇ, “ਇਹ ਤੂੰ ਲਿਖੀ ਹੈ? ਇਹ ਤਾਂ ਠੀਕ ਹੈ! ਇਹ ਕਿਵੇਂ ਲਿਖੀ ਹੈ?” ਬਾਅਦ ਵਿੱਚ ਮੈਂ ਭਾਸ਼ਾ ਵਿਭਾਗ ਵਾਲੇ “ਪੰਜਾਬੀ ਵਿਸ਼ਵ ਕੋਸ਼” ਵਿੱਚੋਂ ਜੋਸ਼ ਮਲਸਿਆਨੀ ਦਾ ‘ਅਰੂਜ਼’ ਨਾਮਕ ਲੇਖ ਪੜ੍ਹਿਆ ਜਿਸ ਨੇ ਮੈਨੂੰ ਅਰੂਜ਼ ਦੀ ਲੋੜੀਂਦੀ ਸਮਝ ਦੇ ਦਿੱਤੀ ਤੇ ਮੈਂ ਗ਼ਜ਼ਲ ਲਿਖਣੀ ਸ਼ੁਰੂ ਕਰ ਦਿੱਤੀ। ਉਸ

ਲੇਖ ਵਿੱਚ ਇੱਕ ਦਿਲਚਸਪ ਜਾਣਕਾਰੀ ਸੀ ਕਿ ਗ਼ਜ਼ਲ ਦੇ ਉੱਨੀ ਬਹਿਰਾਂ ਵਿੱਚੋਂ ਪੰਜਾਬੀ ਵਿੱਚ ਸਿਰਫ਼ ਬਾਰਾਂ ਹੀ ਵਰਤੇ ਜਾਂਦੇ ਹਨ; ਬਾਕੀ ਬਹਿਰ ਫ਼ਾਰਸੀ ਲਈ ਵਧੇਰੇ ਢੁਕਵੇਂ ਹਨ। ਸਪੱਸ਼ਟ ਸੀ ਕਿ ਗ਼ਜ਼ਲ ਦੇ ਅਲੰਬਰਦਾਰ ਅਸਲ ਵਿੱਚ ਇਸ ਬਾਰੇ ਬੁਨਿਆਦੀ ਜਾਣਕਾਰੀ ਵੀ ਨਹੀਂ ਸੀ ਰੱਖਦੇ। ਮਲਸਿਆਨੀ ਦੇ ਲੇਖ ਵਿੱਚੋਂ ਮੈਨੂੰ ਪਤਾ ਲੱਗਿਆ ਕਿ ਜਗਤਾਰ ਦਾ ਉਪਰੋਕਤ ਸ਼ਿਅਰ "ਬਹਿਰ ਮੁਜ਼ਾਰਿਅ ਮੁਸੰਮਨ ਅਖ਼ਰਬ ਮਕਫ਼ੂਫ਼ ਮਹਿਜ਼ੂਬ" ਵਿੱਚ ਸੀ ਜਿਸ ਦਾ ਵਜ਼ਨ ਸੀ: ਮਫ਼ਊਲ ਫ਼ਾਇਲਾਤ ਮੁਫ਼ਾਈਲ ਫ਼ਾਇਲੁਨ। ਇਹ ਅੱਠ ਰੁਕਨੀ ਬਹਿਰ ਸੀ ਜਿਸ ਨੂੰ ਖ਼ਰਬ, ਕਫ਼, ਅਤੇ ਹਿਜ਼ਬ ਜ਼ਿਹਾਫ਼ਾਂ ਲੱਗੀਆਂ ਹੋਈਆਂ ਸਨ। ਮੈਨੂੰ ਹੈਰਾਨੀ ਹੋਈ ਕਿ ਮੈਂ ਆਪਣੀ ਪਹਿਲੀ ਗ਼ਜ਼ਲ ਕਾਫ਼ੀ ਗੁੰਝਲ਼ਦਾਰ ਬਹਿਰ ਵਿੱਚ ਲਿਖ ਲਈ ਸੀ। ਇਸ ਤੋਂ ਬਾਅਦ ਮੈਂ ਦੀਪਕ ਜੈਤੋਈ ਦੀ ਕਿਤਾਬ "ਗ਼ਜ਼ਲ ਕੀ ਹੈ?" ਵੀ ਪੜ੍ਹੀ ਜਿਸ ਵਿੱਚ ਗ਼ਜ਼ਲ ਲਿਖਣ ਦੀ ਕਲਾ ਬਾਰੇ ਬਹੁਤ ਵਿਸਥਾਰਤ ਤੇ ਮੁੱਲਵਾਨ ਜਾਣਕਾਰੀ ਸੀ। ਮੈਨੂੰ ਇਹ ਕਿਤਾਬ ਪੜ੍ਹਨ ਦਾ ਬਹੁਤ ਫ਼ਾਇਦਾ ਹੋਇਆ। ਪਰ ਮੈਨੂੰ ਲੱਗਿਆ ਤਕਨੀਕੀ ਪੱਖ 'ਤੇ ਇੰਨਾ ਜ਼ੋਰ ਕਾਵਿਕ ਵਹਾਅ ਲਈ ਸਹੀ ਨਹੀਂ ਤੇ ਮੈਂ ਥੋੜ੍ਹੀਆਂ-ਬਹੁਤੀਆਂ ਖੁੱਲ੍ਹਾਂ ਲੈ ਕੇ ਲਿਖਣ ਨੂੰ ਹੀ ਤਰਜੀਹ ਦਿੱਤੀ। ਦੀਪਕ ਜੈਤੋਈ ਦੀਆਂ ਕੁਝ ਗ਼ਜ਼ਲਾਂ ਪੜ੍ਹੀਆਂ ਤਾਂ ਪਤਾ ਲੱਗਿਆ ਉਸ ਨੇ ਮੇਰੇ ਨਾਲ਼ੋਂ ਵੀ ਜ਼ਿਆਦਾ ਖੁੱਲ੍ਹਾਂ ਲੈ ਰੱਖੀਆਂ ਸਨ। ਪਰ ਜਿਸ ਕਿਸੇ ਨੂੰ ਵੀ ਗ਼ਜ਼ਲ ਦੀ ਤਕਨੀਕ ਸਿੱਖਣ ਦਾ ਸ਼ੌਕ ਹੈ, ਉਸ ਲਈ ਦੀਪਕ ਜੈਤੋਈ ਦੀ ਕਿਤਾਬ "ਗ਼ਜ਼ਲ ਕੀ ਹੈ?" ਤੋਂ ਵੱਧ ਮੁੱਲਵਾਨ ਖ਼ਜ਼ਾਨਾ ਲੱਭ ਸਕਣਾ ਮੁਸ਼ਕਿਲ ਹੈ। ਇਸ ਕਿਤਾਬ ਸਦਕਾ ਮੈਂ ਦੂਹਰੇ, ਤੀਹਰੇ, ਤੇ ਚੌਹਰੇ ਕਾਫ਼ੀਏ ਦੀਆਂ ਗ਼ਜ਼ਲਾਂ ਨਾ਼ਲ ਵੀ ਤਜਰਬੇ ਕੀਤੇ। ਪਰ ਬਾਅਦ ਵਿੱਚ ਮੈਨੂੰ ਲੱਗਿਆ ਗ਼ਜ਼ਲ ਪੰਜਾਬੀ ਕਾਵਿ-ਅਨੁਭਵ ਨਾ਼ਲ ਨਿਆਂ ਨਹੀਂ ਕਰ ਸਕਦੀ ਇਸ ਲਈ ਮੈਂ ਛੇਤੀ ਹੀ ਇਸ ਤੋਂ ਕਿਨਾਰਾ ਕਰ ਲਿਆ।

ਮੈਂ ਸਮਕਾ਼ਲੀ ਸਾਹਿਤਿਕ ਲਹਿਰਾਂ ਨਾ਼ਲ ਆਪਣੀ ਕੋਈ ਸਾਂਝ ਨਹੀਂ ਸੀ ਵੇਖਦਾ। ਮੇਰੇ ਅੰਦਰਲੀ ਬੋਲੀ ਦੀ ਥਰਥਰਾਹਟ ਹੋਰ ਸੀ। ਸਮਕਾ਼ਲੀ ਲਹਿਰਾਂ ਦੇ ਸੰਪਰਕ ਵਿੱਚ ਆਉਣ ਸਦਕਾ ਮੈਂ ਗ਼ਜ਼ਲ ਦੀ ਤਕਨੀਕ ਅਤੇ ਮੁਹਾਵਰੇ 'ਤੇ ਪਕੜ ਬਣਾਉਣ ਲਈ ਅਭਿਆਸ ਤਾਂ ਕੀਤਾ ਪਰ ਇਹ ਸਭ ਬਾਅਦ ਵਿੱਚ ਇੱਕ

ਝਟਕੇ ਨਾਲ਼ ਹੀ ਝੜ ਗਿਆ। ਫਿਰ ਵੀ ਕੁਝ ਸਾਲਾਂ ਬਾਅਦ ਮੈਨੂੰ ਲੱਗਿਆ ਗ਼ਜ਼ਲ ਅਤੇ ਨਜ਼ਮ ਨਾਲ਼ ਦੁਬਾਰਾ ਤਜਰਬਾ ਕਰਨਾ ਚਾਹੀਦਾ ਹੈ। ਉਦੋਂ ਤੱਕ ਮੇਰੀ ਕਾਵਿ-ਬੋਲੀ ਨੇ ਆਪਣਾ ਰੰਗ-ਰੂਪ ਬਣਾ ਲਿਆ ਸੀ ਜਿਸ ਨਾਲ਼ ਨਵੀਆਂ ਗ਼ਜ਼ਲਾਂ 'ਤੇ ਨਜ਼ਮਾਂ ਦਾ ਵੱਖਰਾ ਮੁਹਾਵਰਾ ਵਿਕਸਿਤ ਹੋ ਗਿਆ।

ਭਾਵੇਂ ਕਿਸੇ ਵੀ ਹੋਰ ਸ਼ਖ਼ਸ ਵਾਂਗ ਇੱਕ ਵਿਅਕਤੀ ਜਾਂ ਪਾਠਕ ਵਜੋਂ ਮੈਂ ਇੱਕ ਖ਼ਾਸ ਸਮੇਂ ਅੰਦਰ ਖ਼ਾਸ ਤਰੀਕੇ ਨਾਲ਼ ਵਿਚਰਨ ਵਾਲ਼ਾ ਬੰਦਾ ਸੀ ਪਰ ਇਸ ਸਮੇਂ ਨੂੰ ਇਤਿਹਾਸ ਦੇ ਵਿਸ਼ੇਸ਼ ਦੌਰ ਵਜੋਂ ਨਹੀਂ ਸਮਝਿਆ ਜਾ ਸਕਦਾ। ਸਮੇਂ ਦੀ ਹਸਤੀ ਬਹੁਵਚਨੀ ਹੁੰਦੀ ਹੈ। ਸਮੇਂ ਦੀਆਂ ਅਨੇਕ ਪਰਤਾਂ ਇੱਕੋ ਵੇਲ਼ੇ ਮੌਜੂਦ ਤੇ ਕਾਰਜਸ਼ੀਲ ਹੁੰਦੀਆਂ ਹਨ। ਵੱਖ-ਵੱਖ ਵਿਅਕਤੀ ਸਮੇਂ ਦੀਆਂ ਅੱਡੋ-ਅੱਡ ਪਰਤਾਂ ਦੀ ਪੈਦਾਇਸ਼ ਹੁੰਦੇ ਹਨ ਤੇ ਸਭ ਆਪੋ-ਆਪਣੇ ਮੂਲ ਨਾਲ਼ ਜੁੜਨ ਨੂੰ ਤਰਜੀਹ ਦਿੰਦੇ ਹਨ। ਵਿਅਕਤੀਆਂ ਦਾ ਬੋਲੀ ਨਾਲ਼ ਨਾਤਾ ਵੀ ਉਹਨਾਂ ਦੇ ਸਮੇਂ ਨਾਲ਼ ਨਾਤੇ ਦਾ ਹੀ ਇੱਕ ਰੂਪ ਹੈ। ਜਿਹੜੀ ਬੋਲੀ ਬੰਦੇ ਦੀ ਜਣਨੀ ਹੈ ਉਹ ਉਸ ਦੀ ਹਸਤੀ ਨੂੰ ਡੌਲ਼ ਦਿੰਦੀ ਹੈ। ਸਭ ਕਾਲ਼ ਤੇ ਸਮੂਹ ਬੋਲੀਆਂ ਇੱਕੋ ਵੇਲ਼ੇ ਵਿਚਰਦੇ ਹਨ। ਭਾਵੇਂ ਕਾਲ਼ ਤੇ ਬੋਲੀ ਦੀਆਂ ਵਿਭਿੰਨ ਪਰਤਾਂ ਇੱਕ ਦੂਜੇ ਵਿੱਚ ਘੁਲ਼ਦੀਆਂ-ਮਿਲ਼ਦੀਆਂ ਵੀ ਰਹਿੰਦੀਆਂ ਹਨ, ਤਾਂ ਵੀ ਇਹਨਾਂ ਦੀਆਂ ਨਿਆਰੀਆਂ ਹਸਤੀਆਂ ਬਰਕਰਾਰ ਰਹਿੰਦੀਆਂ ਹਨ। ਕਾਲ਼ ਤੇ ਬੋਲੀ ਦੇ ਜਿਨ੍ਹਾਂ ਧਰਾਤਲਾਂ ਨਾਲ਼ ਮੈਂ ਜੁੜਿਆ ਸੀ ਉਹਨਾਂ ਨੂੰ ਉਦੋਂ ਸਮਕਾਲ਼ ਨਹੀਂ ਸੀ ਮੰਨਿਆ ਜਾਂਦਾ। ਉਸ ਵੇਲ਼ੇ ਦੇ ਨੁਮਾਇੰਦਾ ਸਾਹਿਤਿਕ ਦਾਇਰੇ ਇਹ ਚਿਤਵਣ ਤੋਂ ਅਸਮਰੱਥ ਸਨ ਕਿ ਛੇਤੀ ਹੀ ਸਿੱਖਾਂ ਅੰਦਰਲੀ ਬੋਲੀ ਨੇ ਸਮਕਾਲ਼ ਦੀ ਬੋਲੀ ਬਣ ਜਾਣਾ ਸੀ।

ਪੰਜਾਬੀ ਦੀ ਸਾਹਿਤਿਕ ਸਥਾਪਤੀ ਕਾਇਨਾਤੀ ਦਾਅਵੇ ਵਾਲ਼ੇ ਸਿਧਾਂਤਵਾਦ ਦੀ ਅਨੁਸਾਰੀ ਸੀ। ਉਹ ਸਿਰਜਣਾਤਮਿਕ ਅਮਲ ਦਾ ਹਰ ਪੱਧਰ 'ਤੇ ਰੂਪਾਂਤਰਨ ਕਰਨ ਲਈ ਤੁਲੇ ਹੋਏ ਸਨ। ਉਹ ਸਾਹਿਤ ਦੇ ਰੂਪ, ਬੋਲੀ, ਅਤੇ ਇਸ ਪਿੱਛੇ ਕਾਰਜਸ਼ੀਲ ਕਲਪਨਾ ਨੂੰ ਵੀ ਆਪਣੇ ਖ਼ਾਸ ਵਿਚਾਰਧਾਰਕ ਚੌਖਟੇ ਅਨੁਸਾਰ ਢਾਲਣ ਲਈ ਬਜ਼ਿਦ ਸਨ। ਇਹ ਹਿੰਸਕ ਵਰਤਾਰਾ ਸੀ। ਅਜਿਹੀ ਉਪੱਦਰੀ ਹਿੰਸਾ ਦੇ ਦਰਪੇਸ਼ ਆਪਣੇ ਅੰਦਰਲੇ ਸਿਰਜਣਾਤਮਿਕ ਵਹਾਅ ਨੂੰ ਬਰਕਰਾਰ

ਰੱਖਣਾ ਲੇਖਕ ਦਾ ਇਮਤਿਹਾਨ ਹੁੰਦਾ ਹੈ। ਇਸ ਪਰਖ ਦਾ ਅਰਥ ਹੈ ਕਿ ਲੇਖਕ ਆਪਣੀ ਅੰਦਰਲੀ ਆਜ਼ਾਦੀ ਦਾ ਜ਼ਾਮਨ ਬਣ ਕੇ ਆਪਣੀ ਜ਼ਮੀਨ 'ਤੇ, ਆਪਣੇ ਪੈਰਾਂ ਸਿਰ, ਖੜ੍ਹਾ ਹੁੰਦਾ ਹੈ ਜਾਂ ਨਹੀਂ।

ਅੱਸੀਵਿਆਂ ਦੌਰਾਨ, ਜਦੋਂ ਮੈਂ ਲਿਖਣਾ ਸ਼ੁਰੂ ਕੀਤਾ, ਤਾਂ ਇਹ ਬਿਰਤਾਂਤਿਕ ਹਿੰਸਾ ਹਿੰਦੁਸਤਾਨੀ ਹੁਕਮਰਾਨਾਂ ਦੀ ਹਕੂਮਤੀ ਹਿੰਸਾ ਨਾਲ਼ ਜਾਣੇ ਤੇ ਅਣਜਾਣੇ ਦੋਹਾਂ ਕਿਸਮਾਂ ਦੇ ਤਾਲਮੇਲ ਵਿੱਚ ਚੱਲ ਰਹੀ ਸੀ। ਉਸ ਦੌਰ ਵਿੱਚ ਪੰਜਾਬ ਦੀਆਂ ਲੰਮੀਆਂ ਦੁਪਹਿਰਾਂ ਵਿੱਚ ਇੱਕ ਚੁੱਪ ਹੁੰਦੀ ਸੀ ਜੋ ਬੰਦੇ ਨੂੰ ਉਸ ਦੇ ਚੇਤੇ ਦੇ ਪਸਾਰਾਂ ਦੀਆਂ ਅਨੇਕ ਦਿਸ਼ਾਵਾਂ ਵਿੱਚ ਭ੍ਰਮਣ ਦਾ ਮੌਕਾ ਮੁਹੱਈਆ ਕਰਵਾਉਂਦੀ ਸੀ। ਇਸ ਚੁੱਪ ਰਾਹੀਂ ਬੰਦਾ ਆਪਣੇ ਅੰਦਰ ਨਾਲ਼ ਇਕਸੁਰ ਹੋ, ਸਮੇਂ ਦੇ ਤਪਦੇ ਮਾਰੂਥਲ 'ਚੋਂ ਬਾਹਰ ਨਿਕਲ਼, ਯਾਦ ਦੀ ਜ਼ਰਖੇਜ਼ ਭੋਇੰ ਨਾਲ਼ ਇਕਸੁਰ ਹੁੰਦਾ ਸੀ ਜਿੱਥੇ ਸਿਰਜਣਾ ਦੀਆਂ ਨਵੀਂਆਂ ਫ਼ਸਲਾਂ ਆਬਾਦ ਹੁੰਦੀਆਂ ਸਨ।

ਸਮਕਾਲ਼ ਦੇ ਅਨੁਭਵ ਦਾ ਯਾਦ ਅਤੇ ਬੋਲੀ ਨਾਲ਼ ਤਾਲਮੇਲ ਸਿਰਜਣਸ਼ੀਲਤਾ ਦੇ ਉਗਮਣ ਦਾ ਸਬੱਬ ਬਣਦਾ ਸੀ। ਪ੍ਰਗਤੀਵਾਦੀ ਬਿਰਤਾਂਤ ਸਿਧਾਂਤਿਕ ਕਠੋਰਤਾ ਦਾ ਸ਼ਿਕਾਰ ਸੀ। ਪ੍ਰਗਤੀਵਾਦੀ ਜ਼ਿੰਦਗੀ ਨੂੰ ਸਿਧਾਂਤਿਕ ਚੌਖਟਿਆਂ ਮੁਤਾਬਕ ਘੜਨਾ ਚਾਹੁੰਦੇ ਸਨ। ਮਿਸਾਲ ਵਜੋਂ, ਪ੍ਰਗਤੀਵਾਦੀ ਆਲੋਚਕ ਸਿੱਖ ਪਰੰਪਰਾ ਨੂੰ ਧਰਮ ਦੀ ਪੱਛਮੀ ਪਰਿਭਾਸ਼ਾ ਦੀ ਤਨਕੀਦ ਦੇ ਆਧਾਰ 'ਤੇ ਰੱਦ ਕਰਦੇ ਸਨ। ਉਹ ਬੋਲੀ ਦੇ ਸਿੱਖ ਆਧਾਰ ਨਾਲ਼ ਜੋੜਨ ਵਾਲ਼ੇ ਸ਼ਬਦਾਂ ਨੂੰ ਪੰਜਾਬੀ ਦੇ ਸਾਹਿਤਿਕ ਮੁਹਾਵਰੇ ਵਿੱਚੋਂ ਖ਼ਾਰਜ ਕਰਨ 'ਤੇ ਤੁਲੇ ਹੋਏ ਸਨ। ਉਹਨਾਂ ਨੂੰ ਸਿੱਖੀ ਨਾਲ਼ ਜੁੜੇ ਆਤਮਿਕ ਸਫ਼ਰ ਦੀ ਹੋਂਦ ਨਾਲ਼ ਸਮੱਸਿਆ ਸੀ ਕਿਉਂਕਿ ਉਹ ਸਮਝਦੇ ਸੀ ਕਿ ਇਹ ਦਵੰਦਾਤਮਕ ਚਿੰਤਨ ਦੇ ਰਾਹ ਵਿੱਚ ਅੜਿੱਕਾ ਸੀ। ਉਹ ਦੇਕਾਰਤ ਬਾਰੇ ਕੁਝ ਵੀ ਨਹੀਂ ਸੀ ਜਾਣਦੇ ਪਰ ਕਾਰਤੀਜ਼ੀ ਪਹੁੰਚ ਦੇ ਅਨਿੰਨ ਸ਼ਰਧਾਲੂ ਸਨ ਤੇ ਮਨੁੱਖੀ ਹਸਤੀ ਨੂੰ ਸੋਚਣ ਦੀ ਸਮਰੱਥਾ ਤੱਕ ਸੀਮਿਤ ਕਰਨਾ ਚਾਹੁੰਦੇ ਸਨ। ਕਾਰਤੀਜ਼ੀ ਦਵੰਦ ਉਹਨਾਂ ਨੇ ਮਨੁੱਖਵਾਦ ਰਾਹੀਂ ਹਾਸਲ ਕੀਤਾ ਸੀ। ਉਹ ਇਸ ਗੱਲੋਂ ਵੀ ਅਣਜਾਣ ਸਨ ਕਿ ਮਨੁੱਖਵਾਦ ਦਾ ਅਰਥ ਹੈ ਮਨੁੱਖ ਦਾ ਨਵੇਂ ਨਿਰਾਕਾਰੀ ਚਿਹਨਤ ਵਜੋਂ ਸਥਾਪਿਤ ਹੋ ਜਾਣਾ ਹੈ। ਭਾਵੇਂ ਕਿ ਉਹਨਾਂ ਦੀ ਸਮਝ ਮੁਤਾਬਕ ਮਨੁੱਖਵਾਦ ਦਾ ਭਾਵ ਸੱਭਿਆਚਾਰਕ ਵਲਗਣਾਂ ਤੋਂ ਨਿਰਲੇਪ ਹੋ ਪੂਰੀ

ਮਨੁੱਖਤਾ ਨੂੰ ਇੱਕ ਭਾਈਚਾਰੇ ਵਜੋਂ ਵੇਖਣਾ ਸੀ, ਤਾਂ ਵੀ ਉਹ ਦੇਕਾਰਤੀ ਦਵੰਦ ਨੂੰ ਪੂਰੀ ਤਰ੍ਹਾਂ ਆਤਮਸਾਤ ਕਰੀ ਬੈਠੇ ਸਨ। ਇਹ ਪਹੁੰਚ ਕਈ ਪੱਖਾਂ ਤੋਂ ਵਿਘਨਕਾਰੀ ਸੀ। ਜਿਵੇਂ, ਆਧੁਨਿਕਵਾਦ ਆਪਣੇ-ਆਪ ਵਿੱਚ ਫ਼ਲਸਫ਼ਾਨਾ ਸੰਕਟ ਦਾ ਸ਼ਿਕਾਰ ਸੀ। ਪ੍ਰਗਤੀਵਾਦੀ ਸਿਰਫ਼ ਆਧੁਨਿਕਵਾਦ ਵਰਗੀ ਇੱਕ ਸਮੱਸਿਆਜਨਕ ਚਿੰਤਨ-ਧਾਰਾ ਨੂੰ ਪ੍ਰਣਾਏ ਹੋਏ ਨਹੀਂ ਸਨ, ਉਹ ਇਸੇ ਨੂੰ ਇੱਕੋ-ਇੱਕ ਰਾਹ ਸਮਝਦੇ ਸਨ। ਪ੍ਰਗਤੀਵਾਦੀ ਸਮਝਦੇ ਸਨ ਕਿ ਮਨੁੱਖਜਾਤੀ ਧਰਮ ਜਿਹੇ ਚਿੰਤਨ-ਵਿਰੋਧੀ ਰਾਹਾਂ ਵਿੱਚ ਉਲ਼ਝ ਕੇ ਗਿਆਨ-ਵਿਹੂਣੀ ਭਟਕ ਰਹੀ ਸੀ, ਇਸ ਲਈ, ਸਿਆਸੀ ਚੇਤਨਾ ਤੋਂ ਸੱਖਣੀ ਸੀ। ਪ੍ਰਗਤੀਵਾਦੀ ਮਨੁੱਖਜਾਤੀ ਨੂੰ ਦਵੰਦਾਤਮਿਕ ਚਿੰਤਨ ਵਿੱਚ ਪ੍ਰਵੇਸ਼ ਕਰਵਾਉਣਾ ਆਪਣੀ ਨੈਤਿਕ ਜ਼ਿੰਮੇਵਾਰੀ ਸਮਝਦੇ ਸਨ। ਮਨੁੱਖਜਾਤੀ ਦਾ ਅਜਿਹਾ ਰੂਪਾਂਤਰਨ ਉਹਨਾਂ ਲਈ ਉਚੇਰਾ ਕਾਜ ਸੀ ਜਿਸ ਨੂੰ ਉਹ ਹਰ ਹੀਲੇ ਨੇਪਰੇ ਚਾੜ੍ਹਨਾ ਚਾਹੁੰਦੇ ਸਨ। ਕਿਉਂਕਿ ਮਨੁੱਖਜਾਤੀ ਗਿਆਨ-ਵਿਹੂਣੀ ਸੀ ਇਸ ਲਈ ਪ੍ਰਗਤੀਵਾਦੀ ਕਿਸੇ ਵਿਅਕਤੀ, ਮਨੁੱਖੀ ਸਮਾਜ, ਜਾਂ ਕੌਮ ਦੀ ਪ੍ਰਵਾਨਗੀ ਲੈਣ ਦੀ ਲੋੜ ਨਹੀਂ ਸਨ ਸਮਝਦੇ। ਪ੍ਰਗਤੀਵਾਦੀ ਵਿਅਕਤੀਆਂ ਜਾਂ ਭਾਈਚਾਰਿਆਂ ਦੇ ਨਿੱਜੀ ਰਾਹਾਂ ਜਾਂ ਤਰਜੀਹਾਂ ਨੂੰ ਦਰਕਿਨਾਰ ਕਰਦੇ ਸਨ। ਇਹ ਬਿਰਤਾਂਤਿਕ ਹਿੰਸਾ ਸੀ ਜੋ ਸੁਭਾਵਿਕ ਹੀ ਬਸਤੀਵਾਦੀ ਹਿੰਸਾ ਵਾਲ਼ੇ ਲਹਿਜੇ ਵਿੱਚ ਚਲਦੀ ਸੀ। ਇਹ ਹਿੰਸਾ ਵਿਅਕਤੀ ਦੇ ਯਾਦ ਅਤੇ ਬੋਲੀ ਨਾਲ਼ ਤਾਲਮੇਲ ਵਿੱਚ ਵਿਘਨ ਪਾਉਂਦੀ ਸੀ। ਪੰਜਾਬ ਦੇ ਪ੍ਰਗਤੀਵਾਦੀਆਂ ਦੀ ਬੁਨਿਆਦੀ ਪ੍ਰਤੀਬੱਧਤਾ ਆਧੁਨਿਕਵਾਦ ਨਾਲ਼ ਨਹੀਂ ਮਾਰਕਸਵਾਦ ਨਾਲ਼ ਸੀ; ਆਧੁਨਿਕਵਾਦ ਦੀ ਜ਼ੱਦ ਵਿੱਚ ਤਾਂ ਉਹ ਵਕਤ ਦੇ ਵਹਿਣ ਵਿੱਚ ਹੀ ਆ ਗਏ ਸਨ। ਪੰਜਾਬ ਦੇ ਪ੍ਰਗਤੀਵਾਦੀਆਂ ਨੇ ਆਧੁਨਿਕਵਾਦ ਜਾਂ ਮਾਰਕਸਵਾਦ ਦਾ ਸਿੱਧਾ ਅਧਿਐਨ ਨਹੀਂ ਸੀ ਕੀਤਾ। ਇਹਨਾਂ ਚਿੰਤਨ-ਧਾਰਾਵਾਂ ਬਾਰੇ ਮੋਟੀ ਜਿਹੀ ਜਾਣਕਾਰੀ ਹੋਣ ਦੇ ਬਾਵਜੂਦ ਉਹ ਇਹਨਾਂ ਮੁਤਾਬਕ ਦੁਨੀਆ ਨੂੰ ਨਵੀਂ ਸ਼ਕਲ ਦੇਣ ਨੂੰ ਆਪਣੀ ਜ਼ਿੰਦਗੀ ਦਾ ਲਕਸ਼ ਬਣਾ ਕੇ ਤੁਰ ਪਏ। ਇਸ ਵਰਤਾਰੇ ਨੂੰ ਗੰਭੀਰਤਾ ਨਾਲ਼ ਸਮਝਣ ਦੀ ਲੋੜ ਹੈ। ਸਤਹੀ ਪੱਧਰ 'ਤੇ ਇਸ ਦਾ ਭਾਵ ਹੈ ਕਿ ਕਿਸੇ ਫ਼ਲਸਫ਼ੇ ਦੀ ਅੰਸ਼ਿਕ ਪ੍ਰਤੀਤੀ ਨਾਲ਼ ਵੀ ਮਨੁੱਖੀ ਚੇਤਨਤਾ ਉਸ ਦੇ ਕੇਂਦਰੀ ਤੱਤ ਨਾਲ਼ ਇਕਸੁਰ ਹੋ ਵਹਿੰਦੀ ਹੈ। ਪਰ ਅਸਲ ਵਿੱਚ ਇਸ ਤੋਂ ਸਪੱਸ਼ਟ ਹੁੰਦਾ

ਹੈ ਕਿ ਕਾਲ਼ ਅਤਿ ਜ਼ੋਰਾਵਰ ਅਮਲ ਹੈ। ਪੰਜਾਬ ਦੇ ਪ੍ਰਗਤੀਵਾਦੀ ਆਧੁਨਿਕ ਕਾਲ਼ ਦੀ ਜ਼ੱਦ ਵਿੱਚ ਆਉਣ ਕਰ ਕੇ ਆਧੁਨਿਕ ਫ਼ਲਸਫ਼ੇ ਨੂੰ ਬਿਨਾਂ ਪੜ੍ਹੇ ਆਤਮਸਾਤ ਕਰ ਗਏ ਸਨ।

ਪੰਜਾਬ ਦੇ ਸਿੱਖ ਪਿਛੋਕੜ ਵਾਲ਼ੇ ਪ੍ਰਗਤੀਵਾਦੀਆਂ ਦੀ ਉਪਰੋਕਤ ਪਹੁੰਚ ਕਈ ਪੜਾਵਾਂ ਰਾਹੀਂ ਵਿਕਸਿਤ ਹੋਈ। ਉਹਨਾਂ ਦਾ ਸਿੱਖ ਪਰੰਪਰਾ ਨਾਲ਼ ਨਾਤਾ ਵਧੇਰੇ ਗਹੁ ਨਾਲ਼ ਵਿਚਾਰ ਦੀ ਮੰਗ ਕਰਦਾ ਹੈ। ਪ੍ਰਗਤੀਵਾਦ ਦੇ ਪਹਿਲੇ ਦੌਰ ਵਿੱਚ ਮੋਹਨ ਸਿੰਘ, ਪ੍ਰੀਤਮ ਸਿੰਘ ਸਫ਼ੀਰ, ਅਤੇ ਇਹਨਾਂ ਤੋਂ ਬਾਅਦ ਸੰਤ ਰਾਮ ਉਦਾਸੀ ਤੇ ਦਰਸ਼ਨ ਖਟਕੜ ਦੀ ਕਵਿਤਾ ਦੀ ਬੋਲੀ ਸਿੱਖ ਸ਼ਬਦਾਵਲੀ ਅਤੇ ਸਿੱਖ ਇਤਿਹਾਸਿਕ ਹਵਾਲਿਆਂ ’ਚੋਂ ਪੈਦਾ ਹੁੰਦੀ ਸੀ। ਪਰ ਇਸ ਦੇ ਬਾਵਜੂਦ, ਉਪਰੋਕਤ ਕਵੀ ਸਿੱਖ ਵਿਰਾਸਤ ਨਾਲ਼ ਆਪਣੇ ਆਤਮਿਕ ਸਫ਼ਰ ਦੇ ਸੋਮੇ ਵਜੋਂ ਜੁੜਨ ਦੀ ਬਜਾਏ ਇਸ ਨੂੰ ਆਪਣੀ ਲੋੜ ਸਮਝਦੇ ਸਨ। ਉਹਨਾਂ ਦਾ ਸਿੱਖ ਵਿਰਾਸਤ ਨਾਲ਼ ਆਪਣਾ ਨਾਤਾ ਵੀ ਸੀ ਪਰ ਉਹ ਭਾਵਨਾ ਸਿਧਾਂਤਵਾਦ ਹੇਠਾਂ ਦਰੜੀ ਜਾ ਚੁੱਕੀ ਸੀ। ਉਹਨਾਂ ਨੂੰ ਲੱਗਦਾ ਸੀ ਪੰਜਾਬ ਦੇ ਲੋਕਾਂ ਨੂੰ ਨਾਲ਼ ਲੈਣ ਲਈ ਸਿੱਖ ਮੁਹਾਵਰੇ ਵਿੱਚ ਗੱਲ ਕਰਨੀ ਜ਼ਰੂਰੀ ਹੈ। ਪੰਜਾਬ ਦੇ ਲੋਕਾਂ ਨੂੰ ਅੰਦਰੋਂ ਰੂਪਾਂਤਰਿਤ ਕਰਨ ਲਈ ਉਹ ਸਿੱਖੀ ਨੂੰ ਮਾਰਕਸਵਾਦੀ ਦ੍ਰਿਸ਼ਟੀਕੋਣ ਤੋਂ ਪਰਿਭਾਸ਼ਿਤ ਕਰਨਾ ਚਾਹੁੰਦੇ ਸਨ। ਦਰਸ਼ਨ ਖਟਕੜ ਦੀ ਕਵਿਤਾ ਵਿੱਚੋਂ ਇਹ ਪਹੁੰਚ ਜ਼ਿਆਦਾ ਨੰਗੀ-ਚਿੱਟੀ ਹੋ ਕੇ ਉਜਾਗਰ ਹੁੰਦੀ ਹੈ ਪਰ ਸੰਤ ਰਾਮ ਉਦਾਸੀ ਦੀ ਕਵਿਤਾ ਵਿੱਚ ਵੀ ਇਹ ਸਪੱਸ਼ਟ ਹੀ ਹੈ। ਪਾਸ਼ ਦੀ ਕਵਿਤਾ ਦੇ ਪਹਿਲੇ ਦੌਰ, “ਲੋਹ ਕਥਾ” ਤੇ “ਉੱਡਦੇ ਬਾਜ਼ਾਂ ਮਗਰ” ਵਿੱਚ ਸਿੱਖ ਵਿਰਾਸਤ ਦੇ ਰੂਪਾਂਤਰਨ ਦਾ ਮਨਸੂਬਾ ਬਹੁਤ ਸਪੱਸ਼ਟ ਅਤੇ ਅਣਘੜ ਰੂਪ ਵਿੱਚ ਸਾਹਮਣੇ ਆਉਂਦਾ ਹੈ। ਪਰ “ਸਾਡੇ ਸਮਿਆਂ ਵਿੱਚ” ਰਾਹੀਂ ਪਾਸ਼ ਸਿੱਖ ਵਿਰਾਸਤ ਨਾਲ਼ ਜੁੜ ਕੇ ਆਪਣਾ ਆਪਾ ਨਾ ਘੜ ਸਕਣ ਕਾਰਨ ਪੈਦਾ ਹੋਏ ਸੰਕਟ ਦੇ ਰੁਦਨ ਨੂੰ ਜ਼ੁਬਾਨ ਦਿੰਦਾ ਹੈ।

ਪਰ ਅੱਸੀਵਿਆਂ ਦੇ ਅੱਧ ਤੱਕ ਪਹੁੰਚਦਿਆਂ ਪੰਜਾਬ ਦੇ ਪ੍ਰਗਤੀਵਾਦੀ, ਜਦੋਂ ਮੇਰਾ ਉਹਨਾਂ ਨਾਲ਼ ਵਾਹ ਪਿਆ, ਸਿੱਖ ਵਿਰਾਸਤ ਨੂੰ ਰੱਦ ਕਰਨ ’ਤੇ ਉਤਾਰੂ ਹੋ ਗਏ ਸਨ। ਵੇਖਣ ਵਾਲ਼ੀ ਗੱਲ ਹੈ ਕਿ ਜਦੋਂ ਸਿੱਖ ਹਿੰਦੁਸਤਾਨੀ ਹਕੂਮਤ ਦੀ

ਬਸਤੀਵਾਦੀ ਸੱਤਾ ਤੋਂ ਨਿਜਾਤ ਪਾਉਣ ਲਈ ਆਰ-ਪਾਰ ਦੀ ਲੜਾਈ ਲੜ ਰਹੇ ਸਨ ਤਾਂ ਪੰਜਾਬ ਦੇ ਖੱਬੇਪੱਖੀ ਖੁੱਲ੍ਹ ਕੇ ਸਿੱਖਾਂ ਦੇ ਖ਼ਿਲਾਫ਼ ਆ ਗਏ। ਪਰ ਇਹ ਅਸਲੋਂ ਨਵਾਂ ਰੁਝਾਨ ਨਹੀਂ ਸੀ। ਸਾਹਿਤਿਕ ਮਹਿਫ਼ਲਾਂ ਵਿਚਲੇ ਗ਼ੈਰ-ਰਸਮੀ ਮਾਹੌਲ ਵਿੱਚ ਪ੍ਰਗਤੀਵਾਦੀ ਸਦਾ ਹੀ ਸਿੱਖ ਅਨੁਭਵ ਖ਼ਿਲਾਫ਼ ਹੁੱਲੜਬਾਜ਼ ਹਿੰਸਾ ਦਾ ਮੁਜ਼ਾਹਰਾ ਕਰਦੇ ਰਹੇ ਸਨ। ਅੱਸੀਵਿਆਂ ਦੌਰਾਨ ਅਜਿਹੀ ਹਿੰਸਾ ਦੇ ਜ਼ਿਆਦਾ ਪ੍ਰਤੱਖ ਰੂਪ ਵਿੱਚ ਸਾਹਮਣੇ ਆਉਣ ਦੇ ਕਈ ਕਾਰਨ ਸਨ। ਪਹਿਲਾ ਤਾਂ ਸਮੇਂ ਨਾ਼ਲ ਸਥਾਪਿਤ ਹੋਈ ਪ੍ਰਗਤੀਵਾਦੀ ਵਿਚਾਰਧਾਰਾ ਦੀ ਵਧੇਰੇ ਚੇਤੰਨ ਅਤੇ ਮਕਾਨਕੀ ਕਿਸਮ ਦੀ ਪ੍ਰਤੀਤੀ ਸੀ। ਦੂਜਾ, ਮਾਰਕਸਵਾਦੀ ਸਿਆਸੀ ਲਹਿਰ ਨੂੰ ਪੰਜਾਬ ਦੇ ਲੋਕਾਂ ਵੱਲੋਂ ਭਰਵਾਂ ਹੁੰਗਾਰਾ ਨਾ ਮਿਲਣਾ ਸੀ। ਪੰਜਾਬ ਦੇ ਮਾਰਕਸਵਾਦੀ ਚਿੰਤਕਾਂ ਵਿੱਚੋਂ ਬਹੁਤੇ ਇਸ ਵਿਚਾਰ ਦੇ ਸਨ ਕਿ ਪੰਜਾਬ ਦੀ ਧਰਤੀ ਤੋਂ ਧਰਮ, ਯਅਨੀ ਕਿ ਸਿੱਖੀ, ਦੀ ਜੜ੍ਹ ਪੁੱਟੇ ਬਗ਼ੈਰ ਮਾਰਕਸਵਾਦੀ ਲਹਿਰ ਦਾ ਕੋਈ ਸਿਆਸੀ ਭਵਿੱਖ ਨਹੀਂ ਸੀ। ਤੀਜਾ ਕਾਰਨ ਸੱਤਰਵਿਆਂ ਦੇ ਅਖੀਰ ਵਿੱਚ ਆਇਆ ਸਿੱਖ ਲਹਿਰ ਦਾ ਉਭਾਰ ਸੀ ਜਿਸ ਨੇ ਮਾਰਕਸਵਾਦੀਆਂ ਅੰਦਰ ਡੂੰਘੀ ਬੇਚੈਨੀ ਛੇੜ ਦਿੱਤੀ। ਚੌਥਾ, ਸਭ ਤੋਂ ਅਹਿਮ, ਕਾਰਨ ਸੀ ਕਿ ਹਿੰਦੁਸਤਾਨੀ ਹਕੂਮਤ ਦੇ ਜਬਰ ਦੀ ਅੰਨ੍ਹੀ ਹਨੇਰੀ ਨੇ ਪੰਜਾਬ ਦੇ ਖੱਬੇਪੱਖੀਆਂ 'ਤੇ ਅਣਦਿਸਦਾ ਦਬਾਅ ਪਾਇਆ ਸੀ। ਪੰਜਾਬ ਦੇ ਖੱਬੇਪੱਖੀ ਇਸ ਬਿਰਤਾਂਤਿਕ ਅਤੇ ਸਰੀਰਕ ਹਿੰਸਾ ਦੇ ਖ਼ਿਲਾਫ਼ ਖੜਨ ਲਈ ਲੋੜੀਂਦੀ ਸਿਧਾਂਤਿਕ ਸਮਝ ਅਤੇ ਆਤਮਿਕ ਤਾਕਤ ਤੋਂ ਸੱਖਣੇ ਸਨ। ਇਸ ਲਈ ਉਹ ਹਿੰਦੁਸਤਾਨੀ ਸਥਾਪਤੀ ਦੇ ਦਬਾਅ ਅੱਗੇ ਝੁਕ ਸਿੱਖ ਪ੍ਰਤੀਰੋਧ ਦੇ ਅੰਨ੍ਹੇ ਵਿਰੋਧ 'ਤੇ ਉੱਤਰ ਆਏ।

ਸੱਤਰਵਿਆਂ ਦੌਰ ਵਿੱਚ ਉੱਠਿਆ ਸਿੱਖਾਂ ਦਾ ਸਿਆਸੀ ਉਭਾਰ ਮੂਲ ਰੂਪ ਵਿੱਚ ਸਿੱਖੀ ਦੀ ਪੁਨਰ-ਸੁਰਜੀਤੀ ਸੀ। ਸਿੱਖੀ ਦੀ ਇਸ ਪੁਨਰ-ਸੁਰਜੀਤੀ ਦਾ ਇਹ ਅਰਥ ਨਹੀਂ ਸੀ ਕਿ ਪਹਿਲਾਂ ਪੰਜਾਬ ਦੀ ਸਿੱਖ ਜੁਆਨੀ ਨਾਸਤਿਕਤਾ ਦੇ ਪ੍ਰਭਾਵ ਹੇਠ ਸੀ ਤੇ ਹੁਣ ਧਾਰਮਿਕ ਹੋ ਗਈ ਸੀ। ਇਹ ਵਰਤਾਰਾ ਆਧੁਨਿਕਤਾ ਤੋਂ ਪਹਿਲਾਂ ਦੀ ਸਿੱਖੀ ਦੀ ਪੁਨਰ-ਸੁਰਜੀਤੀ ਸੀ। ਸਿੱਖਾਂ ਲਈ ਖ਼ੁਦਮੁਖ਼ਤਿਆਰੀ ਦੇ ਨਿਸ਼ਾਨੇ ਤੋਂ ਸ਼ੁਰੂ ਹੋ, ਸ੍ਰੀ ਦਰਬਾਰ ਸਾਹਿਬ ਅਤੇ ਅਨੇਕ ਹੋਰ ਗੁਰਦੁਆਰਾ ਸਾਹਿਬਾਨ 'ਤੇ ਹਮਲੇ ਤੋਂ ਬਾਅਦ, ਇਹ ਲਹਿਰ ਸਿੱਖਾਂ ਵਾਸਤੇ ਆਜ਼ਾਦ

ਪ੍ਰਭੂਸੱਤਾ-ਸੰਪੰਨ ਮੁਲਕ ਖ਼ਾਲਿਸਤਾਨ ਦੀ ਪ੍ਰਾਪਤੀ ਦੀ ਲਹਿਰ ਬਣ ਗਈ। ਇਸ ਲਹਿਰ ਨੇ ਸਮੇਂ ਨੂੰ ਪੁੱਠਾ ਗੇੜਾ ਦੇ ਦਿੱਤਾ ਸੀ। ਸਿੱਖੀ ਦੀਆਂ ਆਧੁਨਿਕ ਪਰਿਭਾਸ਼ਾਵਾਂ ਨੇ ਸਿੱਖਾਂ ਦੇ ਪਰੰਪਰਾ ਨਾ਼ਲ ਨਾਤੇ ਅਤੇ ਉਹਨਾਂ ਦੇ ਆਤਮਿਕ ਸਫ਼ਰ ਵਿੱਚ ਵਿਘਨ ਪਾਇਆ ਸੀ। ਇਸ ਲਹਿਰ ਨੇ ਆਧੁਨਿਕਤਾ ਨੂੰ ਉ਼ਲੰਘ ਕੇ ਪਹਿਲੀ ਸਿੱਖ ਪਰੰਪਰਾ ਨਾ਼ਲ ਨਾਤਾ ਜੋੜ ਲਿਆ ਜੋ ਸਿੱਖ ਨੌਜੁਆਨਾਂ ਦੀ ਰਹਿਤਲ ਵਿੱਚੋਂ ਉਜਾਗਰ ਹੋਣ ਲੱਗਿਆ। ਇਹ ਕਾ਼ਲ ਦੀ ਨਿਰੰਕੁਸ਼ ਸੱਤਾ ਨੂੰ ਰੱਦ ਕਰਨ ਵਾ਼ਲਾ ਅਮਲ ਸੀ ਜਿਸ ਨਾ਼ਲ ਕਾ਼ਲ ਦੇ ਰੇਖਕੀ ਵਹਾਅ ਦੇ ਅੰਤਿਮ ਸਚਾਈ ਹੋਣ ਦਾ ਦਾਅਵਾ ਖੰਡ-ਖੰਡ ਹੋ ਗਿਆ।

ਪੰਜਾਬ ਦੇ ਮਾਰਕਸਵਾਦੀ ਚਿੰਤਕਾਂ ਅਤੇ ਪ੍ਰਗਤੀਵਾਦੀ ਸਾਹਿਤਕਾਰਾਂ ਦੀ ਟੇਕ ਸਮੇਂ ਦੇ ਰੇਖਕੀ ਵਹਾਅ 'ਤੇ ਸੀ। ਕਾ਼ਲ ਦਾ ਰੇਖਕੀ ਵਹਾਅ ਇੱਕ ਫ਼ਲਸਫ਼ਾਨਾ ਨਜ਼ਰੀਆ ਸੀ ਜੋ ਇਤਿਹਾਸਿਕ ਅਮਲ ਵਿੱਚ ਰੂਪਾਂਤਰਿਤ ਹੋ ਚੁੱਕਿਆ ਸੀ। ਇਸ ਲਈ, ਮਾਰਕਸਵਾਦੀ ਧਿਰਾਂ ਨੂੰ ਲੱਗਦਾ ਸੀ ਕਿ ਸਿੱਖੀ ਦੇ ਇਸ ਉਭਾਰ ਨੂੰ ਖ਼ਤਮ ਕੀਤੇ ਬਗ਼ੈਰ ਉਹਨਾਂ ਦਾ ਪੰਜਾਬ ਵਿੱਚ ਕੋਈ ਭਵਿੱਖ ਨਹੀਂ। ਇਸ ਬੇਚੈਨੀ ਵਿੱਚੋਂ ਪ੍ਰਗਤੀਵਾਦੀ ਸਾਹਿਤਕਾਰ ਅਤੇ ਚਿੰਤਕ ਖ਼ਾਲਿਸਤਾਨ ਦੀ ਲਹਿਰ ਦੇ ਸਿੱਧੇ ਖ਼ਿਲਾਫ਼ ਖੜ੍ਹੇ ਹੋ ਗਏ। ਹਿੰਦੁਸਤਾਨੀ ਹਕੂਮਤ ਦਾ ਸਿੱਖਾਂ 'ਤੇ ਬੇਤਹਾਸ਼ਾ ਜ਼ੁਲਮ ਅਤੇ ਹਿੰਦੂ ਭਾਈਚਾਰੇ ਦਾ ਹਕੂਮਤ ਦੇ ਜਾਬਰ ਰਵੱਈਏ 'ਤੇ ਸਹੀ ਪਾਉਣਾ ਮਾਰਕਸਵਾਦੀ ਧਿਰਾਂ 'ਤੇ ਮਨੋਵਿਗਿਆਨਕ ਦਬਾਅ ਪਾਉਂਦਾ ਸੀ ਕਿ ਉਹ ਹਕੂਮਤ ਦੇ ਨਾ਼ਲ ਅਤੇ ਸਿੱਖਾਂ ਦੇ ਖ਼ਿਲਾਫ਼ ਖੜ੍ਹਨ। ਇਹ ਵਰਤਾਰਾ ਨਾ ਸਿਰਫ਼ ਸਿਰਜਣਾਤਮਿਕ ਅਮਲ ਵਿੱਚ ਵੱਡਾ ਵਿਘਨ ਸੀ ਬਲਕਿ ਸਿੱਖਾਂ 'ਤੇ ਜਿਸਮਾਨੀ ਹਿੰਸਾ ਢਾਹ ਰਹੀ ਹਿੰਦੁਸਤਾਨੀ ਹਕੂਮਤ ਦੇ ਜਾਬਰ ਮਨਸੂਬਿਆਂ ਦੇ ਪਨਪਣ ਲਈ ਲੋੜੀਂਦੀ ਥਾਂ ਵੀ ਮੁਹੱਈਆ ਕਰਵਾਉਂਦਾ ਸੀ।

ਇਸ ਵਰਤਾਰੇ ਨੇ ਮੇਰੇ ਦੁਪਹਿਰ ਦੀ ਚੁੱਪ ਦੇ ਪ਼ਲਾਂ ਵਿੱਚ ਕੁਹਰਾਮ ਛੇੜ ਦਿੱਤਾ। ਵਕਤੀ ਤੌਰ 'ਤੇ ਇਹ ਰੌ਼ਲਾ-ਰੱਪਾ ਮੇਰੇ ਸਿਰਜਣਾਤਮਿਕ ਸਫ਼ਰ ਦੇ ਕੁਦਰਤੀ ਵਹਾਅ ਵਿੱਚ ਅੜਿੱਕਾ ਸੀ, ਪਰ ਲੰਮੇ ਸਮੇਂ ਵਿੱਚ ਇਹ ਲਾਹੇਵੰਦ ਸਾਬਤ ਹੋਇਆ। ਇਸ ਹਿੰਸਾ ਨੇ ਮੈਨੂੰ ਬਿਰਤਾਂਤਿਕ ਹਿੰਸਾ ਦੀ ਸਪੱਸ਼ਟ ਪ੍ਰਤੀਤੀ ਕਰ ਲੈਣ ਦੇ ਰਾਹ ਤੋਰਿਆ। ਇਸ ਨਾ਼ਲ ਲੜਾਈ ਦਾ ਇੱਕ ਨਵਾਂ ਮੋਰਚਾ ਸਪੱਸ਼ਟ

ਹੋ ਕੇ ਮੇਰੇ ਸਾਹਮਣੇ ਆਇਆ; ਮੇਰੇ ਅਧਿਐਨ 'ਤੇ ਚਿੰਤਨ ਦਾ ਸਫ਼ਰ ਸ਼ੁਰੂ ਹੋਇਆ ਜਿਸ ਨੂੰ ਉਲ਼ੰਘ ਲੈਣਾ ਕਦੇ ਵੀ ਇੱਕ ਚੋਣ ਨਹੀਂ ਸੀ। ਜਦੋਂ ਅਣਦਿਸਦੇ ਕਲੇਸ਼ ਪ੍ਰਤੱਖ ਰੂਪ ਵਿੱਚ ਸਾਹਮਣੇ ਆਉਂਦੇ ਹਨ ਤਾਂ ਬਹੁਤ ਸਾਰੇ ਬੁਨਿਆਦੀ ਸੁਆਲਾਂ ਨਾ਼ਲ ਸਿੱਧਾ ਮੱਥਾ ਲਾਉਣ ਦਾ ਮੌਕਾ ਹਾਸਲ ਹੁੰਦਾ ਹੈ। ਸੁਆਲ ਜਦੋਂ ਜ਼ਾਹਰ ਹੋ ਜਾਂਦੇ ਹਨ ਤਾਂ ਸਿਰ 'ਤੇ ਮੰਡਰਾਉਂਦੇ ਕੜਕਦੇ ਬੱਦਲ਼ਾਂ ਦੀ ਥਾਂ ਪੈਰਾਂ ਹੇਠ ਵਿਛਿਆ ਰਾਹ ਹੋ ਨਿੱਬੜਦੇ ਹਨ ਤੇ ਸਫ਼ਰ ਵਿੱਚ ਰਵਾਨੀ ਲਿਆਉਣ ਦਾ ਸਬੱਬ ਬਣਦੇ ਹਨ।

ਪ੍ਰਗਤੀਵਾਦੀਆਂ ਤੋਂ ਬਿਨਾਂ, ਫ਼ਰੀਦਕੋਟ ਵਿੱਚ ਇੱਕ ਹੋਰ ਸਾਹਿਤਿਕ ਮੰਚ ਵੀ ਸੀ: ਸ. ਫ਼ੌਜਾ ਸਿੰਘ ਬਰਾੜ ਉਰਫ਼ ਨਵਰਾਹੀ ਘੁਗਿਆਣਵੀ ਦੀ ਅਗਵਾਈ ਵਾ਼ਲੀ ਪੰਜਾਬੀ ਸਾਹਿਤ ਸਭਾ। ਮਾਰਕਸੀ ਸਾਹਿਤ ਸਭਾ ਦੇ ਲੱਗਭੱਗ ਨਾ਼ਲ ਹੀ ਮੇਰਾ ਘੁਗਿਆਣਵੀ ਸਾਹਿਬ ਵਾ਼ਲੀ ਸਾਹਿਤ ਸਭਾ ਨਾ਼ਲ ਵੀ ਰਾਬਤਾ ਹੋ ਗਿਆ। ਘੁਗਿਆਣਵੀ ਸਾਹਿਬ ਵਾ਼ਲੀ ਸਾਹਿਤ ਸਭਾ ਵਿੱਚ ਪਿੰਗਲ ਦੇ ਛੰਦਾਂ ਵਾ਼ਲੀ ਕਵਿਤਾ ਪ੍ਰਵਾਨ ਸੀ ਇਸ ਲਈ ਉਹ ਮੈਨੂੰ ਜ਼ਿਆਦਾ ਰਾਸ ਆਈ।

ਇਸ ਤੋਂ ਬਾਅਦ ਮੈਂ ਪੰਜਾਬੀ ਯੂਨੀਵਰਸਿਟੀ, ਪਟਿਆ਼ਲੇ ਚਲਾ ਗਿਆ। ਉੱਥੇ ਜਾਣ ਤੋਂ ਬਾਅਦ ਇਹ ਗੱਲ ਹੋਰ ਸਪੱਸ਼ਟ ਹੋਈ ਕਿ ਸਿੱਖੀ ਨਾ਼ਲ ਸਾਂਝ ਰੱਖਣ ਵਾ਼ਲੇ ਲੋਕ ਛੰਦ-ਬੱਧ ਕਵਿਤਾ ਪਸੰਦ ਕਰਦੇ ਸਨ, ਤੇ ਮਾਰਕਸਵਾਦੀ, ਜੋ ਆਮ ਤੌਰ 'ਤੇ ਸਿੱਖੀ ਦੇ ਵਿਰੋਧੀ ਸਨ, ਖੁੱਲ੍ਹੀ ਕਵਿਤਾ ਦੀ ਪੈਰਵਾਈ ਤੇ ਛੰਦ-ਬੱਧ ਕਵਿਤਾ ਦਾ ਸਖ਼ਤੀ ਨਾ਼ਲ ਵਿਰੋਧ ਕਰਦੇ ਸਨ। ਸਾਹਿਤ ਦੇ ਰੂਪਾਂ ਦੇ ਜ਼ਿੰਦਗੀ ਪ੍ਰਤੀ ਪਹੁੰਚ ਨਾ਼ਲ ਅੰਤਰੀਵ ਨਾਤੇ ਬਾਰੇ ਮੈਨੂੰ ਉਦੋਂ ਬਹੁਤ ਤੀਖਣ ਪਰ ਅਚੇਤ ਅਹਿਸਾਸ ਤਾਂ ਸੀ, ਪਰ ਇਸ ਦੀ ਸਪੱਸ਼ਟ ਪ੍ਰਤੀਤੀ ਨਹੀਂ ਸੀ। ਪਰ ਹੁਣ ਇਹ ਗੱਲ ਚੰਗੀ ਤਰ੍ਹਾਂ ਸਮਝ ਆਉਂਦੀ ਹੈ। ਇਸ ਦਾ ਭਾਵ ਹੈ ਕਿ ਬਿਰਤਾਂਤਿਕ ਅਮਲ ਕਦੇ ਵੀ, ਕਿਤੇ ਵੀ, ਸਿੱਧ ਪੱਧਰੇ ਨਹੀਂ ਹੁੰਦੇ। ਸਾਹਿਤ ਦੇ ਰੂਪ ਸਦਾ ਲੋਕਾਂ ਦੇ ਅੰਦਰਲੇ ਵੇਗਾਂ ਨਾ਼ਲ ਇਕਸੁਰ ਹੋ ਕੇ ਹੀ ਚਲਦੇ ਹਨ।

ਸਾਹਿਤ ਦੇ ਰੂਪ ਅਤੇ ਵਿਸ਼ੇ-ਵਸਤੂ ਬਾਰੇ ਮਾਰਕਸਵਾਦੀ ਹਲਕਿਆਂ ਦੀ ਪਹੁੰਚ ਬੁਨਿਆਦੀ ਤੌਰ 'ਤੇ ਵਿਚਾਰਧਾਰਕ ਸੀ। ਉਹ ਸਾਰੇ ਆਪੋ-ਆਪਣੇ ਕਾਰਨਾਂ ਕਰਕੇ ਪ੍ਰਗਤੀਵਾਦੀ ਵਿਚਾਰਧਾਰਾ ਨੂੰ ਪ੍ਰਣਾਏ ਹੋਏ ਸਨ। ਇਹਨਾਂ ਵਿੱਚੋਂ

ਕਈਆਂ ਦਾ ਪਰਿਵਾਰਕ ਪਿਛੋਕੜ ਸਿੱਖ ਸੀ ਤੇ ਕਈਆਂ ਦਾ ਹਿੰਦੂ। ਪ੍ਰਗਤੀਵਾਦੀ ਸਿੱਖ ਮਾਰਕਸਵਾਦ ਵਿੱਚ ਕਿਸੇ ਧਰਮ-ਸਿਧਾਂਤ ਵਰਗੀ ਆਸਥਾ ਰੱਖਦੇ ਸਨ। ਪ੍ਰਗਤੀਵਾਦੀ ਹੋਣ ਦਾ ਦਾਅਵਾ ਕਰਨ ਵਾਲ਼ੇ ਹਿੰਦੂਆਂ ਲਈ ਇਹ ਵਿਚਾਰਧਾਰਾ ਹਿੰਦੁਸਤਾਨੀ ਰਾਸ਼ਟਰਵਾਦੀ ਮਨਸੂਬੇ ਨੂੰ ਅਗਾਂਹ ਤੋਰਨ ਦਾ ਸਾਧਨ ਸੀ। ਪ੍ਰਗਤੀਵਾਦ ਨੂੰ ਇੱਕ ਕਾਇਨਾਤੀ ਅੰਤਿਮ ਸੱਚ ਵਜੋਂ ਉਚਿਆ ਕੇ ਹਿੰਦੂਆਂ ਲਈ ਇਹ ਸੌਖਾ ਸੀ ਕਿ ਉਹ ਹਰ ਤਰ੍ਹਾਂ ਦੇ ਗ਼ੈਰ-ਹਿੰਦੂ ਧਾਰਮਿਕ ਅਤੇ ਸੱਭਿਆਚਾਰਕ ਵੱਖਰੇਪਣ ਦੀ ਹੋਂਦ ਤੋਂ ਹੀ ਇਨਕਾਰੀ ਹੋ ਜਾਣ। ਪੰਜਾਬ ਦੇ ਸੰਦਰਭ ਵਿੱਚ ਪ੍ਰਗਤੀਵਾਦ ਜਿਹੀ ਸੈਕੂਲਰ ਹੋਣ ਦਾ ਦਾਅਵਾ ਕਰਨ ਵਾਲ਼ੀ ਵਿਚਾਰਧਾਰਾ ਸਿੱਖਾਂ ਦੇ ਸਿੱਖੀ ਨਾਲ਼ ਨਾਤੇ ਨੂੰ ਨਿਸ਼ਾਨੇ ਹੇਠ ਲਿਆਉਣ ਦਾ ਵਧੀਆ ਸਾਧਨ ਸੀ। ਸਿੱਖ ਪਿਛੋਕੜ ਵਾਲ਼ੇ ਪੰਜਾਬੀ ਕਾਮਰੇਡ ਹਿੰਦੂਆਂ ਦੇ ਦਬਾਅ ਵਿੱਚ, ਤੇ ਪੰਜਾਬੀ ਹਿੰਦੂ ਕਾਮਰੇਡਾਂ ਦੇ ਭੇਸ ਵਿੱਚ, ਪੰਜਾਬ ਦੇ ਕਿਸੇ ਵੀ ਸਿੱਖ ਨੌਜੁਆਨ ਸਾਹਿਤਕਾਰ ਨੂੰ, ਸਿੱਖ ਰਹਿ ਕੇ ਸਾਹਿਤਿਕ ਹਲਕਿਆਂ ਵਿੱਚ ਨਹੀਂ ਸੀ ਵੜਨ ਦਿੰਦੇ।

ਪ੍ਰਗਤੀਵਾਦੀ ਪਹੁੰਚ ਅਨੁਸਾਰ ਸਰੋਦੀ ਕਵਿਤਾ ਕਲਾ ਕਲਾ ਲਈ ਅਤੇ ਖੁੱਲ੍ਹੀ ਕਵਿਤਾ ਕਲਾ ਜੀਵਨ ਲਈ ਦੀ ਸ਼੍ਰੇਣੀ ਵਿੱਚ ਰੱਖੀ ਜਾਂਦੀ ਸੀ। ਇਸ ਪਹੁੰਚ ਵਿੱਚੋਂ ਸਾਹਿਤ ਦੀ ਜ਼ਿੰਦਗੀ ਵਿੱਚ ਭੂਮਿਕਾ ਬਾਰੇ ਘੱਟ ਅਤੇ ਮਾਰਕਸਵਾਦ ਦੀ ਜ਼ਿੰਦਗੀ ਪ੍ਰਤੀ ਪਹੁੰਚ ਬਾਰੇ ਜ਼ਿਆਦਾ ਪਤਾ ਲੱਗਦਾ ਸੀ। ਇਸ ਪਹੁੰਚ ਪਿੱਛੇ ਕਈ ਮਨੌਤਾਂ ਕੰਮ ਕਰ ਰਹੀਆਂ ਹਨ ਜੋ ਕਿ ਪੰਜਾਬ ਦੇ ਮਾਰਕਸਵਾਦੀ ਦਾਇਰਿਆਂ ਵਿੱਚ ਗੰਭੀਰ ਚਿੰਤਨ ਦੀ ਅਣਹੋਂਦ ਸਦਕਾ ਸਥਾਪਿਤ ਹੋਈਆਂ ਹਨ। ਅਸੀਂ ਇਹਨਾਂ ਮਨੌਤਾਂ ਦੇ ਹਵਾਲੇ ਨਾਲ਼ ਆਪਣੀ ਵਿਚਾਰ ਸ਼ੁਰੂ ਕਰਨੀ ਚਾਹਾਂਗੇ:

੧. ਪਹਿਲੀ ਮਨੌਤ ਹੈ ਕਿ ਸਿਆਸੀ ਅਤੇ ਆਰਥਿਕ ਢਾਂਚਾ ਮਨੁੱਖਤਾ ਨੂੰ ਦਰਪੇਸ਼ ਸਾਰੀਆਂ ਸਮੱਸਿਆਵਾਂ ਦੀ ਜੜ੍ਹ ਹੈ ਅਤੇ ਇਨਕਲਾਬ ਰਾਹੀਂ ਇਸ ਨੂੰ ਕਮਿਊਨਿਸਟ ਢਾਂਚੇ ਨਾਲ਼ ਬਦਲ ਦੇਣ ਨਾਲ਼ ਸਾਰੇ ਮਸਲੇ ਆਪਣੇ-ਆਪ ਹੱਲ ਹੋ ਜਾਣਗੇ।

੨. ਦੂਜੀ ਇਹ ਕਿ ਮੌਜੂਦਾ ਲੋਟੂ ਨਿਜ਼ਾਮ ਲੋਕ ਮਨਾਂ 'ਤੇ ਕਾਬੂ ਪਾਉਣ ਲਈ ਧਰਮ ਨੂੰ ਮਾਧਿਅਮ ਬਣਾਉਂਦੇ ਹਨ ਇਸ ਲਈ ਧਰਮ ਨੂੰ ਮੁੱਢੋਂ ਨਕਾਰਨਾ ਜ਼ਰੂਰੀ ਹੈ। ਇਸ ਮਨੌਤ ਦੇ ਪਿਛੋਕੜ ਵਿੱਚ ਇੱਕ ਹੋਰ ਧਾਰਨਾ ਹੈ ਕਿ ਧਰਮ ਦੀ ਇੱਕ ਕਾਇਨਾਤੀ ਪਰਿਭਾਸ਼ਾ ਹੈ ਤੇ ਹਰ ਧਰਮ ਨੂੰ ਉਸੇ ਮੁਤਾਬਕ ਸਮਝਿਆ ਜਾਣਾ ਸਹੀ ਹੈ।

੩. ਪੰਜਾਬ ਦੇ ਮਾਰਕਸਵਾਦੀਆਂ ਦੀ ਤੀਜੀ ਮਨੌਤ ਹੈ ਕਿ ਸਾਹਿਤ ਸਿਆਸੀ ਨਾਅਰ੍ਹੇ ਦਾ ਮਾਧਿਅਮ ਹੈ ਤੇ ਸਰੋਦੀ ਕਵਿਤਾ ਮੂਲ ਰੂਪ ਵਿੱਚ ਨਾਅਰ੍ਹੇ ਦੇ ਖ਼ਿਲਾਫ਼ ਹੈ। ਇੱਥੇ ਨਾਅਰ੍ਹੇ ਬਾਬਤ ਅਸੀਂ ਕਹਿ ਸਕਦੇ ਹਾਂ ਕਿ ਇਸ ਦਾ ਭਾਵ ਸਿਆਸੀ ਸਰੋਕਾਰਾਂ ਦਾ ਪੁਰਜੋਸ਼ ਪ੍ਰਗਟਾਵਾ ਅਤੇ ਜਬਰ ਦਾ ਜ਼ੋਰਦਾਰ ਵਿਰੋਧ ਹੈ।

ਪਹਿਲੀ ਮਾਰਕਸਵਾਦੀ ਧਾਰਨਾ ਮਨੁੱਖੀ ਜੀਵਨ ਦੀ ਗੁੰਝਲ਼ਦਾਰ ਸੰਰਚਨਾ ਨੂੰ ਬਹੁਤ ਸਧਾਰਨ ਅਤੇ ਪੇਤਲੇ ਪੱਧਰ 'ਤੇ ਵੇਖਦੀ ਹੈ। ਨਾ ਤਾਂ ਮਨੁੱਖਤਾ ਨੂੰ ਦਰਪੇਸ਼ ਸਮੱਸਿਆਵਾਂ ਮੂਲ ਰੂਪ ਵਿੱਚ ਆਰਥਿਕ ਹਨ ਤੇ ਨਾ ਹੀ ਕਮਿਊਨਿਸਟ ਇਨਕਲਾਬ ਵਰਗੀ ਕਿਸੇ ਇੱਕ ਝਟਕੇ ਨਾਲ਼ ਆਈ ਢਾਂਚਾਗਤ ਤਬਦੀਲੀ ਨਾਲ਼ ਇਹ ਮਸਲਾ ਹੱਲ ਹੋ ਸਕਦਾ ਹੈ। ਮਨੁੱਖਤਾ ਦੀਆਂ ਸਮੱਸਿਆਵਾਂ ਮਨੁੱਖੀ ਮਨ ਨਾਲ਼ ਬੁਨਿਆਦੀ ਤੌਰ 'ਤੇ ਸਬੰਧਿਤ ਟਕਰਾਅ ਦੇ ਅਮਲ ਨਾਲ਼ ਜੁੜੀਆਂ ਹੋਈਆਂ ਹਨ। ਇਸ ਟਕਰਾਅ ਦੇ ਅਮਲ ਵਿੱਚੋਂ ਅਨੇਕ ਕਿਸਮ ਦੇ ਤਣਾਅ ਸਾਹਮਣੇ ਆਉਂਦੇ ਹਨ। ਇਹ ਸੂਖਮ ਅਮਲ ਨਿੱਜੀ ਅਤੇ ਇਤਿਹਾਸਿਕ ਵਰਤਾਰਿਆਂ ਦੇ ਰੂਪ ਵਿੱਚ ਜ਼ਾਹਰ ਹੁੰਦੇ ਹਨ। ਮਾਰਕਸਵਾਦ ਇਤਿਹਾਸਿਕ ਵਰਤਾਰਿਆਂ ਦਾ ਵਿਸ਼ਲੇਸ਼ਣ ਤਾਂ ਕਰਦਾ ਹੈ ਪਰ ਇਹਨਾਂ ਪਿੱਛੇ ਕਾਰਜਸ਼ੀਲ ਮਨੁੱਖੀ ਮਨ ਦੀਆਂ ਬੁਨਿਆਦੀ ਖ਼ਸਲਤਾਂ ਦੀ ਅਹਿਮੀਅਤ ਨੂੰ ਸਮਝਣ ਤੋਂ ਉੱਕ ਜਾਂਦਾ ਹੈ। ਦੂਜੇ ਸ਼ਬਦਾਂ ਵਿੱਚ, ਇਤਿਹਾਸ ਵਿਅਕਤੀ ਖੜ੍ਹਾ ਕਰਦੇ ਹਨ। ਅਸੀਂ ਕਹਿ ਸਕਦੇ ਹਾਂ ਕਿ ਇਤਿਹਾਸਿਕ ਵਰਤਾਰਿਆਂ ਦੇ ਉਥਾਨ ਵਿੱਚ ਜਾਂ ਸੱਭਿਆਚਾਰਕ ਸੰਰਚਨਾਵਾਂ ਦੇ ਇਤਿਹਾਸ ਪਿੱਛੇ ਕਿਸੇ ਖ਼ਾਸ ਖ਼ਿੱਤੇ ਦੇ ਲੋਕਾਂ ਦਾ ਸਮੂਹਿਕ ਮਨ ਕਾਰਜਸ਼ੀਲ ਹੁੰਦਾ ਹੈ। ਸਮੂਹਿਕ ਮਨ ਜਾਂ ਸਮੂਹਿਕ ਅਵਚੇਤਨ ਦੀ ਮਨੁੱਖੀ ਵਰਤਾਰਿਆਂ ਵਿੱਚ ਭੂਮਿਕਾ ਨੂੰ ਸਮਝਣਾ ਸਹੀ ਹੈ ਪਰ ਇਸ ਨਾਲ਼ ਇੱਕ ਮਨੁੱਖੀ ਮਨ ਦੇ ਅੰਦਰ

ਚਲਦੇ ਪ੍ਰਵਾਹਾਂ ਦੀ ਅਹਿਮੀਅਤ ਨੂੰ ਘਟਾ ਕੇ ਨਹੀਂ ਵੇਖਿਆ ਜਾ ਸਕਦਾ। ਇੱਕ ਮਨੁੱਖ ਦੇ ਮਨ ਵਿੱਚ ਨਿਹਿਤ ਬਿਰਤੀਆਂ ਕਾਮ, ਕ੍ਰੋਧ, ਲੋਭ, ਮੋਹ, ਅਤੇ ਹੰਕਾਰ ਹਨ। ਇਹ ਪੰਜੇ ਬਿਰਤੀਆਂ ਹਰ ਸੱਭਿਆਚਾਰਕ ਅਤੇ ਇਤਿਹਾਸਿਕ ਵਰਤਾਰੇ ਨੂੰ ਪ੍ਰਭਾਵਿਤ ਕਰਦੀਆਂ ਹਨ ਕਿਉਂਕਿ ਇਤਿਹਾਸ ਜਾਂ ਸੱਭਿਆਚਾਰ ਨੂੰ ਘੜਨ ਵਾਲ਼ੇ ਜਨ-ਸਮੂਹ ਇਹਨਾਂ ਬਿਰਤੀਆਂ ਵਾਲ਼ੇ ਮਨੁੱਖੀ ਮਨਾਂ ਦਾ ਇਕੱਠ ਹੀ ਹੁੰਦੇ ਹਨ। ਇਸ ਲਈ ਸਮਾਜਿਕ ਸੰਰਚਨਾਵਾਂ ਜੋ ਸਿਆਸੀ ਅਤੇ ਆਰਥਿਕ ਪ੍ਰਬੰਧਕੀ ਢਾਂਚਿਆਂ ਦੇ ਰੂਪ ਵਿੱਚ ਸਾਹਮਣੇ ਆਉਂਦੀਆਂ ਹਨ, ਅਸਲ ਵਿੱਚ, ਮਨੁੱਖੀ ਮਨ ਦਾ ਪਰਤਉ ਹਨ। ਮਨੁੱਖੀ ਮਨ ਦੇ ਵਿਅਕਤੀਗਤ ਪੱਧਰ ਦੇ ਕਾਇਆਕਲਪ ਬਗ਼ੈਰ ਸਮਾਜਿਕ ਸੰਰਚਨਾਵਾਂ ਨੂੰ ਨਵੇਂ ਸਿਰਿਓਂ ਚਿਤਵ ਸਕਣਾ ਸੰਭਵ ਨਹੀਂ। ਇਸ ਦਾ ਅਰਥ ਇਹ ਨਹੀਂ ਕਿ ਆਰਥਿਕ ਸ਼ੋਸ਼ਣ ਦਾ ਸ਼ਿਕਾਰ ਲੋਕਾਂ ਨੂੰ ਲੋਟੂ ਨਿਜ਼ਾਮ ਜਾਂ ਧਿਰਾਂ ਖ਼ਿਲਾਫ ਸੰਘਰਸ਼ ਕਰਨ ਦੀ ਬਜਾਏ ਆਪਾ ਚੀਨਣ ਦੇ ਰਾਹ ਪੈਣਾ ਚਾਹੀਦਾ ਹੈ ਤੇ ਜਦੋਂ ਤੱਕ ਉਹਨਾਂ ਦਾ ਪੂਰਾ ਕਾਇਆਕਲਪ ਨਹੀਂ ਹੋ ਜਾਂਦਾ ਉਹਨਾਂ ਨੂੰ ਕੋਈ ਸੰਘਰਸ਼ ਨਹੀਂ ਕਰਨਾ ਚਾਹੀਦਾ। ਕਿਸੇ ਵਿਅਕਤੀ ਜਾਂ ਜਨ-ਸਮੂਹ ਦਾ ਇਹ ਹੱਕ ਹੈ ਕਿ ਉਹ ਜਦੋਂ ਵੀ ਮਹਿਸੂਸ ਕਰਨ, ਉਦੋਂ ਹੀ ਲੋਟੂ ਵਰਤਾਰਿਆਂ ਦੇ ਖ਼ਿਲਾਫ਼ ਉੱਠ ਖੜ੍ਹੇ ਹੋਣ। ਮਨੁੱਖ ਦੇ ਮਨ ਅਤੇ ਦੇਹੀ ਦੇ ਕਾਇਆਕਲਪ ਦਾ ਉਸ ਦੇ ਸੰਘਰਸ਼ ਕਰਨ ਜਾਂ ਨਾ ਕਰਨ ਨਾਲ਼ ਕੋਈ ਸਬੰਧ ਨਹੀਂ। ਜੀਵਨ ਦੇ ਹਾਲਾਤ ਆਮ ਹੋਣ ਜਾਂ ਜੰਗ ਵਾਲ਼ੇ, ਰਾਜਾ ਅਦਲੀ ਹੋਵੇ ਜਾਂ ਜਾਬਰ, ਮਨੁੱਖ ਨੂੰ ਕਾਮ, ਕ੍ਰੋਧ, ਲੋਭ, ਮੋਹ, ਅਤੇ ਹੰਕਾਰ ਨਾਲ਼ ਤਾਂ ਜੂਝਣਾ ਹੀ ਪੈਣਾ ਹੈ। ਅਜਿਹਾ ਨਾ ਕਰਨ ਦੀ ਹਾਲਤ ਵਿੱਚ ਜੇ ਲੋਕ ਕੋਈ ਰਾਜ ਪਲ਼ਟਾ ਲਿਆਉਂਦੇ ਵੀ ਹਨ ਤਾਂ ਉਹ ਕਿਸੇ ਤਬਦੀਲੀ ਦਾ ਲਖਾਇਕ ਨਹੀਂ ਹੋਵੇਗਾ। ਰਾਜ ਕਰਨ ਵਾਲ਼ੀ ਧਿਰ ਬਦਲੇਗੀ ਪਰ ਆਮ ਜਨਤਾ ਦੇ ਸ਼ੋਸ਼ਣ ਦੇ ਅਮਲ ਉਸੇ ਤਰ੍ਹਾਂ ਜਾਰੀ ਰਹਿਣਗੇ।

ਸੋਵੀਅਤ ਯੂਨੀਅਨ ਅਜਿਹੇ ਸੰਕਟ ਦੀ ਬਹੁਤ ਢੁਕਵੀਂ ਮਿਸਾਲ ਹੈ। ਇਨਕਲਾਬ ਆਇਆ, ਜਗੀਰਦਾਰੀ ਅਤੇ ਇਸ ਦੀ ਅਗਵਾਈ ਕਰਨ ਵਾਲ਼ੀ ਜ਼ਾਰਸ਼ਾਹੀ ਟੁੱਟੀ, ਪਰ ਕਮਿਊਨਿਸਟ ਪਾਰਟੀ ਦੇ ਰੂਪ ਵਿੱਚ ਨਵੀਂ ਲੋਟੂ ਤੇ ਸਰਮਾਏਦਾਰ ਧਿਰ ਪੈਦਾ ਹੋ ਗਈ। ਸਮਝਣ ਵਾਲ਼ਾ ਨੁਕਤਾ ਹੈ ਕਿ ਇਨਕਲਾਬ

ਨਾਲ਼ ਰਾਜ ਕਰਨ ਵਾਲ਼ੀ ਧਿਰ ਬਦਲਦੀ ਹੈ, ਲੋਕ ਨਹੀਂ ਬਦਲਦੇ; ਮਨੁੱਖੀ ਮਨ ਵਿੱਚ ਕੋਈ ਸਿਫ਼ਤੀ ਤਬਦੀਲੀ ਨਹੀਂ ਆਉਂਦੀ ਜਿਸ ਨਾਲ਼ ਇਨਕਲਾਬ ਤੋਂ ਬਾਅਦ ਵਾਲ਼ਾ ਸਮਾਜ ਕਿਸੇ ਨਵੇਂ-ਨਵੇਲੇ ਰੂਪ ਵਿੱਚ ਸਾਹਮਣੇ ਆ ਸਕੇ। ਮਾਰਕਸਵਾਦੀ ਪਹੁੰਚ ਦਾ ਸਭ ਤੋਂ ਵੱਡਾ ਨੁਕਸ ਹੀ ਇਹ ਰਿਹਾ ਹੈ ਕਿ ਇਸ ਬਿਰਤਾਂਤ ਦੇ ਪਿਛੋਕੜ ਵਿੱਚ ਇਹ ਸਮਝ ਪਈ ਸੀ ਕਿ ਕਾਨੂੰਨ ਦੀ ਤਾਕਤ ਨਾਲ਼ ਆਦਰਸ਼ ਜਾਂ ਮਨ-ਭਾਉਂਦੇ ਸਮਾਜ ਦੀ ਸਿਰਜਣਾ ਕੀਤੀ ਜਾ ਸਕਦੀ ਹੈ। ਇਹ ਠੀਕ ਹੈ ਕਿ ਲੋਕਾਂ ਲਈ ਲੋੜੀਂਦੇ ਨਿਆਂਕਾਰੀ ਢਾਂਚੇ ਲਈ ਢੁਕਵੇਂ ਕਾਨੂੰਨ ਬਣਨੇ ਜ਼ਰੂਰੀ ਹਨ। ਪਰ ਕਾਨੂੰਨ ਲੋਕਾਂ ਨੂੰ ਨਹੀਂ ਚਲਾਉਂਦਾ, ਲੋਕ ਕਾਨੂੰਨ ਨੂੰ ਚਲਾਉਂਦੇ ਹਨ। ਲੋਕਾਂ ਅੰਦਰ ਅਜਿਹੀ ਇਕਸੁਰਤਾ ਪੈਦਾ ਕਰਨ ਲਈ ਉਹਨਾਂ ਨੂੰ ਕਾਨੂੰਨ ਤੋਂ ਉਚੇਰੇ ਅਮਲ ਦਾ ਹਿੱਸਾ ਬਣਨ ਦੀ ਲੋੜ ਹੈ ਜਿਸ ਸਦਕਾ ਹਰ ਮਨੁੱਖ ਆਪਣਾ ਆਪਾ ਸੰਵਾਰਨ ਲਈ ਪ੍ਰਤੀਬੱਧ ਹੋਵੇ। ਅਜਿਹਾ ਕਾਲ਼ ਦੇ ਵੱਖਰੇ ਅਮਲ ਵਿੱਚ ਹੀ ਸੰਭਵ ਹੋ ਸਕਦਾ ਹੈ। ਕਮਿਊਨਿਸਟ ਇਨਕਲਾਬ ਨਾਲ਼ ਸੱਤਾ ਤਬਦੀਲੀ ਹੋਈ, ਪਰ ਕਾਲ਼ ਦਾ ਪ੍ਰਵਾਹ ਪਹਿਲਾਂ ਨਾਲ਼ੋਂ ਵੀ ਮਾਰੂ ਸ਼ਕਲ ਇਖ਼ਤਿਆਰ ਕਰ ਗਿਆ।

ਮਾਰਕਸਵਾਦੀਆਂ ਦੀ ਦੂਜੀ ਮਨੌਤ ਧਰਮ ਦੀ ਸਮਾਜ ਵਿੱਚ ਨਾਂਹਪੱਖੀ ਭੂਮਿਕਾ ਬਾਰੇ ਹੈ। ਉਹਨਾਂ ਮੁਤਾਬਕ ਧਰਮ ਲੋਕਾਂ ਨੂੰ ਊਂਧੇ ਬਣਾਈ ਰੱਖਣ ਲਈ ਅਫ਼ੀਮ ਦੀ ਨਿਆਈਂ ਹੈ ਜਿਸ ਨੂੰ ਲੋਟੂ ਧਿਰਾਂ ਨੇ ਲੋਕ ਮਨਾਂ ’ਤੇ ਕਾਬੂ ਪਾਉਣ ਲਈ ਵਰਤਿਆ ਹੈ। ਇਸ ਪਹੁੰਚ ਵਿੱਚ ਦੋ ਬੁਨਿਆਦੀ ਨੁਕਸ ਹਨ: ਪਹਿਲਾ, ਇਹ ਇੰਨੀ ਸਿੱਧੜ ਅਤੇ ਇੱਕਪਾਸੜ ਪਹੁੰਚ ਹੈ ਕਿ ਇਹ ਧਰਮ ਦੀ ਜ਼ਿੰਦਗੀ ਵਿੱਚ ਭੂਮਿਕਾ ਨੂੰ ਸਮਝਣ ਤੋਂ ਉੱਕ ਜਾਂਦੀ ਹੈ, ਦੂਜਾ, ਇਹ ਧਰਮ ਨੂੰ ਇੱਕ ਸਤਹੀ ਪਰਿਭਾਸ਼ਾ ਵਿੱਚ ਕੈਦ ਕਰ ਕੇ ਸਭ ਧਰਮਾਂ ਨੂੰ ਇੱਕੋ ਰੱਸੇ ਬੰਨ੍ਹ ਦਿੰਦੀ ਹੈ। ਕਹਿਣ ਤੋਂ ਭਾਵ, ਧਰਮ ਦੇ ਜਿਸ ਰੂਪ ਦੀ ਕਾਰਲ ਮਾਰਕਸ ਨੇ ਤਨਕੀਦ ਕੀਤੀ ਉਹ ਮੂਲ ਰੂਪ ਵਿੱਚ ਈਸਾਈਅਤ ਸੀ। ਕੋਈ ਸ਼ੱਕ ਨਹੀਂ ਕਿ ਈਸਾਈਅਤ ਦੇ ਅੰਦਰ ਬਹੁਤ ਸਾਰੇ ਸੰਕਟ ਸਨ ਜੋ ਇਸ ਦੇ ਇਤਿਹਾਸ ਦੇ ਅਨੇਕ ਪੜਾਵਾਂ ’ਤੇ ਜ਼ਾਹਰ ਹੋਏ ਹਨ। ਪਰ ਉਹ ਸੰਕਟ ਈਸਾਈਅਤ ਅੰਦਰਲੀਆਂ ਸਾਰੀਆਂ ਸੰਭਾਵਨਾਵਾਂ ਨੂੰ ਰੱਦ ਕਰਨ ਦਾ ਆਧਾਰ ਨਹੀਂ ਬਣਦੇ। ਦੂਜਾ, ਈਸਾਈਅਤ ਦਾ

ਸੰਕਟ ਸਭ ਧਰਮਾਂ ਦਾ ਸੰਕਟ ਨਹੀਂ ਹੈ। ਬਾਕੀ ਧਰਮਾਂ ਦੇ ਆਪਣੇ ਵੱਖਰੇ ਸੰਕਟ ਹੋ ਸਕਦੇ ਹਨ ਤੇ ਉਹਨਾਂ ਦੀ ਗੱਲ ਵੀ ਕਰਨੀ ਚਾਹੀਦੀ ਹੈ ਪਰ ਧਰਮਾਂ ਨੂੰ ਇੱਕ ਰੱਸੇ ਬੰਨ੍ਹ ਕੇ ਉਹਨਾਂ ਦੀ ਭੂਮਿਕਾ ਨੂੰ ਮੂਲੋਂ-ਮੁੱਢੋਂ ਨਕਾਰਨਾ ਸਹੀ ਨਹੀਂ ਹੈ। ਮਨੁੱਖ ਦੇ ਅੰਦਰਲੇ ਕਾਇਆਕਲਪ ਦਾ ਸਾਧਨ ਧਰਮ ਹੀ ਬਣਦਾ ਹੈ। ਇਸ ਸਬੰਧ ਵਿੱਚ ਸਿੱਖੀ ਦੀ ਵਿਲੱਖਣ ਦੇਣ ਹੈ ਜਿਸ ਬਾਰੇ ਅਸੀਂ ਅਗਾਂਹ ਵਿਚਾਰ ਕਰਾਂਗੇ।

ਮਾਰਕਸਵਾਦੀਆਂ ਨੇ ਸਿੱਖੀ ਨੂੰ ਇੱਕ ਧਰਮ ਯਅਨੀ ਰਿਲਿਜਨ ਮੰਨ ਲਿਆ। ਜਿਸ ਅਨੁਭਵ ਅਤੇ ਸਮਝ ਵਿੱਚੋਂ ਕਾਰਲ ਮਾਰਕਸ ਨੇ ਰਿਲਿਜਨ, ਅਸਲ ਵਿੱਚ ਈਸਾਈਅਤ, ਨੂੰ ਰੱਦ ਕੀਤਾ ਸੀ, ਉਸੇ ਵਿੱਚੋਂ ਪੰਜਾਬ ਦੇ ਖੱਬੇਪੱਖੀਆਂ ਨੇ ਸਿੱਖੀ ਨੂੰ ਰੱਦ ਕਰ ਦਿੱਤਾ। ਸਿੱਧੀ ਜਿਹੀ ਗੱਲ ਸੀ: ਧਰਮ ਮਾੜਾ ਅਤੇ ਪਿਛਾਂਹ-ਖਿੱਚੂ ਹੋਣ ਕਰਕੇ ਰੱਦ ਹੋਣਾ ਚਾਹੀਦਾ ਹੈ ਤੇ ਸਿੱਖੀ ਧਰਮ ਹੈ ਇਸ ਲਈ ਇਸ ਨੂੰ ਰੱਦ ਕੀਤੇ ਬਗ਼ੈਰ ਇਨਕਲਾਬ ਨਹੀਂ ਆ ਸਕਦਾ। ਇਹਨਾਂ ਬੰਦਿਆਂ ਨੂੰ ਕੋਈ ਕੰਨਸੋਅ ਹੀ ਨਹੀਂ ਸੀ ਕਿ ਰਿਲਿਜਨ ਤੇ ਧਰਮ ਦਾ ਫ਼ਰਕ ਕਿੰਨਾ ਵੱਡਾ ਅਤੇ ਅਹਿਮ ਹੈ। ਧਰਮ ਦੇ ਅੰਦਰਲੀ ਵੰਨ-ਸਵੰਨਤਾ ਬਾਰੇ ਇਹਨਾਂ ਨੂੰ ਕੋਈ ਸੁੱਧ ਨਹੀਂ ਸੀ ਕਿਉਂਕਿ ਇਹਨਾਂ ਨੂੰ ਕੋਈ ਸਾਰ ਨਹੀਂ ਸੀ ਕਿ ਰਿਲਿਜਨ ਤੇ ਧਰਮ ਖ਼ਾਲੀ ਚਿਹਨਕ ਹਨ ਜਿਨ੍ਹਾਂ ਦੇ ਬਹੁਤ ਸਾਰੇ ਚਿਹਨਤ ਹੋ ਸਕਦੇ ਹਨ। ਇਹ ਪਹੁੰਚ ਕਿਸੇ ਵੱਖਰੀ ਫ਼ਲਸਫ਼ਾਨਾ ਸਮਝ ਦੀ ਨਹੀਂ, ਫ਼ਾਸ਼ੀ ਰੁਝਾਨਾਂ ਦੀ ਅਚੇਤ ਜਾਂ ਸੁਚੇਤ ਪੈਰਵਾਈ ਦੀ ਉਪਜ ਸੀ। ਸ਼ੁਰੂ ਵਿੱਚ ਹਿੰਦੁਸਤਾਨੀ ਰਾਸ਼ਟਰਵਾਦੀ ਸ਼ੈਤਾਨੀ 'ਚੋਂ ਤੇ ਸਿੱਖ ਪਿਛੋਕੜ ਵਾਲ਼ੇ ਮਾਰਕਸੀ ਹੂੜ੍ਹ-ਮੱਤ 'ਚੋਂ ਇਸ ਧਾਰਨਾ ਦਾ ਪ੍ਰਚਾਰ ਕਰਦੇ ਸਨ। ਪਰ ਬਾਅਦ ਵਿੱਚ ਦੋਹਾਂ ਵਿੱਚ ਕੋਈ ਫ਼ਰਕ ਨਾ ਰਿਹਾ। ਬਾਅਦ ਵਿੱਚ, ਜਦੋਂ ਸੱਭਿਆਚਾਰਕ ਪਸਾਰ ਸੈਕੂਲਰ ਹੋ ਗਿਆ ਤਾਂ ਦੋਹਾਂ ਦੇ ਫ਼ਾਸ਼ੀਵਾਦ ਨੂੰ ਵਾਜਬ ਠਹਿਰਾਉਣ ਵਾਲ਼ੀ ਜ਼ਮੀਨ ਤਿਆਰ ਹੋ ਗਈ। ਫ਼ਾਸ਼ੀਵਾਦੀ ਪਹੁੰਚ ਦੇ ਚਲੰਤ ਮੁਹਾਵਰੇ ਵਜੋਂ ਵਿਆਪਕ ਹੋ ਜਾਣ ਕਾਰਨ ਜ਼ਿੰਦਗੀ ਦੇ ਇਕਹਿਰੇ ਕਾਇਨਾਤੀ ਅਰਥ ਪ੍ਰਵਾਨ ਹੋਣ ਲੱਗ ਪਏ। ਸੈਕੂਲਰ ਹਿੰਦੁਸਤਾਨੀ ਰਾਸ਼ਟਰਵਾਦ ਨੂੰ ਹਿੰਦੂ ਬਹੁਗਿਣਤੀ ਦੀ ਹਮਾਇਤ ਹੋਣ ਕਾਰਨ ਇਸ "ਸੱਚ" 'ਤੇ ਆਮ ਜਨਤਾ ਦੀ ਪ੍ਰਵਾਨਗੀ ਦੀ ਮੋਹਰ ਵੀ ਲੱਗ ਗਈ। ਇਸ ਨਾਲ਼, ਹਿੰਦੁਸਤਾਨੀ ਰਾਸ਼ਟਰਵਾਦੀਆਂ ਅਤੇ ਖੱਬੇਪੱਖੀਆਂ ਲਈ ਕਿਸੇ ਤਰ੍ਹਾਂ ਦੇ

ਸੱਭਿਆਚਾਰਕ ਭੇਦ ਦੀ ਹੋਂਦ ਤੋਂ ਇਨਕਾਰੀ ਹੋਣਾ ਸੌਖਾ ਹੋ ਗਿਆ। ਸਗੋਂ, ਭੇਦ ਦੀ ਗੱਲ ਕਰਨਾ ਹੀ ਮਨੁੱਖਵਾਦੀ ਕਦਰਾਂ-ਕੀਮਤਾਂ ਦੇ ਵਿਰੋਧ ਵਿੱਚ ਖੜ੍ਹਨ ਵਾਲ਼ਾ ਗੁਨਾਹ ਬਣ ਗਿਆ। ਸੈਕੂਲਰ ਮੁਹਾਵਰੇ ਤਹਿਤ, ਹਿੰਦੁਸਤਾਨੀ ਰਾਸ਼ਟਰਵਾਦ ਦੇ ਨਾਮ ਹੇਠਾਂ, ਹਿੰਦੂ ਰਾਸ਼ਟਰਵਾਦ ਤਾਂ ਬਿਨਾਂ ਕਿਸੇ ਝਿਜਕ ਦੇ ਪਨਪਦਾ ਰਿਹਾ। ਮੁਸਲਮਾਨ ਪਾਕਿਸਤਾਨ ਦੀ ਮੰਗ ਨੂੰ ਸਥਾਪਿਤ ਕਰਨ ਵਿੱਚ ਕਾਮਯਾਬ ਹੋ ਗਏ ਜਿਸ ਕਰਕੇ ਉਹ ਹਿੰਦੁਸਤਾਨੀ ਰਾਸ਼ਟਰਵਾਦੀ ਲਹਿਰ ਦਾ ਹਿੱਸਾ ਬਣਨ ਦੀ ਬਜਾਏ ਇਸ ਦੇ ਸਮਾਨਅੰਤਰ ਵਿਚਰਨ ਲੱਗ ਪਏ। ਇਸ ਤਰ੍ਹਾਂ, ਮੁਸਲਮਾਨਾਂ ਦੇ ਭਾਈਚਾਰਕ ਹਿਤ ਵਾਜਬੀਅਤ ਹਾਸਲ ਕਰ ਗਏ। ਹਿੰਦੁਸਤਾਨੀ ਰਾਸ਼ਟਰਵਾਦੀਆਂ ਅਤੇ ਖੱਬੇਪੱਖੀਆਂ ਨੇ ਸਿੱਖਾਂ ਨੂੰ ਹਿੰਦੁਸਤਾਨੀ ਰਾਸ਼ਟਰਵਾਦੀ ਪਛਾਣ ਵਿੱਚ ਜੋੜ ਲਿਆ। ਉਹਨਾਂ ਨੇ ਆਪਣੇ ਇਸ ਸਿਧਾਂਤਿਕ ਪੈਂਤੜੇ ਦੇ ਆਧਾਰ 'ਤੇ ਰਾਸ਼ਟਰਵਾਦੀ ਬਿਰਤਾਂਤ ਸਿੱਖਾਂ ਸਿਰ ਮੜ੍ਹ ਦਿੱਤਾ ਤੇ ਇਸ ਦੀ ਪੈਰਵਾਈ ਕਰਨ ਨੂੰ ਸਿੱਖਾਂ ਦਾ ਨੈਤਿਕ ਫ਼ਰਜ਼ ਗਰਦਾਨ ਦਿੱਤਾ। ਸਿੱਖਾਂ ਨੂੰ ਹਾਸ਼ੀਏ 'ਤੇ ਧੱਕ ਉਹਨਾਂ ਦੀ ਜ਼ਬਾਨਬੰਦੀ ਕਰਨੀ ਆਮ ਵਰਤਾਰਾ ਬਣ ਗਿਆ। ਸਿੱਖ ਆਪਣੇ ਮੁਲਕ ਵਿੱਚ ਬਿਗਾਨੇ ਹੋ ਗਏ। ਮੇਰੇ ਸੁਰਤ ਸੰਭਾਲਣ ਤੱਕ ਸਿੱਖਾਂ ਅੰਦਰ ਦੇਸ ਨਿਕਾਲ਼ੇ ਦਾ ਇਹ ਅਹਿਸਾਸ ਦਹਾਕਿਆਂ ਪੁਰਾਣਾ ਹੋ ਚੁੱਕਿਆ ਸੀ। ਪਰ ਮੈਨੂੰ ਦੇਸ ਨਿਕਾਲ਼ੇ ਦੇ ਇਸ ਅਹਿਸਾਸ ਦੀ ਸਿੱਧੀ ਪ੍ਰਤੀਤੀ ਅਸਲ ਵਿੱਚ ਦੇਸ ਬਦਰ ਹੋਣ ਨਾਲ਼ ਹੋਈ। ਇਸ ਪ੍ਰਤੀਤੀ ਨੇ ਰਵਾਨਗੀ ਦੇ ਨਵੇਂ ਬਿੰਦੂ ਵਜੋਂ ਕੰਮ ਕੀਤਾ ਤੇ ਦੇਸ ਨਿਕਾਲ਼ੇ ਦੇ ਮੂਲ ਅਨੁਭਵ ਵੱਲ ਲੈ ਗਈ ਜੋ ਚੇਤੇ ਵਿੱਚ ਉਸੇ ਤਰ੍ਹਾਂ ਜਿਊਂਦਾ ਸੀ। ਉਸ ਅਨੁਭਵ ਨੇ ਅੰਦਰ ਮੌਲਦੀ ਕਵਿਤਾ ਨੂੰ ਤਿੱਖੀ ਦਰਦ-ਭਰੀ ਪ੍ਰੇਰਨਾ ਦਿੱਤੀ।

ਮਾਰਕਸਵਾਦੀਆਂ ਦੀ ਤੀਜੀ ਧਾਰਨਾ ਵੀ ਗ਼ਲਤ ਹੈ ਕਿਉਂਕਿ ਨਾ ਤਾਂ ਸਾਹਿਤ ਮਹਿਜ਼ ਨਾਅਰ੍ਹੇ ਦਾ ਸਾਧਨ ਹੈ ਤੇ ਨਾ ਹੀ ਸਰੋਦੀ ਕਵਿਤਾ ਮੂਲ ਰੂਪ ਵਿੱਚ ਨਾਅਰ੍ਹੇ ਦੀ ਵਿਰੋਧੀ ਹੈ। ਸਰੋਦੀ ਕਵਿਤਾ ਵਿੱਚ ਸਿਆਸੀ ਸਰੋਕਾਰਾਂ ਦੀ ਅਹਿਮੀਅਤ ਅਤੇ ਜਬਰ ਦੇ ਵਿਰੋਧ ਦੀ ਸੁੱਚੀ ਚਿਣਗ ਨੂੰ ਗੀਤ ਰਾਹੀਂ ਲੋਕਾਂ ਦੀ ਰੂਹ ਵਿੱਚ ਉਤਾਰ ਦੇਣ ਦੀ ਸਮਰੱਥਾ ਹੁੰਦੀ ਹੈ। ਪਰ ਸਰੋਦੀ ਕਵਿਤਾ ਦੀ ਸਿਫ਼ਤ ਹੈ ਕਿ ਉਹ ਇੱਥੋਂ ਤੱਕ ਸੀਮਿਤ ਨਹੀਂ ਹੁੰਦੀ। ਸਰੋਦੀ ਕਵਿਤਾ ਜ਼ਿੰਦਗੀ ਦੀ ਸਮੁੱਚਤਾ

ਨੂੰ ਨਾਲ ਲੈ ਕੇ ਚੱਲਦੀ ਹੈ ਤੇ ਮਨੁੱਖੀ ਭਾਵਨਾਵਾਂ ਦੇ ਅਨੇਕ ਪ੍ਰਗਟਾਵਿਆਂ ਨੂੰ ਜ਼ੁਬਾਨ ਦਿੰਦੀ ਹੈ।

ਮਾਰਕਸਵਾਦੀ ਪਹੁੰਚ ਦਾ ਦਾਅਵਾ ਤਾਂ ਇਹ ਹੈ ਕਿ ਉਹ ਕਿਸੇ ਖ਼ਾਸ ਸੱਭਿਆਚਾਰ ਦੀਆਂ ਵਲਗਣਾਂ ਤੋਂ ਪਾਰਲੇ ਕਾਇਨਾਤੀ ਮਨੁੱਖਵਾਦ ਦੇ ਮੁੱਦਈ ਹਨ, ਪਰ ਅਸਲ ਵਿੱਚ ਇਹ ਪਹੁੰਚ ਸਮੇਂ ਤੇ ਸਥਾਨ ਦੀ ਕੈਦੀ ਹੈ। ਜਿਵੇਂ ਕਿ ਅਸੀਂ ਪਹਿਲਾਂ ਵਿਚਾਰ ਕਰ ਚੁੱਕੇ ਹਾਂ, ਪੰਜਾਬ ਦੇ ਮਾਰਕਸਵਾਦੀਆਂ ਨੇ ਮਾਰਕਸਵਾਦ ਦਾ ਗੰਭੀਰ ਅਧਿਐਨ ਨਹੀਂ ਕੀਤਾ, ਇਸ ਲਈ ਕੁਝ ਅਹਿਮ ਵਿਸ਼ਿਆਂ ਬਾਰੇ ਉਹਨਾਂ ਦੇ ਵਿਚਾਰ ਬੁਨਿਆਦੀ ਬੇਸਮਝੀ ਦੀ ਉਪਜ ਹਨ। ਮਿਸਾਲ ਵਜੋਂ, ਪੰਜਾਬ ਦੇ ਮਾਰਕਸੀਆਂ ਅਨੁਸਾਰ ਮਨੁੱਖਵਾਦ ਦਾ ਭਾਵ ਹੈ ਕਿਸੇ ਖ਼ਾਸ ਸੱਭਿਆਚਾਰ ਜਾਂ ਧਰਮ ਨਾਲ ਲਗਾਅ ਨਾ ਰੱਖ ਕੇ ਮਨੁੱਖੀ ਸਰੋਕਾਰਾਂ ਦੀ ਵਜ਼ਾਹਤ ਕਰਨੀ। ਮਨੁੱਖਵਾਦ ਅਸਲ ਵਿੱਚ ਇਹ ਨਹੀਂ ਹੈ। ਮਨੁੱਖਵਾਦ ਉਹ ਫ਼ਲਸਫ਼ਾਨਾ ਪਹੁੰਚ ਹੈ ਜਿਹੜੀ ਮਨੁੱਖ ਨੂੰ ਜ਼ਿੰਦਗੀ ਦੇ ਕੇਂਦਰ ਵਿੱਚ ਰੱਖਦੀ ਹੈ। ਮਨੁੱਖਵਾਦ ਅਨੁਸਾਰ ਮਨੁੱਖ ਸਰਬ-ਸਮਰੱਥ ਹੈ; ਇੱਕ ਨਵਾਂ ਨਿਰਾਕਾਰੀ ਚਿਹਨਤ ਜਿਸ 'ਤੇ ਕੋਈ ਕਿੰਤੂ ਨਹੀਂ ਕੀਤਾ ਜਾ ਸਕਦਾ। ਇਸ ਤੋਂ ਪਹਿਲਾਂ, ਪੱਛਮੀ ਪਰੰਪਰਾ ਵਿੱਚ ਰੱਬ ਨਿਰਾਕਾਰੀ ਚਿਹਨਤ ਸੀ। ਮਨੁੱਖਵਾਦ ਨੇ ਰੱਬ ਨੂੰ ਮਨੁੱਖ ਨਾਲ ਤਬਦੀਲ ਕਰ ਲਿਆ ਪਰ ਨਿਰਾਕਾਰੀ ਚਿਹਨਤ ਵਿੱਚ ਆਪਣੀ ਆਸਥਾ ਖ਼ਤਮ ਨਾ ਕੀਤੀ। ਇਸ ਤਰ੍ਹਾਂ, ਮਨੁੱਖਵਾਦ ਨੇ ਨਾ ਤਾਂ ਇਹ ਸਮਝਣ ਦੀ ਕੋਸ਼ਿਸ਼ ਕੀਤੀ ਕਿ ਕਿਸੇ ਨਿਰਾਕਾਰੀ ਚਿਹਨਤ ਨੂੰ ਕੇਂਦਰ ਵਿੱਚ ਰੱਖਣ ਨਾਲ ਕਿਸ ਤਰ੍ਹਾਂ ਦੇ ਫ਼ਲਸਫ਼ਾਨਾ ਸੰਕਟ ਪੈਦਾ ਹੁੰਦੇ ਹਨ, ਨਾ ਹੀ ਇਹ ਸਮਝਣ ਦੀ ਕੋਸ਼ਿਸ਼ ਕੀਤੀ ਕਿ ਰੱਬ ਦਾ ਨਿਰਾਕਾਰੀ ਚਿਹਨਤ ਵਿੱਚ ਤਬਦੀਲ ਹੋ ਜਾਣਾ ਕਿਹੜੇ ਫ਼ਲਸਫ਼ਾਨਾ ਸੰਕਟ ਦਾ ਨਤੀਜਾ ਸੀ।

ਨਿਰਾਕਾਰੀ ਚਿਹਨਤ ਇੱਕ ਉੱਤਰ-ਸੰਰਚਨਾਵਾਦੀ ਸੰਬੋਧ ਹੈ। ਅਲਜੀਰੀਆਈ ਮੂਲ ਦੇ ਫ਼ਰਾਂਸੀਸੀ ਫ਼ਿਲਾਸਫ਼ਰ ਯਾਕ ਦੈਰੀਦਾ ਨੇ ਇਸ ਸੰਬੋਧ ਦੀ ਵਿਆਖਿਆ ਕੀਤੀ ਹੈ। ਦੈਰੀਦਾ ਅਨੁਸਾਰ ਨਿਰਾਕਾਰੀ ਚਿਹਨਤ ਉਹ ਚਿਹਨਤ ਹੈ ਜਿਹੜਾ ਸਾਰੇ ਚਿਹਨਕਾਂ ਤੋਂ ਪਾਰ ਤੇ ਉਹ ਅਰਥ ਹੈ ਜੋ ਸਾਰੇ ਅਰਥਾਂ ਤੋਂ ਪਾਰ ਹੁੰਦਾ ਹੈ।[੫] ਹੋਰ ਸਾਰੇ ਚਿਹਨਤ ਨਿਰਾਕਾਰੀ ਚਿਹਨਤ ਵਿੱਚ

ਪਏ ਅੰਤਿਮ ਅਰਥ ਦੀ ਜ਼ੱਦ ਵਿਚ ਆਉਂਦੇ ਹਨ। ਜਿਵੇਂ, ਨਵ-ਅਫ਼ਲਾਤੂਨਵਾਦ ਵਿੱਚ ਮੋਨਾਡ, ਈਸਾਈਅਤ ਵਿੱਚ ਰੱਬ, ਅਤੇ ਰੋਮਾਂਸਵਾਦ ਵਿਚ ਚੇਤਨਤਾ ਨਿਰਾਕਾਰੀ ਚਿਹਨਤ ਰਹੇ ਹਨ, ਇਸੇ ਤਰ੍ਹਾਂ ਮਨੁੱਖਵਾਦ ਵਿੱਚ ਮਨੁੱਖ ਨਿਰਾਕਾਰੀ ਚਿਹਨਤ ਹੈ।

ਪਰ ਸੱਭਿਆਚਾਰਕ ਪਸਾਰ ਨੂੰ ਪਰਿਭਾਸ਼ਿਤ ਕਰਨ ਵਾਲ਼ੇ ਪ੍ਰਗਤੀਵਾਦ ਜਿਹੇ ਸਿਧਾਂਤਵਾਦੀ ਰੁਝਾਨ ਹਮੇਸ਼ਾ, ਹਰ ਬੰਦੇ ਦੇ ਧੁਰ ਅੰਦਰ ਲਹਿਣ ਦੀ ਸਮਰੱਥਾ ਨਹੀਂ ਰੱਖਦੇ। ਕਿਉਂਕਿ ਕਾਲ਼ ਦੀ ਜਿਸ ਸੱਤਾ ਤਹਿਤ ਇਹ ਪਨਪਦੇ ਹਨ, ਬੋਲੀ ਉਸ ਨੂੰ ਪਲਟਾਉਣ ਦਾ ਤਾਣ ਰੱਖਦੀ ਹੈ। ਕਈ ਵਾਰ ਕਿਸੇ ਕਵੀ ਕੋਲ਼ ਬੋਲੀ ਦੇ ਅਜਿਹੇ ਰੂਪ ਹੁੰਦੇ ਹਨ ਜਿਨ੍ਹਾਂ ਸਦਕਾ ਉਸ ਦਾ ਆਪਣਾ ਸਫ਼ਰ ਪ੍ਰਗਤੀਵਾਦ ਜਿਹੇ ਸਿਧਾਂਤਵਾਦੀ ਰੁਝਾਨਾਂ ਦੇ ਇਕਹਿਰੇਪਣ ਦੇ ਆਰ-ਪਾਰ ਵੇਖਣ ਦੇ ਸਮਰੱਥ ਹੁੰਦਾ ਹੈ। ਅਕਸਰ ਬੰਦੇ ਦੀ ਕਾਵਿਕ ਤਾਂਘ ਅਜਿਹੀਆਂ ਜੂਹਾਂ ਤਲਾਸ਼ ਲੈਂਦੀ ਹੈ ਜਿਨ੍ਹਾਂ 'ਤੇ ਉਸ ਦੀ ਕੋਈ ਮੇਰ ਹੁੰਦੀ ਹੈ। ਬੋਲੀ ਤੇ ਕਾਵਿ-ਮੁਹਾਵਰੇ ਲਈ ਮੇਰੀ ਤਾਂਘ ਨੇ ਛੇਤੀ ਹੀ ਆਪਣੇ ਦਿਸਹੱਦੇ ਟੋਲ਼ ਲਏ।

ਉਸ ਦੌਰ ਵਿੱਚ ਮਹਾਨ ਕਵੀ ਹਰਿੰਦਰ ਸਿੰਘ ਮਹਿਬੂਬ ਦੀ ਕਿਤਾਬ 'ਝਨਾਂ ਦੀ ਰਾਤ' ਛਪ ਕੇ ਸਾਹਮਣੇ ਆਈ ਜੋ ਮੈਂ ੧੯੯੧ ਵਿੱਚ ਪਟਿਆਲ਼ੇ ਜਾਣ ਤੋਂ ਬਾਅਦ ਲੈ ਲਈ ਸੀ। ਮੈਂ ਉਹ ਕਿਤਾਬ ਖ਼ਰੀਦਣ ਸਾਰ, ਉੱਥੇ ਹੀ ਖੜ੍ਹੇ ਨੇ, ਇਸ ਵਿੱਚ ਸ਼ਾਮਲ ਲੰਮੀ ਕਵਿਤਾ 'ਝਨਾਂ ਦੀ ਰਾਤ' ਖੋਲ੍ਹ ਲਈ। ਮੇਰੀ ਉਤਸੁਕਤਾ ਸੀ ਕਿ ਜਿਸ ਕਵਿਤਾ ਦੇ ਨਾਂ 'ਤੇ ਕਵੀ ਨੇ ਕਿਤਾਬ ਦਾ ਸਿਰਲੇਖ ਚੁਣਿਆ ਹੈ, ਉਹ ਕਿਹੋ-ਜਿਹੀ ਹੋਵੇਗੀ। ਮੈਂ ਇਸ ਕਵਿਤਾ ਦਾ ਪਹਿਲਾ ਬੰਦ ਪੜ੍ਹਿਆ:

> ਕਲਵਲ ਕਸਕ ਚੀਰ ਅਧਰੈਣੀ,
> ਆਈ ਦੂਰ ਉਜਾੜੋਂ।
> ਭੈਅ ਦੀ ਤੰਦ ਜਾਨ ਨੂੰ ਵ਼ਲਦੀ,
> ਘੋਰ ਗੁਫਾਵਾਂ ਪਾਰੋਂ।[੬]

ਇਹਨਾਂ ਸਤਰਾਂ ਨੂੰ ਪੜ੍ਹਨਾ ਮੇਰੇ ਲਈ ਨਵਾਂ ਤੇ ਤਾਜ਼ਾ ਅਨੁਭਵ ਸੀ। ਪੜ੍ਹਦਿਆਂ ਹੀ ਕਈ ਕੁਝ ਇਕੱਠਾ ਸਮਝ ਆਇਆ। ਮੈਨੂੰ ਮਹਿਸੂਸ ਹੋਇਆ ਕਿ ਮਹਿਬੂਬ ਸਾਹਿਬ ਦੀ ਕਵਿਤਾ ਦਾ ਪੱਧਰ ਬਾਕੀ ਸਮਕਾਲ਼ੀ ਪੰਜਾਬੀ ਕਵਿਤਾ ਤੋਂ ਬਹੁਤ ਉਚੇਰਾ ਹੈ। ਨਾਲ਼ ਹੀ ਇਹ ਸਪੱਸ਼ਟ ਹੋ ਗਿਆ ਕਿ ਪੰਜਾਬੀ ਦੀ ਬਹੁਤੀ ਸਮਕਾਲ਼ੀ ਕਵਿਤਾ ਅਨੁਭਵਹੀਣ ਕਵੀਆਂ ਦੀ ਅਨਾੜੀ ਕਾਵਿ-ਕਲਾ ਦਾ ਸਬੂਤ ਹੈ। ਇਹਨਾਂ ਸਤਰਾਂ ਨੇ ਪੰਜਾਬ ਦੇ ਸਮਕਾਲ਼ੀ ਕਾਵਿ ਮੁਹਾਵਰੇ ਦਾ ਇਕਹਿਰਾਪਣ ਤੇ ਪੇਤਲਾਪਣ ਇੱਕੋ ਖਿਣ ਵਿੱਚ ਉਜਾਗਰ ਕਰ ਦਿੱਤਾ। ਇਸ ਕਵਿਤਾ ਦੇ ਵਹਾਅ ਨੇ ਗ਼ਜ਼ਲ ਦੇ ਸ਼ਿਅਰ ਦੀ ਚਾਲ ਦਾ ਮਸਨੂਈ ਖ਼ਾਸਾ ਵੀ ਜ਼ਾਹਰ ਕਰ ਦਿੱਤਾ। ਇਸ ਤੋਂ ਬਾਅਦ ਮੈਂ ਮਹਿਬੂਬ ਸਾਹਿਬ ਦੀ ਕਵਿਤਾ ਬਹੁਤ ਨਿੱਠ ਕੇ ਪੜ੍ਹੀ ਤੇ ਦਵੱਈਏ ਛੰਦ ਵਿੱਚ ਲਿਖਣਾ ਸ਼ੁਰੂ ਕਰ ਦਿੱਤਾ।

ਮਹਿਬੂਬ ਸਾਹਿਬ ਦੀ ਕਵਿਤਾ ਬੋਲੀ ਦਾ ਅਰੁਕ ਪ੍ਰਵਾਹ ਸੀ। ਇਹ ਨਵੀਂ ਬੋਲੀ ਸੀ ਜੋ ਮੇਰੇ ਲਈ ਜਿੰਨੀ ਆਪਣੀ ਸੀ, ਓਨੀ ਹੀ ਓਪਰੀ ਸੀ। ਇਸ ਵਿਚਲੀ ਅਪਣੱਤ, ਜੋ ਸਿੱਖ ਤੇ ਪੰਜਾਬੀ ਲੋਕ-ਧਾਰਾਈ ਮੁਹਾਵਰਿਆਂ ਵਿੱਚੋਂ ਉਜਾਗਰ ਹੁੰਦੀ ਸੀ, ਦਿਲ ਨੂੰ ਛੋਂਹਦੀ ਸੀ। ਇਸ ਦਾ ਓਪਰਾਪਣ, ਜੋ ਮੁੱਖ ਤੌਰ ’ਤੇ ਸਾਮੀ ਸ਼ਬਦਾਵਲੀ ਜਿਵੇਂ ਫ਼ਜਰ, ਹਸ਼ਰ, ਲਾਮਕਾਂ, ਤੇ ਨੂਹ ਆਦਿਕ ਕਰਕੇ ਸੀ, ਇਸ ਨੂੰ ਨਵੇਲੀ ਬਣਾਉਂਦਾ ਸੀ ਤੇ ਖ਼ਾਸ ਕਿਸਮ ਦੀ ਖਿੱਚ ਤੇ ਉਤਸੁਕਤਾ ਜਗਾਉਂਦਾ ਸੀ। ਮੇਰੇ ਲਈ ਇਹ ਸ਼ਬਦ ਮਹਿਜ਼ ਇਸ ਲਈ ਓਪਰੇ ਨਹੀਂ ਸਨ ਕਿ ਮੈਂ ਸਾਮੀ ਪਰੰਪਰਾ ਦਾ ਅਧਿਐਨ ਨਹੀਂ ਕੀਤਾ ਸੀ। ਇਹਨਾਂ ਸ਼ਬਦਾਂ ਪਿੱਛੇ ਖੜ੍ਹੇ ਅਨੁਭਵ ਦੀ ਪ੍ਰਤੀਤੀ ਪੰਜਾਬੀ ਲੋਕ-ਧਾਰਾਈ ਵਿਰਾਸਤ ਨਾਲ਼ ਮੇਰੇ ਅਨੁਭਵ ਦਾ ਹਿੱਸਾ ਨਹੀਂ ਸੀ। ਜ਼ਾਹਰ ਹੈ, ਪਾਕਿਸਤਾਨ ਵਿੱਚ ਰਹਿ ਗਏ ਪੱਛਮੀ ਪੰਜਾਬ ਵਿੱਚ ਇਹ ਸ਼ਬਦ ਲੋਕਾਂ ਦੇ ਸੱਭਿਆਚਾਰਕ ਅਨੁਭਵ ਦਾ ਹਿੱਸਾ ਹਨ। ਜੇ ਸੰਤਾਲ਼ੀ ਦੀ ਵੰਡ ਨਾ ਹੋਈ ਹੁੰਦੀ ਤਾਂ ਸ਼ਾਇਦ ਇਹ ਸਾਡੀ ਪੀੜ੍ਹੀ ਦੇ ਅਨੁਭਵ ਦਾ ਵੀ ਹਿੱਸਾ ਹੁੰਦੇ। ਪਰ ਮਹਿਬੂਬ ਸਾਹਿਬ ਦਾ ਵੰਡ ਤੋਂ ਪਹਿਲਾਂ ਦੇ ਪੰਜਾਬ ਨਾਲ਼ ਖ਼ਾਸ ਨਾਤਾ ਸੀ। ਭਾਵੇਂ ਕਿ ਵੰਡ ਵੇਲ਼ੇ ਉਹਨਾਂ ਦੀ ਉਮਰ ਸਿਰਫ਼ ਦਸ ਵਰ੍ਹੇ ਸੀ ਤਾਂ ਵੀ ਉਹਨਾਂ ਨੇ ਪੱਛਮੀ ਪੰਜਾਬ ਨਾਲ਼ ਆਪਣਾ ਨਾਤਾ ਬਣਾ ਕੇ ਰੱਖਿਆ। ਇਸ ਵਿੱਚ ਸੱਭਿਆਚਾਰਕ ਯਾਦ, ਸਮਾਜਿਕ ਦਾਇਰੇ, ਅਤੇ ਮੁਸਲਮਾਨ ਕਵੀਆਂ ਦੇ ਰਚੇ

ਪੁਰਾਣੇ ਅਤੇ ਨਵੇਂ ਸਾਹਿਤ ਦੇ ਗਹਿਰੇ ਅਧਿਐਨ ਦੀ ਖ਼ਾਸ ਭੂਮਿਕਾ ਸੀ। ਮਹਿਬੂਬ ਸਾਹਿਬ ਦੀ ਬੋਲੀ ਉਸ ਪੰਜਾਬ ਦੇ ਸਾਂਝੇ ਅਨੁਭਵ ਦੇ ਸਾਰੇ ਰੰਗਾਂ ਨੂੰ ਕਾਵਿ-ਅਨੁਭਵ ਦੀ ਜ਼ਮੀਨ ਬਣਾ ਰਹੀ ਸੀ। ਮੇਰੀ ਵੰਡ ਤੋਂ ਪਹਿਲੇ ਪੰਜਾਬ ਦੇ ਸਾਮੀ ਜਾਂ ਇਸਲਾਮੀ ਅਨੁਭਵ ਨਾਲ਼ ਕੋਈ ਖ਼ਾਸ ਨਿੱਜੀ ਨੇੜਤਾ ਨਹੀਂ ਸੀ ਇਸ ਲਈ ਮੈਨੂੰ ਇਹ ਅਹਿਸਾਸ ਨਹੀਂ ਸੀ ਕਿ ਪੰਜਾਬ ਦੇ ਉਸ ਸਾਂਝੇ ਸੱਭਿਆਚਾਰ ਦੇ ਅਨੁਭਵ ਤੋਂ ਵਿਰਵੇ ਹੋਣ ਦਾ ਕੀ ਅਰਥ ਹੈ।

ਮਹਿਬੂਬ ਸਾਹਿਬ ਦੀ ਕਵਿਤਾ ਅੰਦਰਲੇ ਕਾਵਿ-ਅਨੁਭਵ ਦੀ ਦੀਰਘਤਾ ਪਾਠਕ ਦੇ ਜਜ਼ਬਾਤ ਨੂੰ ਪਰਵਾਜ਼ ਤੋਂ ਪਹਿਲਾਂ ਵਾਲ਼ੇ ਠਹਿਰਾਅ ਵਿੱਚ ਲਿਆਉਂਦੀ ਸੀ। ਕਵਿਤਾ ਨੂੰ ਪੜ੍ਹਨਾ ਇਉਂ ਸੀ ਜਿਵੇਂ ਕੋਈ ਤਪਦੇ ਥਲ ਵਿੱਚੋਂ ਨਿਕਲ਼ ਕੇ ਛਾਂਦਾਰ ਸੰਘਣੇ ਵਣਾਂ ਵਿੱਚ ਜਾ ਪਹੁੰਚੇ। ਇਹਨਾਂ ਵਣਾਂ ਵਿੱਚ ਠੰਢੀ ਛਾਂ ਦਾ ਆਸਰਾ ਸੀ, ਪੁਰਾਣੇ ਪੰਜਾਬ ਦੇ ਰੰਗ ਸਨ, ਤੇ ਬਹੁਤ ਸਾਰੇ ਅਮੁੱਲ ਖ਼ਜ਼ਾਨੇ ਵੀ। ਇੱਕ ਤਾਂ ਇਹਨਾਂ ਵਣਾਂ ਵਿੱਚ ਉਹ ਸਭ ਕੁਝ ਸੀ ਜਿਸ ਤੋਂ ਆਧੁਨਿਕਤਾ ਨੇ ਸਾਨੂੰ ਵਿਰਵੇ ਕਰ ਦਿੱਤਾ ਸੀ, ਦੂਜਾ, ਇਸ ਵਿੱਚ ਬਿਪਰ ਅਤੇ ਆਧੁਨਿਕਤਾ ਦੀ ਹਿੰਸਾ ਦੇ ਅਨੁਭਵ ਦਾ ਬਿਆਨ ਸੀ। ਬੋਲੀ ਦੇ ਇਸ ਜਹਾਨ ਵਿੱਚ ਆਉਣਾ ਮੇਰੇ ਲਈ ਘਰ ਪਹੁੰਚਣ ਤੋਂ ਵੀ ਵੱਡੀ ਗੱਲ ਸੀ ਕਿਉਂਕਿ ਇਸ ਵਿੱਚੋਂ ਇਹ ਅਹਿਸਾਸ ਮਿਲ਼ਿਆ ਕਿ ਘਰ ਤਾਂ ਕਦੇ ਕਿਤੇ ਗਿਆ ਹੀ ਨਹੀਂ ਸੀ, ਸਮੇਂ ਦੇ ਵਾਵਰੋਲ਼ਿਆਂ ਦੀ ਧੂੜ ਕਰਕੇ ਅਸੀਂ ਹੀ ਇਸ ਨੂੰ ਵੇਖਣੋਂ ਉੱਕ ਗਏ ਸੀ। ਮਹਿਬੂਬ ਸਾਹਿਬ ਦੀ ਬੋਲੀ ਦੇ ਪ੍ਰਵਾਹ ਨੇ ਕਾਲ਼ ਦੀ ਉਹ ਪਰਤ ਉਜਾਗਰ ਕਰ ਦਿੱਤੀ ਜੋ ਸਾਡਾ ਘਰ ਸੀ, ਜਿਸ ਦੀ ਤਾਂਘ ਸਾਡੇ ਅੰਦਰ ਜਿਉਂਦੀ ਸੀ, ਜਿਸ ਨੂੰ ਮਾਰਕਸੀ ਸਾਹਿਤਕਾਰ ਅਤੇ ਆਲੋਚਕ ਦਲਦਲ ਕਹਿ ਕੇ ਦੁਰਕਾਰਦੇ ਸਨ।

ਘਰ ਕੀ ਹੈ? ਕਿਸੇ ਮਕਾਨ ਵਿੱਚ ਵੱਸ ਜਾਣਾ ਘਰ ਨਹੀਂ ਹੈ। ਘਰ ਬੰਦੇ ਦੀ ਅਪਣੱਤ ਦੀ ਤਾਂਘ ਨੂੰ ਪਿਆ ਬੂਰ ਹੈ। ਘਰ ਅਪਣੱਤ ਦੇ ਖੇੜੇ ਵਿੱਚੋਂ ਉਗਮੀ ਸਿਰਜਣਾ ਦੀ ਭੋਇੰ ਹੈ। ਜਰਮਨ ਫ਼ਲਸਫ਼ਾਦਾਨ ਮਾਰਟਿਨ ਹਾਈਡਿਗਰ ਮਨੁੱਖ ਦੇ ਵੱਸਣ ਦੇ ਕਾਵਿਕ ਆਧਾਰ ਤੇ ਇਸ ਦੇ ਬੋਲੀ ਨਾਲ਼ ਸਬੰਧ ਦੀ ਵਿਆਖਿਆ ਕਰਦਾ ਹੈ।[2] ਹਾਈਡਿਗਰ ਜਰਮਨ ਕਵੀ ਹੱਲਡਰਲਿਨ ਦੀ ਟੂਕ "ਬੰਦਾ ਕਾਵਿਕ ਹੋ ਵੱਸਦਾ ਹੈ" ਤੋਂ ਆਪਣੀ ਗੱਲ ਸ਼ੁਰੂ ਕਰਦਾ ਹੈ। ਹਾਇਡਿਗਰ ਅਨੁਸਾਰ ਮਨੁੱਖ

ਦਾ ਧਰਤੀ 'ਤੇ ਵੱਸਣਾ ਉਸ ਦਾ ਆਪਣੇ-ਆਪ ਨੂੰ ਅਸਮਾਨ ਨਾਲ਼ ਮੇਚ ਕੇ ਵੇਖਣਾ ਹੈ। ਹਾਇਡਿਗਰ ਦਾ ਕਹਿਣਾ ਹੈ ਕਿ ਆਪਣੇ-ਆਪ ਨੂੰ ਮਾਪਣ ਦਾ ਕੰਮ ਮਨੁੱਖ ਕਵਿਤਾ ਰਾਹੀਂ ਹੀ ਕਰਦਾ ਹੈ। ਹਾਇਡਿਗਰ ਸਹੀ ਹੈ ਕਿ ਕਵਿਤਾ ਬਿਨਾਂ ਮਨੁੱਖ ਦਾ ਆਪਣੀ ਵੱਥ ਨੂੰ ਮਾਪਣਾ ਔਖਾ ਹੈ। ਧਰਤੀ 'ਤੇ, ਦੁਨੀਆ ਵਿੱਚ, ਵੱਸਦਾ ਮਨੁੱਖ ਕਦੇ ਵੀ ਆਜ਼ਾਦ ਨਹੀਂ। ਮਨੁੱਖ ਦੇ ਆਲ਼ੇ-ਦੁਆਲ਼ੇ ਅਨੇਕ ਕਿਸਮ ਦੇ ਪ੍ਰਵਾਹ ਨਿਰੰਤਰ ਚੱਲਦੇ ਰਹਿੰਦੇ ਹਨ। ਇਹ ਪ੍ਰਵਾਹ ਜਾਂ ਸਿੱਧੇ ਬਿਰਤਾਂਤਿਕ ਹੁੰਦੇ ਹਨ ਜਾਂ ਇਹਨਾਂ ਦਾ ਆਧਾਰ ਕਿਸੇ ਬਿਰਤਾਂਤ ਵਿੱਚ ਹੁੰਦਾ ਹੈ। ਬਿਰਤਾਂਤਿਕ ਪ੍ਰਵਾਹ ਮਨੁੱਖ ਦੇ ਵੱਸਣ ਦੀ ਥਾਂ 'ਤੇ ਕਾਬਜ਼ ਹੋ ਉਸ ਨੂੰ ਆਪਣੇ ਹਿਸਾਬ ਨਾਲ਼ ਢਾਲ਼ਦੇ ਹਨ। ਵੱਸਣ ਲਈ ਮਨੁੱਖ ਦਾ ਕਾਵਿਕ ਹੋਣਾ ਜ਼ਰੂਰੀ ਹੈ ਕਿਉਂਕਿ ਕਾਵਿਕ ਹੋ ਕੇ ਹੀ ਉਹ ਬਿਰਤਾਂਤਿਕ ਇਜਾਰੇਦਾਰੀ ਤੋਂ ਮੁਕਤ ਹੁੰਦਾ ਹੈ, ਜਹਾਨ ਨਾਲ਼ ਆਪਣੇ ਪੱਧਰ 'ਤੇ ਰਾਬਤੇ ਵਿੱਚ ਆਉਂਦਾ ਹੈ। ਕਾਵਿਕ ਹੋ ਕੇ ਮਨੁੱਖ ਬਿਰਤਾਂਤਾਂ ਦੀ ਨਿਰਧਾਰਿਤ ਕੀਤੀ ਬੋਲੀ ਨਹੀਂ ਬੋਲਦਾ। ਮਨੁੱਖ ਬੋਲੀ ਦੇ ਹਵਾਲੇ ਹੋ ਇਸ ਦੀਆਂ ਖ਼ਾਲਸ ਨੁਹਾਰਾਂ ਨੂੰ ਪ੍ਰਗਟ ਹੋਣ ਦਿੰਦਾ ਹੈ। ਜਿਵੇਂ, ਹਾਇਡਿਗਰ ਕਹਿੰਦਾ ਹੈ: ਅਸਲ ਵਿੱਚ ਬੋਲੀ ਹੀ ਬੋਲਦੀ ਹੈ। ਮਨੁੱਖ ਕੇਵਲ ਉੱਥੋਂ ਤੱਕ ਹੀ ਬੋਲਦਾ ਹੈ ਜਿੱਥੋਂ ਤੱਕ ਉਹ ਬੋਲੀ ਤੋਂ ਪ੍ਰੇਰਿਤ ਹੋ ਕੇ ਇਸ ਨੂੰ ਸੰਬੋਧਿਤ ਹੁੰਦਾ ਹੈ।[੮] ਬੋਲੀ ਦਾ ਬੋਲਣਾ ਕਵਿਤਾ ਦਾ ਗੀਤ ਵਾਂਗ ਉਗਮਣਾ ਹੈ। ਬੋਲੀ ਬਿਰਤਾਂਤਿਕ ਇਜਾਰੇਦਾਰੀ ਤੋਂ ਪਾਰ ਦਾ ਜਹਾਨ ਸਾਜਦੀ ਹੈ। ਕਾਵਿਕ ਹੋ ਕੇ ਮਨੁੱਖ ਬੋਲੀ ਨਾਲ਼ ਇਕਸੁਰ ਹੋ ਕੇ ਜਿਉਣ ਦਾ ਸਹਿਜ ਹਾਸਲ ਕਰਦਾ ਹੈ। ਕਾਵਿਕ ਹੋ ਕੇ ਮਨੁੱਖ ਉਸ ਜਹਾਨ ਵਿੱਚ ਵੱਸਦਾ ਹੈ ਜਿੱਥੇ ਵੱਸਣ ਦੀ ਉਸ ਅੰਦਰ ਲੋਚਾ ਹੈ, ਜਿੱਥੇ ਉਸ ਦਾ ਦਿਲ ਧੜਕਦਾ ਹੈ, ਜਿੱਥੇ ਉਸ ਦਾ ਆਪਾ ਆਪ-ਮੁਹਾਰੇ ਵਿਗਸਦਾ ਹੈ।

ਮਹਿਬੂਬ ਸਾਹਿਬ ਕੋਲ਼ ਕਾਵਿਕ ਹੋ ਕੇ ਵੱਸਣ ਦੀ ਜੁਗਤ ਸੀ। ਉਹਨਾਂ ਨੇ ਆਪਣੀ ਕਵਿਤਾ ਰਾਹੀਂ ਸਿੱਖਾਂ ਦੀ ਬੋਲੀ ਤੇ ਇਸ ਨਾਲ਼ ਜੁੜਿਆ ਜਹਾਨ ਸੁਰਜੀਤ ਕੀਤੇ। ਮਹਿਬੂਬ ਸਾਹਿਬ ਦੀ ਕਵਿਤਾ ਮੇਰੇ ਲਈ ਬਹੁਤ ਪ੍ਰੇਰਨਾਦਾਇਕ ਸਾਬਤ ਹੋਈ ਪਰ ਕਿਉਂਕਿ ਉਹਨਾਂ ਦੇ ਜੀਵਨ-ਅਨੁਭਵ ਦੀਆਂ ਅਨੇਕ ਤਰਜ਼ਾਂ ਨਾਲ਼ ਮੇਰਾ ਕੋਈ ਵਾਸਤਾ ਨਹੀਂ ਰਿਹਾ ਸੀ, ਇਸ ਲਈ ਮੈਨੂੰ ਕਿਸੇ ਅਣਜਾਣੀ ਪ੍ਰੇਰਨਾ ਨੇ ਲਗਾਤਾਰ ਕਿਸੇ ਭਾਲ਼ ਵਿੱਚ ਰੱਖਿਆ। ਕੋਈ ਨਵਾਂ ਕਵੀ ਸਾਂਦਲ ਬਾਰ

ਦੀ ਭੂਗੋਲਿਕ ਅਤੇ ਸੱਭਿਆਚਾਰਕ ਅਮੀਰੀ ਬਾਰੇ ਜਾਣਕਾਰੀ ਹਾਸਲ ਕਰ ਕੇ ਇਸ ਨੂੰ ਗਾ ਤਾਂ ਸਕਦਾ ਹੈ, ਅਜਿਹੀ ਕਵਿਤਾ ਪੜ੍ਹਨ ਵਾਲ਼ਿਆਂ ਨੂੰ ਚੰਗੀ ਵੀ ਲੱਗ ਸਕਦੀ ਹੈ, ਪਰ ਕਹਿਣਾ ਔਖਾ ਹੈ ਕਿ ਲੇਖਣੀ ਦਾ ਅਜਿਹਾ ਅਨੁਭਵ ਕਵੀ ਨੂੰ ਕਿੰਨੀ ਕੁ ਤ੍ਰਿਪਤੀ ਦੇਵੇਗਾ ਤੇ ਪਾਠਕ ਨੂੰ ਕਿੱਥੋਂ ਕੁ ਤੱਕ ਲੈ ਜਾਵੇਗਾ।

ਬੋਲੀ ਦੀ ਤਲਾਸ਼ ਹਰ ਕਵੀ ਦੀ ਆਪਣੀ ਹੁੰਦੀ ਹੈ। ਬੋਲੀ ਕਵੀ ਦੇ ਅੰਦਰ ਵੱਸੀ ਹੀ ਨਹੀਂ ਹੁੰਦੀ, ਇਸ ਨੇ ਉਸ ਦੇ ਮਨ-ਅੰਤਰ ਨੂੰ ਡੌਲ਼ਿਆ ਵੀ ਹੁੰਦਾ ਹੈ। ਕਾਵਿ-ਸਿਰਜਣਾ ਰਾਹੀਂ ਉਦੇ ਹੋਣ ਵਾਲ਼ੀ ਬੋਲੀ ਕਵੀ ਦੇ ਅੰਦਰਲੀ ਬੋਲੀ ਨਾਲ਼ ਇਕਸੁਰ ਹੋ ਕਵੀ ਨੂੰ ਸਰੋਦੀ ਹੁਲਾਰੇ ਦਿੰਦੀ ਹੈ। ਇਸ ਸਰੋਦ ਦਾ ਇਨਸਾਨ ਦੇ ਦੇਹੀ-ਨਾਦ ਨਾਲ਼ ਸਬੰਧ ਹੁੰਦਾ ਹੈ। ਰਸਾਂ ਨੂੰ ਤਾਂਘਦੀ ਦੇਹੀ ਨੂੰ ਹਾਸਲ ਹੋਈ ਤ੍ਰਿਪਤੀ ਬੋਲੀ ਅੰਦਰਲੇ ਸੰਗੀਤ ਦੀ ਪ੍ਰਮਾਣਿਕਤਾ ਦੀ ਗਵਾਹੀ ਬਣਦੀ ਹੈ। ਇਸ ਤਰ੍ਹਾਂ, ਮਹਿਬੂਬ ਸਾਹਿਬ ਦੀ ਕਵਿਤਾ ਨੇ ਬੋਲੀ ਲਈ ਮੇਰੀ ਭਾਲ਼ ਨੂੰ ਇੱਕ ਸੱਜਰੀ ਪ੍ਰੇਰਨਾ ਬਖ਼ਸ਼ੀ।

ਇਸ ਦੇ ਨਾਲ਼-ਨਾਲ਼ ਮਹਿਬੂਬ ਸਾਹਿਬ ਦਾ ਕਾਵਿ-ਅਨੁਭਵ ਸਿੱਖਾਂ ਅੰਦਰਲੇ ਬੇਵਤਨੀ ਦੇ ਅਹਿਸਾਸ ਨੂੰ ਜ਼ੁਬਾਨ ਦੇ ਰਿਹਾ ਸੀ। ਬੇਵਤਨੀ ਦੀ ਇਸ ਪੱਧਰ ਦੀ ਕਾਵਿਕ ਨੁਮਾਇੰਦਗੀ ਬਤੌਰ ਸਿੱਖ ਮੇਰੇ ਲਈ ਬਹੁਤ ਅਰਥ-ਭਰਪੂਰ ਸੀ। ਇਸ ਨੁਮਾਇੰਦਗੀ ਦੀ ਵਿਲੱਖਣਤਾ ਸੀ ਕਿ ਇਹ ਸਿੱਖਾਂ ਨਾਲ਼ ਹੋ ਰਹੀਆਂ ਮਨੋਵਿਗਿਆਨਕ ਖੇਡਾਂ ਦੇ ਹੋਛੇਪਣ ਨੂੰ ਕਿਸੇ ਵੀ ਤਰ੍ਹਾਂ ਅਸਰ-ਅੰਦਾਜ਼ ਹੋਣ ਦੀ ਆਗਿਆ ਨਹੀਂ ਸੀ ਦਿੰਦੀ। ਮਹਿਬੂਬ ਸਾਹਿਬ ਨੇ ਪੰਜਾਬੀ ਸਾਹਿਤਿਕ ਅਤੇ ਬੌਧਿਕ ਦਾਇਰਿਆਂ ਵਿੱਚ ਚੱਲ ਰਹੀਆਂ ਬਹਿਸਾਂ ਨੂੰ ਤੁੱਛ ਨਿਰਾਰਥਕ ਵਰਤਾਰੇ ਵਜੋਂ ਰੱਦ ਕੀਤਾ ਅਤੇ ਆਪਣੀ ਗੱਲ ਦਾ ਨਵਾਂ ਸੰਦਰਭ ਸਿਰਜਿਆ; ਉਹਨਾਂ ਨੇ ਬੁਨਿਆਦੀ ਫ਼ਲਸਫ਼ਾਨਾ ਸੁਆਲਾਂ ਨੂੰ ਮੁਖ਼ਾਤਬ ਹੋਣ ਦਾ ਰਾਹ ਚੁਣਿਆ। ਅਜਿਹੀ ਕਵਿਤਾ ਬਿਰਤਾਂਤਿਕ ਜ਼ੰਜੀਰਾਂ ਤੋਂ ਮੁਕਤੀ ਦਿਵਾਉਣ ਵਾਲ਼ੀ ਸੰਗੀਤਿਕਤਾ ਸੀ ਜਿਸ ਨੇ ਮੈਨੂੰ ਬੋਲੀ ਦੇ ਉਸ ਜਹਾਨ ਵਿੱਚ ਲਿਆਂਦਾ ਜਿਸ ਨਾਲ਼ ਮੈਂ ਨਿੱਜ ਦਾ ਨਾਤਾ ਵੇਖ ਸਕਦਾ ਸੀ। ਪਰ ਇਸ ਦੇ ਨਾਲ਼ ਹੀ ਇਸ ਨੇ ਬੋਲੀ ਲਈ ਮੇਰੀ ਭਾਲ਼ ਖ਼ਤਮ ਨਹੀਂ ਕੀਤੀ, ਸਗੋਂ ਉਸ ਵਿੱਚ ਹੋਰ ਤੀਬਰਤਾ ਲਿਆਂਦੀ।

ਪਟਿਆਲ਼ੇ ਜਾਣ ਤੋਂ ਬਾਅਦ, ਸਾਲ ੧੯੯੧ ਵਿੱਚ ਹੀ ਮੈਂ ਪ੍ਰੋ. ਕੁਲਵੰਤ ਸਿੰਘ ਗਰੇਵਾਲ਼ ਨੂੰ ਮਿਲਿਆ। ਉਦੋਂ ਗਰੇਵਾਲ਼ ਸਾਹਿਬ ਦੀ ਕਵਿਤਾ ਨਹੀਂ ਸੀ ਛਪੀ ਪਰ ਉਹ ਪੰਜਾਬੀ ਯੂਨੀਵਰਸਿਟੀ ਦੇ ਸਾਹਿਤਿਕ ਅਤੇ ਅਕਾਦਮਿਕ ਸਮਾਗਮਾਂ ਵਿੱਚ ਅਕਸਰ ਆਪਣੀਆਂ ਕਵਿਤਾਵਾਂ ਗਾ ਕੇ ਸੁਣਾਉਂਦੇ ਸਨ। ਗਰੇਵਾਲ਼ ਸਾਹਿਬ ਦੀ ਕਵਿਤਾ ਪੰਜਾਬੀ ਲੋਕ-ਧਾਰਾ ਨੂੰ ਅਤਿ ਗਹਿਰੇ ਤੇ ਉਦਾਤ ਕਾਵਿ ਅਨੁਭਵ ਵਿੱਚ ਨਵਿਆਉਣ ਦੇ ਅਮਲ ਦੀ ਉਪਜ ਸੀ। ਉਹਨਾਂ ਦੀ ਲੇਖਣੀ ਦਾ ਕਮਾਲ ਸੀ ਕਿ ਅਨੁਭਵ ਦਾ ਗਹਿਰਾਪਣ ਕਵਿਤਾ ਦੇ ਸਰੋਦ ’ਤੇ ਭਾਰੂ ਨਹੀਂ ਸੀ ਪੈਂਦਾ, ਸਗੋਂ ਕਾਵਿਕ ਸੰਗੀਤਿਕਤਾ ਵਿੱਚੋਂ ਹੀ ਉੱਮਲ੍ਹ-ਉੱਮਲ੍ਹ ਕੇ ਬਾਹਰ ਆਉਂਦਾ ਸੀ। ਜਿਵੇਂ:

ਸਾਨੂੰ ਈਦਾਂ ਬਰ ਆਈਆਂ
ਰਾਵੀ ਤੇਰੇ ਪੱਤਣਾਂ ’ਤੇ
ਐਵੇਂ ਅੱਖੀਆਂ ਭਰ ਆਈਆਂ[੯]

ਝੋਰਾ ਅੱਖੀਆਂ ਲਾਈਆਂ ਦਾ
ਰੋਹੀਆਂ ’ਚ ਚੰਨ ਡੁੱਬਿਆ
ਕੂੰਜਾਂ ਤਿਰਹਾਈਆਂ ਦਾ[੧੦]

ਮੇਰੇ ਲਈ ਇਹ ਕਵਿਤਾ ਬੋਲੀ ਦੇ ਅੰਦਰਲੇ ਸੰਗੀਤ ਨਾਲ਼ ਇਕਸੁਰ ਹੋਣ ਦੀ ਪ੍ਰੇਰਨਾ ਬਣੀ। ਬੋਲੀ ਦੇ ਸੰਗੀਤਿਕ ਸੰਤੁਲਨ ਨੂੰ ਬਰਕਰਾਰ ਰੱਖ ਕੇ ਕਵਿਤਾ ਕਹਿਣ ਦੇ ਅਭਿਆਸ ਨਾਲ਼ ਕਵੀ ਅੰਦਰ ਅਨੁਭਵ ਦੀਆਂ ਸੂਖਮ ਰਮਜ਼ਾਂ ਨੂੰ ਸੰਭਾਲ਼ ਕੇ ਗੱਲ ਕਹਿਣ ਦੀ ਸਮਰੱਥਾ ਪੈਦਾ ਹੋ ਜਾਂਦੀ ਹੈ। ਇਸ ਨਾਲ਼ ਪਹਿਲਾਂ ਤਾਂ ਇਸ ਗੱਲ ’ਤੇ ਸਹੀ ਪੈਂਦੀ ਹੈ ਕਿ ਬਹੁਤ ਵਾਰ ਲਿਖਤ ਅਨੁਭਵ ਦਾ ਅਪ੍ਰਮਾਣਿਕ ਪਰਤਉ ਹੁੰਦੀ ਹੈ ਤੇ ਫਿਰ ਇਹ ਸਮਝ ਆਉਂਦਾ ਹੈ ਕਿ ਅਜਿਹਾ ਹੋਣਾ ਜ਼ਰੂਰੀ ਨਹੀਂ; ਬਹੁਤ ਵਾਰ ਲਿਖਤ ਅਨੁਭਵ ਨੂੰ ਹੋਰ ਨਿਖਾਰ ਕੇ ਅਤੇ ਬੋਲੀ ਦੀ ਸੰਗੀਤਿਕਤਾ ਵਿੱਚ ਪਈਆਂ ਅਨੁਭਵ ਦੀਆਂ ਅਨੇਕ ਅਣਦਿੱਸ ਅਤੇ

ਅਛੂਹ ਰਮਜ਼ਾਂ ਨੂੰ ਉਭਾਰ ਕੇ ਵੀ ਪੇਸ਼ ਕਰਦੀ ਹੈ। ਇਸ ਨਾਲ ਪੱਛਮੀ ਪਰੰਪਰਾ ਵਿਚਲੀ "ਮੌਜੂਦਗੀ ਦੀ ਪਰਾਭੌਤਿਕਤਾ" ਦੀ ਇੱਕ ਹੱਦ ਤੱਕ ਦੀ ਸਾਰਥਿਕਤਾ ਪ੍ਰਗਟ ਹੋਣ ਮਗਰੋਂ ਉਸ ਦੇ ਦਾਅਵੇ ਦੀ ਨਿਰਮੂਲਤਾ ਜ਼ਾਹਰ ਹੋ ਜਾਂਦੀ ਹੈ। "ਮੌਜੂਦਗੀ ਦੀ ਪਰਾਭੌਤਿਕਤਾ" ਦੇ ਸਬੰਧ ਵਿੱਚ ਯਾਕ ਦੈਰੀਦਾ ਦੇ ਨਜ਼ਰੀਏ ਬਾਰੇ ਅਸੀਂ ਅਗਾਂਹ ਵਿਚਾਰ ਕਰਦੇ ਹਾਂ।

ਮਹਿਬੂਬ ਸਾਹਿਬ ਤੇ ਗਰੇਵਾਲ ਸਾਹਿਬ ਦੀ ਕਵਿਤਾ ਨੂੰ ਪੜ੍ਹਨ ਤੇ ਇਹਨਾਂ ਮੁਹਾਵਰਿਆਂ ਵਿੱਚ ਖ਼ੁਦ ਲਿਖਣ ਦਾ ਅਮਲ ਕਾਵਿ-ਚਿੰਤਨ ਦਾ ਅਮਲ ਸੀ। ਕਾਵਿ-ਚਿੰਤਨ ਫ਼ਲਸਫ਼ਾਨਾ ਚਿੰਤਨ ਤੋਂ ਵੱਖਰਾ ਵੀ ਹੈ ਤੇ ਉਚੇਰਾ ਵੀ। ਪਰ ਇਸ ਦਾ ਫ਼ਲਸਫ਼ੇ ਨਾਲ ਕੋਈ ਵਿਰੋਧ ਨਹੀਂ ਹੈ। ਸਗੋਂ ਕਾਵਿ ਚਿੰਤਨ ਨਾਲ ਫ਼ਲਸਫ਼ਾਨਾ ਚਿੰਤਨ ਦੀ ਪ੍ਰੇਰਨਾ ਤੇ ਸਮਰੱਥਾ ਪੈਦਾ ਹੁੰਦੀ ਹੈ। ਇਸ ਲਈ, ਇਹਨਾਂ ਦੋਹਾਂ ਕਵੀ-ਚਿੰਤਕਾਂ ਨੂੰ ਪੜ੍ਹਨਾ ਤੇ ਮਿਲਣਾ ਮੇਰੇ ਲਈ ਬਹੁਤ ਲਾਹੇਵੰਦ ਸਾਬਤ ਹੋਇਆ। ਭਾਵੇਂ ਕਿ ਪੰਜਾਬੀ ਵਿੱਚ ਉਰਦੂ ਦੀ ਤਰਜ਼ 'ਤੇ ਉਸਤਾਦ-ਸ਼ਾਗਿਰਦ ਪਰੰਪਰਾ ਨਹੀਂ ਹੈ, ਤਾਂ ਵੀ ਮਹਿਬੂਬ ਸਾਹਿਬ ਤੇ ਗਰੇਵਾਲ ਸਾਹਿਬ ਦੀ ਕਵਿਤਾ ਮੈਨੂੰ ਕਿਸੇ ਸੇਧਕ-ਸਿਧਾਂਤ ਵਾਂਗ ਆਪ ਮੁਹਾਰੇ ਰਾਹ ਵਿਖਾਈ ਜਾਂਦੀ ਰਹੀ।

ਪਟਿਆਲੇ ਸ਼ਹਿਰ ਦੀ ਸੱਭਿਆਚਾਰਕ ਅਮੀਰੀ ਨੇ ਮੇਰੇ ਸਿਰਜਣਾਤਮਿਕ ਸਫ਼ਰ ਨੂੰ ਚੰਗੀ ਪ੍ਰੇਰਨਾ ਬਖ਼ਸ਼ੀ। ਉੱਥੇ ਕਵਿਤਾ ਦੇ ਸਾਧਕ ਡਾ. ਸਰਬਜੀਤ ਸਿੰਘ ਘੁੰਮਣ ਨਾਲ ਮੇਲ ਹੋਇਆ। ਡਾ. ਘੁੰਮਣ ਮਹਿਬੂਬ ਸਾਹਿਬ ਦੇ ਪਿੰਡ ਝੂੰਦਾਂ ਦੇ ਵਸਨੀਕ ਹਨ ਤੇ ਉਹਨਾਂ ਨੇ ਪੰਜਾਬੀ ਲੋਕ-ਧਾਰਾ ਵਿੱਚ ਪੀਐਚ.ਡੀ. ਕੀਤੀ ਹੈ। ਮੈਂ ਸਾਰੀ ਜ਼ਿੰਦਗੀ ਵਿੱਚ ਕਿਸੇ ਇੱਕ ਵੀ ਹੋਰ ਬੰਦੇ ਨੂੰ ਨਹੀਂ ਮਿਲਿਆ ਜਿਸ ਨੇ ਘੁੰਮਣ ਸਾਹਿਬ ਜਿੰਨੀ ਕਵਿਤਾ ਪੜ੍ਹੀ ਹੋਵੇ ਤੇ ਜਿਸ ਨੂੰ ਉਹਨਾਂ ਜਿੰਨੀ ਕਵਿਤਾ ਜ਼ੁਬਾਨੀ ਯਾਦ ਹੋਵੇ। ਉਹ ਪੰਜਾਬੀ, ਬ੍ਰਜ, ਉਰਦੂ, ਅਤੇ ਫ਼ਾਰਸੀ ਕਵਿਤਾ ਦਾ ਤੁਰਿਆ-ਫਿਰਦਾ ਖ਼ਜ਼ਾਨਾ ਹਨ। ਉਹ ਕਵਿਤਾ ਵਿੱਚ ਭਾਸ਼ਾ ਦੇ ਸ਼ਿਲਪ ਅਤੇ ਅਲੰਕਾਰਾਂ ਦੀ ਵਰਤੋਂ ਨੂੰ ਬਹੁਤ ਅਹਿਮੀਅਤ ਦਿੰਦੇ ਸਨ। ਉਹਨਾਂ ਵਿੱਚ ਭਾਸ਼ਾ ਦੇ ਸੁਹਜ ਬਾਰੇ ਅਦੁੱਤੀ ਕਿਸਮ ਦੀ ਸੰਵੇਦਨਾ ਸੀ। ਮੈਨੂੰ ਵੀ ਕਵਿਤਾ ਯਾਦ ਕਰਨ ਤੇ ਭਾਸ਼ਾਵਾਂ ਸਿੱਖਣ ਦਾ ਸ਼ੌਕ ਸੀ। ਸਾਹਿਤ ਅਤੇ ਬੋਲੀ ਬਾਰੇ ਘੁੰਮਣ ਸਾਹਿਬ ਦੀਆਂ ਅਤੇ ਮੇਰੀਆਂ ਵਿਚਾਰਾਂ ਮੂਲ ਰੂਪ ਵਿੱਚ ਕਵੀਆਂ ਦੀ ਬੋਲੀ 'ਤੇ ਮੁਹਾਰਤ

ਤੇ ਉਸ ਵਿੱਚੋਂ ਨਮੂਦਾਰ ਹੁੰਦੇ ਕਾਵਿ-ਅਨੁਭਵ ਦੀ ਅਮੀਰੀ ਬਾਰੇ ਹੁੰਦੀਆਂ ਸਨ। ਬੋਲੀ ਦੇ ਸੁਹਜ ਨਾਲ਼ ਸਾਡੀ ਕੁਦਰਤੀ ਸਾਂਝ ਸੀ। ਬੋਲੀ ਦੇ ਸੁਹਜ ਵਿੱਚੋਂ ਅਨੁਭਵ ਦੀਆਂ ਅਣਕਿਆਸੀਆਂ ਰਮਜ਼ਾਂ ਅਤੇ ਅਣਕਹੇ ਭਾਵ ਉਦਾਤ ਸ਼ਕਲਾਂ ਧਾਰ-ਧਾਰ ਪ੍ਰਗਟ ਹੁੰਦੇ ਸਨ। ਕਵਿਤਾ ਵੀ ਬੋਲੀ ਅੰਦਰ ਡੂੰਘੇ ਲਹਿਣ ਦਾ ਸਾਧਨ ਸੀ।

ਮੈਂ ਬੋਲੀ ਦੇ ਦੋ ਆਧਾਰਾਂ ਨਾਲ਼ ਜੁੜਿਆ ਰਿਹਾ ਹਾਂ: ਗੁਰਬਾਣੀ ਤੇ ਆਮ ਬੋਲ-ਚਾਲ ਦੀ ਬੋਲੀ। ਭਾਵੇਂ ਕਿ ਮੈਂ ਅਚੇਤ ਜਾਂ ਚੇਤਨ ਦੋਹਾਂ ਪੱਧਰਾਂ 'ਤੇ ਇਹਨਾਂ ਸਰੋਤਾਂ ਦੇ ਆਧਾਰ 'ਤੇ ਹੀ ਆਪਣੀ ਕਾਵਿ-ਬੋਲੀ ਸਿਰਜਣ ਦੀ ਕੋਸ਼ਿਸ਼ ਕੀਤੀ ਹੈ, ਤਾਂ ਵੀ ਹੋਰ ਬਹੁਤ ਸਾਰੇ ਸਰੋਤਾਂ ਦੇ ਕੋਈ ਨਾ ਕੋਈ ਪ੍ਰਭਾਵ ਆ ਜਾਣੇ ਕੁਦਰਤੀ ਹਨ। ਕਹਿਣ ਤੋਂ ਭਾਵ, ਭਾਵੇਂ ਕਵੀ ਦੀ ਬੋਲੀ ਕਿਸੇ ਇੱਕ ਸਰੋਤ ਤੱਕ ਸੀਮਿਤ ਨਹੀਂ ਹੁੰਦੀ, ਤਾਂ ਵੀ ਬੋਲੀ ਦੀ ਕੋਈ ਆਪਣੀ ਜ਼ਮੀਨ ਤਾਂ ਹੁੰਦੀ ਹੀ ਹੈ। ਬਾਹਰਲੇ ਸਰੋਤਾਂ ਤੋਂ ਆਏ ਸ਼ਬਦ ਕਵੀ ਦੀ ਬੋਲੀ ਦੇ ਜ਼ਮੀਨੀ ਅਨੁਭਵ ਵਿੱਚ ਢਲ਼ ਕੇ ਹੀ ਕਵਿਤਾ ਵਿੱਚ ਆਪਣੀ ਥਾਂ ਹਾਸਲ ਕਰਦੇ ਹਨ।

ਬੋਲੀ ਦੀ ਜ਼ਮੀਨ ਦਾ ਵਿਚਾਰ ਇਸ ਦੇ ਮੂਲ ਨਾਲ਼ ਜੁੜਿਆ ਹੋਇਆ ਹੈ। ਬੋਲੀ, ਵਿਅਕਤੀ, ਜਾਂ ਕਿਸੇ ਖ਼ਾਸ ਪੰਧ ਦੇ ਮੂਲ ਦੀ ਸ਼ੁੱਧਤਾ ਦੇ ਦਾਅਵੇ ਵਿਚਾਰਨ ਦੀ ਲੋੜ ਹੈ। ਯੱਕ ਦੈਰੀਦਾ ਕਿਸੇ ਖ਼ਾਸ ਮੂਲ ਦੀ ਸ਼ੁੱਧਤਾ ਦੇ ਵਿਚਾਰ ਦੀ ਤਨਕੀਦ ਕਰਦਾ ਹੈ। ਦੈਰੀਦਾ ਦੀ ਤਨਕੀਦ ਬਹੁਤ ਅਹਿਮ ਫ਼ਲਸਫ਼ਾਨਾ ਹਸਤਖੇਪ ਹੈ ਜਿਸ ਨੇ ਪੱਛਮੀ ਬਿਰਤਾਂਤਾਂ ਦੀ ਇਜਾਰੇਦਾਰੀ ਦੇ ਪਰਾਭੌਤਿਕ ਖ਼ਾਸੇ ਦੀ ਮੂਲ ਸੰਵੇਦਨਾ ਦਾ ਵਿਖੰਡਨੀ ਵਿਸ਼ਲੇਸ਼ਣ ਪੇਸ਼ ਕੀਤਾ ਹੈ। ਦੈਰੀਦਾ ਅਨੁਸਾਰ ਪੱਛਮੀ ਪਰਾਭੌਤਿਕਤਾ ਲਿਖਤ ਨੂੰ ਬਚਨ ਦਾ ਅਪ੍ਰਮਾਣਿਕ ਪਰਤਉ ਮੰਨਦੀ ਹੈ; ਬਚਨ ਪ੍ਰਮਾਣਿਕ ਹੀ ਨਹੀਂ ਇੱਕਵਚਨੀ ਵੀ ਹੈ ਜੋ ਫ਼ਲਸਫ਼ੇ ਦੇ ਪਿੱਛੇ ਖੜ੍ਹੇ ਸੱਭਿਆਚਾਰਕ ਅਨੁਭਵ ਦੀ ਪ੍ਰਮਾਣਿਕਤਾ ਦਾ ਦਾਅਵਾ ਜਤਾਉਂਦਾ ਹੈ। ਬਚਨ ਹਰ ਵੇਲ਼ੇ, ਹਰ ਲਿਖਤ ਤੋਂ ਪਹਿਲਾਂ ਮੌਜੂਦ ਹੈ। ਦੈਰੀਦਾ ਇਸ ਨੂੰ "ਮੌਜੂਦਗੀ ਦੀ ਪਰਾਭੌਤਿਕਤਾ" ਦਾ ਨਾਂ ਦਿੰਦਾ ਹੈ ਅਤੇ ਇਸ ਦੀ ਸਾਰੇ ਪੱਛਮੀ ਬਿਰਤਾਂਤ ਦੇ ਸੰਕਟ ਦੇ ਮੂਲ ਵਜੋਂ ਨਿਸ਼ਾਨਦੇਹੀ ਕਰਦਾ ਹੈ।[੧੧]

ਪਰ ਬੋਲੀ ਦੀ ਜਿਸ ਜ਼ਮੀਨ ਦੀ ਅਸੀਂ ਗੱਲ ਕਰ ਰਹੇ ਹਾਂ ਉਸ ਦਾ ਕੋਈ ਇੱਕਵਚਨੀ ਸੱਭਿਆਚਾਰਕ ਮੂਲ ਨਹੀਂ ਹੈ। ਸਿੱਖ ਬੋਲੀ ਦਾ ਆਧਾਰ ਗੁਰਬਾਣੀ ਹੈ। ਇੱਥੇ ਬਾਣੀ ਤੇ ਸ਼ਬਦ ਸਮਅਰਥੀ ਹਨ। ਸਿੱਖ ਜਗਤ ਵਿੱਚ ਬਾਣੀ ਦੀ ਹੋਂਦ ਹੀ ਲਿਖਤੀ ਰੂਪ ਵਿੱਚ ਆਏ ਸ਼ਬਦ ਵਜੋਂ ਹੈ। ਸ਼ਬਦ ਰਾਹੀਂ ਨਮੂਦਾਰ ਹੋਈ ਬੋਲੀ ਦੀ ਹਸਤੀ ਇੱਕਵਚਨੀ ਨਹੀਂ ਸਗੋਂ ਬੋਲੀ ਦੇ ਅਨੇਕ ਵਹਿਣਾਂ ਨੂੰ ਆਪਣੇ ਅੰਦਰ ਸਮੋ ਲੈਣ ਵਾਲ਼ੇ ਸਾਗਰ ਦੀ ਨਿਆਈਂ ਹੈ। ਇਸ ਲਈ ਇਸ ਬੋਲੀ ਦੀ ਜ਼ਮੀਨ ਬਹੁਵਚਨੀ ਕਾਇਨਾਤ ਦੇ ਜਸ਼ਨ ਦਾ ਅਸਥਾਨ ਹੈ। ਕਾਇਨਾਤ ਦੀ ਬਹੁਵਚਨੀ ਹਸਤੀ ਨੂੰ ਸਵੀਕਾਰ ਕਰਨ ਦਾ ਅਰਥ ਸਥਾਨਿਕਤਾ ਦੀ ਅਹਿਮੀਅਤ ਤੋਂ ਇਨਕਾਰੀ ਹੋਣਾ ਨਹੀਂ ਹੈ। ਮਨੁੱਖ ਦੀ ਧਰਤੀ ਅਤੇ ਬੋਲੀ ਨਾਲ਼ ਸਾਂਝ ਕੋਈ ਨਜ਼ਰੀਆ ਨਹੀਂ, ਹੋਂਦਮੂਲਕ ਅਸਲੀਅਤ ਹੈ। ਪਹਿਲਾਂ ਧਰਤੀ ਅਤੇ ਬੋਲੀ ਲੋਕਾਂ ਦੀ ਰਹਿਤਲ ਵਿੱਚੋਂ ਵਿਗਸਦੀਆਂ ਹਨ ਤੇ ਫਿਰ ਉਸੇ ਰਹਿਤਲ ਦੇ ਜਿਉਂਦੀ ਰਹਿਣ ਜਾਂ ਪੁਨਰ-ਸੁਰਜੀਤ ਹੋਣ ਦੇ ਸਰੋਤ ਵਜੋਂ ਕੰਮ ਕਰਦੀਆਂ ਹਨ। ਪੰਜਾਬ ਦੀ ਧਰਤੀ ਅਤੇ ਬੋਲੀ ਸਿੱਖੀ ਦੇ ਜੀਵੰਤ ਅਨੁਭਵ ਦੇ ਨਾਲ਼ ਹੀ ਵਿਗਸੀਆਂ ਹਨ ਤੇ ਇਸ ਅਨੁਭਵ ਦੀਆਂ ਅਨੇਕ ਤਰਜ਼ਾਂ ਸਾਂਭੀ ਬੈਠੀਆਂ ਹਨ।

ਇਹ ਮੇਰੀ ਕਵਿਤਾ ਦੀ ਜ਼ਮੀਨ ਹੈ। ਹਥਲੇ ਸੰਗ੍ਰਹਿ ਵਿੱਚ ਸ਼ਾਮਲ ਕਵਿਤਾਵਾਂ ਮੇਰੀ ਤਾਂਘ ਮੁਤਾਬਕ ਇਸ ਜ਼ਮੀਨ ਦੇ ਕਿੰਨੀਆਂ ਕੁ ਨੇੜੇ ਹਨ, ਇਸ ਦਾ ਫ਼ੈਸਲਾ ਪਾਠਕਾਂ 'ਤੇ ਛੱਡਦੇ ਹਾਂ।

ਪ੍ਰਭਸ਼ਰਨਦੀਪ ਸਿੰਘ

ਵੁਲਫ਼ਸਨ ਕਾਲਿਜ

ਆਕਸਫੋਰਡ ਯੂਨੀਵਰਸਿਟੀ

੨੦ ਜੇਠ ੫੫੪

ਹਵਾਲੇ ਤੇ ਪੈਰ-ਟਿੱਪਣੀਆਂ

[1] Puran Singh, *Spirit of Oriental Poetry,* pp. 18-30
[2] Julia Kristeva, *Revolution in the Poetic Language,* pp. 21-24
[3] Jacques Derrida, *Of Grammatology,* p. 8
[4] ਲਾਲ ਸਿੰਘ, "ਧੁੱਪ-ਛਾਂ", *ਧੁੱਪ-ਛਾਂ,* ਪੰਨੇ ੬੨-੮੧
[5] Jacques Derrida, *Writing and Difference,* p. 354
[6] ਹਰਿੰਦਰ ਸਿੰਘ ਮਹਿਬੂਬ, *ਝਨਾਂ ਦੀ ਰਾਤ,* ਪੰਨਾ ੪੭੨
[7] Martin Heidegger, ""...Poetically Man Dwells..."" in *Poetry, Language, Thought,*
[8] Martin Heidegger, "»... dichterisch wohnet der Mensch...«" in *Vorträge und Aufsätze (1936-1953)*
Denn eigentlich spricht die Sprache. Der Mensch spricht erst und nur, insofern er der Sprache entspricht, indem er auf ihren Zuspruch hört.
ਇੱਥੇ ਹਾਇਡਿਗਰ ਦੇ ਲੇਖ ""...Poetically Man Dwells..."" ਦੇ ਮੂਲ ਜਰਮਨ ਰੂਪ ਦਾ ਹਵਾਲਾ ਦਿੱਤਾ ਹੈ ਕਿਉਂਕਿ ਇਸ ਟੂਕ ਦਾ ਪੰਜਾਬੀ ਉਲਥਾ ਮੇਰਾ ਆਪਣਾ ਹੈ। ਮੇਰੇ ਉਲਥੇ ਦਾ ਅੰਗਰੇਜ਼ੀ ਤਰਜਮਿਆਂ ਤੋਂ ਫ਼ਰਕ ਹੈ, ਇਸ ਲਈ ਮੈਂ ਮੂਲ ਜਰਮਨ ਲਿਖਤ ਦਾ ਹਵਾਲਾ ਦੇਣਾ ਮੁਨਾਸਿਬ ਸਮਝਿਆ।
[9] ਕੁਲਵੰਤ ਸਿੰਘ ਗਰੇਵਾਲ, *ਤੇਰਾ ਅੰਬਰਾਂ 'ਚ ਨਾਂ ਲਿਖਿਆ,* ਪੰਨਾ ੧੮
[10] ਉਹੀ, ਪੰਨਾ ੧੮
[11] JacquesDerrida, *Speech and Phenomena And Other Essays on Husserls' Theory of Signs.,* David B. Allison (trans.). Evanston: Northwestern University Press, 1979, p.10

ਕਰਤਾ

ਨਾਮੇ ਅੰਦਰ ਪੁਰਖੁ ਹੈ ਕਰਤਾ,
ਨਾਮ ਹੈ ਵਿੱਚ ਸਵਾਸਾਂ।
ਰੋਮ-ਰੋਮ ਵਿੱਚ ਨਾਮ ਰੁਮਕਦਾ,
ਬਿਰਹੋਂ-ਭਿੰਨੀਆਂ ਆਸਾਂ।
ਕੁਦਰਤ ਹੁਕਮ ਦੁਇ ਵਿਸਮਾਦੀ,
ਖੇੜੇ ਵਿੱਚ ਵਰਤੇਂਦੇ,
ਕਰਤਾ ਅਮ੍ਰਿਤ ਸਰੀਂ ਬਿਠਾਲੇ,
ਦੇ ਕੇ ਸੁਖਦ ਪਿਆਸਾਂ।

ਗੁਰੂ ਨਾਨਕ

ਤੇਗ਼ ਸ਼ਬਦ ਦੀ ਜ਼ੋਰ ਨਾ' ਝੁੱਲੀ,
ਗੁਰ ਨਾਨਕ ਦਾ ਆਉਣਾ।
ਖ਼ਾਕੂ ਵਿੱਚ ਰੁਲ਼ੇਂਦੀ ਖ਼ਲਕਤ,
ਖ਼ਾਲਕ ਸਨਮੁਖ ਗਾਉਣਾ।
ਗੁਰ ਦੀਆਂ ਤਾਨਾਂ ਅਰਸ਼ ਜ਼ਿਮੀਂ ਵਿੱਚ,
ਹਰਕਤ ਨਵੀਂ ਜਗਾਈ,
ਕਿਰਤੀ ਤਖ਼ਤ ਲਿਤਾੜਨ, ਗੁਰ ਨੇ,
ਸਿੱਕਾ ਨਵਾਂ ਜਮਾਉਣਾ।

ਗੁਰੂ ਨਾਨਕ ਦਾ ਦੇਸ

ਗੁਰੂ ਨਾਨਕ ਦਾ ਦੇਸ ਹੈ ਕਿਹੜਾ,
ਕਿਹੜਾ ਆਖ ਵਖਾਣੇ।
ਜਿੱਥੇ ਮਘਦੇ ਅੱਥਰੂ ਦੇ ਵਿੱਚ,
ਸਿਦਕ ਸੰਭੋਲਣ ਭਾਣੇ।
ਜਿੱਥੇ ਕਣੀਆਂ ਮਣੀਆਂ ਬਣਸਨ,
ਮੁੜ੍ਹਕੇ ਨੂੰ ਛੂਹ-ਛੂਹ ਕੇ,
ਜਿੱਥੇ ਬੋਲੀ ਸ਼ਬਦ-ਸੰਵਾਰੀ,
ਲੈਂਦੀ ਸਾਹ ਰੱਬਾਣੇ।

ਦੇਸ

ਦੇਸ ਹੁਵੇਂਦਾ ਪੌਣ ਤੇ ਪਾਣੀ,
ਜਿਸ ਉਹ ਰਮਜ਼ ਪਛਾਣੀ।
ਦੇਸ ਦੇ ਅੰਦਰ ਬੋਲੀ ਵਿਗਸੇ,
ਬਾਣੀ ਜਿਸ ਨੇ ਮਾਣੀ।
ਮਿੱਟੀ ਦੇ ਵਿੱਚ ਰਹਿਤਲ ਰਮਦੀ,
ਰਹਿਤਲ ਵਿੱਚ ਸਾਹ ਘੁਲ਼ਦੇ।
ਦੇਸ ਬਿਨਾਂ ਨਾ ਫੁੱਲ-ਪੱਤੀਆਂ ’ਚੋਂ,
ਸੁਣਦੀ ਨਿੱਤ ਕਹਾਣੀ।

ਮਿੱਟੀ

ਮਿੱਟੀ ਅੱਗਾਂ ਸੋਖ-ਸੋਖ ਕੇ,
ਘੜ-ਘੜ ਡੌਲ਼ੇ ਦੇਹੀ।
ਰੱਤੀਂ ਸਿੰਜੀ ਕੁੰਦਨ ਸਿਰਜੇ,
ਜੰਮਦੇ ਰਹਿਣ ਸਨੇਹੀ।
ਮਿੱਟੀ ਵਿੱਚ ਜੜ੍ਹਾਂ ਲੈ ਪੁਸ਼ਤਾਂ,
ਬੋਹੜਾਂ ਜਿਉਂ ਲਹਿਰਾਵਣ,
ਮਿੱਟੀ ਨੇ ਬਨਸਪਤਿ ਖੇੜੇ,
ਮੇਰ ਹੈ ਬਖ਼ਸ਼ੀ ਕੇਹੀ!

ਮਾਂ ਤੇ ਮਿੱਟੀ

ਮਾਵਾਂ ਨਾ ਮਿੱਟੀ ਦੀਆਂ ਜਾਈਆਂ,
ਇਹ ਮਿੱਟੀ ਦੀਆਂ ਭੈਣਾਂ।
ਮਾਂ ਦੇ ਸੁਪਨੇ ਚੰਨ ਤੋਂ ਲਿਆਵਣ,
ਧਰਤ ਵਿਛੇਂਦੀਆਂ ਰੈਣਾਂ।
ਕਿਰਤੀ ਤੇ ਸੂਰੇ ਦੇ ਦਾਈਏ,
ਮਿੱਟੀ ਦੀਆਂ ਅਪਣੱਤਾਂ,
ਮੁੜ-ਮੁੜ ਉਸ ਤੋਂ ਜਿੰਦ ਵਾਰਨੀ,
ਜਿਸ ਗੋਦੀ ਵਿੱਚ ਸੈਣਾਂ।

ਜਣਨੀ-ਧਰਤੀ

ਜਣਨੀ ਤੇ ਧਰਤੀ ਦਾ ਨਾਤਾ,
ਕੌਣ ਕਹੇ ਕਿਨ ਜਾਤਾ।
ਮਾਂ ਦੀਆਂ ਅੱਖਾਂ ਹਰ ਕਣ ਚੁਗਿਆ,
ਜੋ ਸਾਚੇ ਰੰਗ ਰਾਤਾ।
ਧਰਤੀ 'ਤੇ ਜਦ ਧੌਂਸ ਬਿਗਾਨੀ,
ਪੀੜ ਰਗਾਂ ਤੋਂ ਡੂੰਘੀ।
ਮਰ-ਮੁੱਕ ਜਾਣਾ, ਚੋਟ ਨਾ ਸਹਿਣੀ,
ਆਤਮ ਭੇਤ ਪਛਾਤਾ।

ਬੋਲੀ

ਮਾਣਸ ਚਿੱਤ ਸੰਜੋਗ-ਵਿਜੋਗ ਜੋ,
ਰੰਗ ਅਨੇਕ ਖਿੜਾਏ।
ਦੇਹੀ ਅੰਦਰ, ਦੇਹੀ ਪਾਰੋਂ,
ਨੇਤਿ ਨੇਤਿ ਮੁਸਕਾਏ।
ਜੋ ਖਿਣ ਕਾਮਲ, ਸੋ ਖਿਣ ਹੱਸੇ,
ਜੋ ਹੀਣਾ ਸੋ ਰੋਵੇ,
ਰੂਹ ਦੀ ਵੱਥ, ਸਿਦਕ ਦੀ ਟੀਸੀ,
ਬੋਲੀ ਵਿੱਚ ਸਮਾਏ।

ਬੋਲੀ–ਆਪਾ

ਬੋਲ ਅਬੋਲ ਸਰੋਦੀਂ ਘੁ਼ਲ ਗਏ,
ਰਾਗ ਸੁਪਨਿਆਂ ਜੇਹੇ।
ਭੁੱਲੇ ਬੋਲ ਤੇ ਰਹਿ ਗਏ ਪਿੰਜਰ,
ਦੁੱਖ ਸੁਣਾਈਏ ਕੇਹੇ।
ਨਾਂਹ ਤਾਂ ਫੇਰ ਹਿਜਰ ਵਿੱਚ ਮੋਈਏ,
ਨਾਂਹ ਮੂੰਹ–ਜ਼ੋਰ ਉਡਾਰੀ।
ਬੋਲੀ ਬਾਝੋਂ ਰੁਣ–ਝੁਣ ਨਾਹੀਂ,
ਰੁੱਖੇ ਹੁਕਮ ਸੁਨੇਹੇ।

ਬੇਵਤਨੀ ਤੇ ਬੋਲੀ

ਧਰਤ ਬਿਗਾਨੀ, ਬੋਲ ਬਿਗਾਨੇ,
ਦੇਹੀ ਰਹਿ ਗਈ ਮੇਰੀ।
ਦੇਹੀ ਉੱਤੇ ਭਉਂਦੀਆਂ ਗਿਰਝਾਂ,
ਨੋਚ ਲੈਣ ਦੀ ਦੇਰੀ।
ਕਦੋਂ ਗੀਤ ਪਰਦੇਸੀ ਹੋਏ,
ਕਦ ਭੁੱਲਿਆ ਨਾਂ ਤੇਰਾ।
ਜਦ ਵੀ ਸੁੱਚੀਆਂ ਆਹਾਂ ਉੱਠੀਆਂ,
ਬਾਤ ਤੁਰੇਗੀ ਤੇਰੀ।

ਮਾਂ ਦੀ ਸਿੱਖ

ਜਪੁਜੀ ਦੀ ਕੋਈ ਲੈਅ ਅਨੂਠੀ,
ਮਾਂ ਦੀ ਮਿੱਠੀ ਲੋਰੀ।
ਨੀਹਾਂ, ਕੱਚੀਆਂ ਗੜ੍ਹੀਆਂ ਵਿੱਚੋਂ,
ਉਂਗਲ਼ੀ ਫੜ ਜਿੰਦ ਤੋਰੀ।
ਤਾਰੀਖ਼ਾਂ ਮਾਵਾਂ ਦੇ ਸਬਰੀਂ,
ਜਿਉਣ ਸਿਦਕ ਲੜ ਲੱਗ ਕੇ,
ਬਾਣੀ ਦੇ ਸਰ ਤ੍ਰਿਖਾ ਬੁਝਾਵੇ,
ਗੁਰ ਯਾਦਾਂ ਦੀ ਡੋਰੀ।

ਜੀਵਨ

ਜੀਵਨ ਹੈ ਮਿੱਟੀ ਦਾ ਖੇੜਾ,
ਵਿੱਚ ਖ਼ਾਕੂ ਦੇ ਜੀਊੜੇ।
ਧੜਕਣ ਦੇ ਵਿੱਚ ਸੱਚੇ, ਬਾਹਰੋਂ
ਰੰਗ ਮਾਇਆ ਦੇ ਕੂੜੇ।
ਕਲਹ-ਕਲੇਸ਼, ਸਾਜ਼ਿਸ਼ਾਂ, ਜੁਗਤਾਂ,
ਨਾਲ਼ੇ ਈ ਮਾਂ ਦੀ ਮਮਤਾ,
ਬੀਆਬਾਨੀਂ ਫੁੱਲ ਨੇ ਖਿੜਦੇ,
ਡ਼ਲ੍ਹਕਣ ਰੰਗ਼ਲੇ ਚੂੜੇ।

ਮੌਤ

ਪੀਲ਼ੇ ਪੱਤਿਆਂ ਦੀ ਖੜ-ਖੜ ਵਿੱਚ,
ਡੌਰੂ ਮੌਤ ਵਜਾਵੇ।
ਰੁੰਡ-ਮਰੁੰਡ ਵਣਾਂ ਨੂੰ ਕਰਦੀ,
ਗਿਣ-ਗਿਣ ਆਹੂ ਲਾਹਵੇ।
ਮੌਤ ਸਮੇਂ ਦੀ ਸ਼ਾਹਦੀ ਭਰਦੀ,
ਜੀਵਨ ਹੌਲਾਂ ਮਾਤਾ,
ਹੌਲਾਂ ਦੇ ਵਿੱਚ ਬੀਤਾ ਜਿਉਂਦਾ,
ਰੰਗ ਨਵਾਂ ਫੁੱਟ ਆਵੇ।

ਕਾਲ਼

ਗਰਦਿਸ਼ ਦੇ ਵਿੱਚ ਚੰਨ ਸਿਤਾਰੇ,
ਘੁੰਮ-ਘੁੰਮ ਵਿਗਸੇ ਧਰਤੀ।
ਦਿਵਸ-ਰਾਤ ਜਿਉਂ ਆਵਣ ਜਾਣਾ,
ਕਾਲ਼ ਦੀ ਲੀਲ੍ਹਾ ਵਰਤੀ।
ਜੋ ਨਹੀਂ ਮਰਦੇ, ਜੋ ਮਰ ਜਿਉਂਦੇ,
ਵਾਟਾਂ ਸਾਂਭ ਸਿਧਾਏ,
ਅੱਥਰੂ ਵਿੱਚੋਂ ਪੈੜਾਂ ਉਗਮਣ,
ਸੁਰਤਿ ਕਾਲ਼ ਦੀ ਪਰਤੀ।

ਜੀਵਨ-ਕਣੀ

ਵਿੱਚ ਸਮੇਂ ਦੇ ਵਹਿੰਦੀ ਦੁਨੀਆ,
ਕੀ ਏ ਸਾਡਾ ਵਹਿਣਾ।
ਕਾਂਗ ਵਕਤ ਦੀ ਪਿੰਡ ਨੇ ਰੋੜ੍ਹੇ,
ਪਰ ਦਿਲ ਓਥੇ ਈ ਬਹਿਣਾ।
ਜੜ੍ਹਾਂ ਬਾਝ ਨਾ ਟਾਹਣੀ ਲੁੱਛਦੀ,
ਜਦ ਪੰਛੀ ਉੱਡ ਵੈਂਦਾ,
ਮਿਟੀਆਂ-ਮਿਟੀਆਂ ਲਹਿਰੀਂ ਵੀ,
ਸਿਰਨਾਵਾਂ ਤੇਰਾ ਰਹਿਣਾ।

ਕੱਲ੍ਹ

ਬੀਤੇ ਦਿਹੁੰ ਨੇ ਸਾਂਭ ਜੀਵਾਲ਼ੀ,
ਨਿਹੁੰ ਦੀ ਅਣਕੱਥ ਗਾਥਾ।
ਚੇਤੇ ਦੀ ਥਰਥਰ ਮਨ ਮੌਲੇ,
ਵਿਹੜੇ ਝੁਰਮਟ ਲਾਥਾ।
ਇੱਕ-ਇੱਕ ਪੈੜ ’ਚੋਂ ਮੁੜ-ਮੁੜ ਜਾਗੇ,
ਧਮਕ ਸ਼ਹੀਦਾਂ ਵਾਲ਼ੀ,
ਕੱਲ੍ਹ ’ਚ ਵਾਟਾਂ, ਲੈ-ਲੈ ਆਹਟਾਂ,
ਉੱਮ੍ਹਲੇ ਮਨੂਆ ਫਾਥਾ।

ਅੱਜ

ਅਮ੍ਰਿਤ ਵੇਲ਼ਾ ਹੂਕ ਸੰਭੋਲ਼ੇ,
ਖ਼ਾਬ ਸੰਜੋਈਏ ਤੜਕੇ।
ਨੇਰ੍ਹ ਦੇ ਦਾਨਵ, ਦਿਹੁੰ ਦੇ ਵੈਰੀ,
ਲੈ ਕੰਨਸੋਆਂ ਭੜਕੇ।
ਕੱਢ ਸਿਆੜ ਮੈਂ ਬੀਜ ਬੋ ਲਏ,
ਸੰਝ ਦੀ ਲਾਲੀ ਪੀਵਾਂ,
ਕਟਕ ਲਹਿ ਪਏ, ਧੂੜਾਂ ਉੱਡੀਆਂ,
ਤੇਗ਼ ਮਿਆਨੋਂ ਕੜਕੇ।

ਭ਼ਲਕ

ਹਰਿਆ ਬੂਟਾ ਆਸ ਤੇਰੀ ਦਾ,
ਦੇ-ਦੇ ਪਾਣੀ ਜੀਵਾਂ।
ਭ਼ਲਕੇ ਵੀ ਤੇਰੀ ਨਦਰੀ ਸਾਂਭਾਂ,
ਮੁੜ-ਮੁੜ ਅਮ੍ਰਿਤ ਪੀਵਾਂ।
ਜਾਬਰ ਵਣ ਤੇ ਨਗਰ ਉਜਾੜਨ,
ਪਰ ਮਿੱਟੀ ਨਾ ਮਰਦੀ।
ਜਿੱਥੇ ਬਾਬੇ ਪੈੜਾਂ ਕਰੀਆਂ,
ਉਸ ਮਿੱਟੀ ਵਿੱਚ ਥੀਵਾਂ।

ਹੁਣ

ਹੁਣੇ ਮੌਤ ਨੇ ਦਸਤਕ ਦਿੱਤੀ,
ਹੁਣੇ ਮੈਂ ਘਰ ਨੂੰ ਜਾਣਾ।
ਹੁਣੇ ਵਣਾਂ ਵਿੱਚ ਜੀਵਨ ਪੁੰਗਰੇ,
ਹੁਣੇ ਬਸੰਤ ਅਲਾਣਾ।
ਖੇਤ ਸਿਦਕ ਦਾ, ਭੇਟ ਸੀਸ ਦੀ,
ਨਾ ਕੋਈ ਭਲ਼ਕ ਦੇ ਦਾਈਏ,
ਏਸੇ ਪਲ ਹੀ ਬੋਲ ਪੁਗਾਉਣੇ,
ਏਸੇ ਪਲ ਮਰ ਜਾਣਾ।

ਹੁਣ ਦੇ ਰਾਗ

ਦੇਸਾਂ ਦੇ ਜੋ ਗੀਤ ਵਿੱਸਰ ਗਏ,
ਵਿੱਚ ਸੁਪਨਿਆਂ ਬੁਣਦੇ।
ਯਾਦਾਂ ਵਿੱਚੋਂ ਟੋਲ਼ ਆਵਾਜ਼ਾਂ,
ਨੀਂਦ ਭਲੀ ਵਿੱਚ ਸੁਣਦੇ।
ਬੋਲਾਂ ਦੇ ਵਿੱਚ ਸੁੱਤਾ ਆਪਾ,
ਜਾਗ ਖਲੋਂਦਾ ਸਾਹਵੇਂ,
ਬੀਤੇ ਦੀ ਰਸ-ਭਿੰਨੀ ਲੋਅ ਵਿੱਚ,
ਰਾਗ ਉਗਮਦੇ ਹੁਣ ਦੇ।

ਮੁੱਢ

ਕਿਰਤ, ਕਰਮ, ਕੁਲ, ਧਰਮ, ਭਰਮ ਦਾ
ਨਾਸ਼ ਜਦੋਂ ਸੀ ਹੋਇਆ।
ਹਰ ਜਨ ਹਰਿਜਨ, ਵਿਗਸੀ ਸੰਗਤ,
ਪਾਂਡਾ ਖੁਣਸ 'ਚ ਮੋਇਆ।
ਅਰਪਣ ਦਰਪਣ ਨਸ਼ਰ ਕਰੇਂਦਾ,
ਮੌਤ ਨਿਸੱਤੀ ਹੀਣੀ।
ਜਿਉਂ-ਜਿਉਂ ਵੱਢਣ ਦੂਣ ਸਵਾਏ,
ਬੀਜ ਕਿਹਾ ਇਹ ਬੋਇਆ।

ਦੇਸ-ਕਾਲ

ਧਰਤੀ ਉੱਤੇ ਨਾਮ ਮੌਲਿਆ,
ਸ਼ਬਦ ਰਮੇ ਵਿੱਚ ਭਾਖਾ।
ਆਪਣੀ-ਆਪਣੀ ਫ਼ਿਜ਼ਾ ’ਚ ਝੂਮੇ,
ਹਰ ਵਣ ਦੀ ਹਰ ਸ਼ਾਖਾ।
ਤ੍ਰੈਕਾਲ਼ੀ ਸੁਰਤੀ ਵਿਸਮਾਦੀ,
ਦੇਸ-ਕਾਲ਼ ਦੀ ਲੀਲ੍ਹਾ,
ਕਾਲ਼ ਦੀ ਸੁੱਤੀ ਤਰਜ਼ ਜਗਾਵੇ,
ਉੱਠ ਦੇਸਾਂ ਦਾ ਰਾਖਾ।

ਕਾਲ਼ ਤੇ ਬੋਲੀ

ਨਦੀ ਨਵੇਲੀ ਹੋ-ਹੋ ਧਾਵੇ,
ਬੋਲ ਪੁਰਾਣੇ ਓਥੇ।
ਜਿੱਥੇ ਟੁੱਟੇ ਹਿਜਰ ਸਿਰਾਂ 'ਤੇ,
ਬਹਿਣ ਮੁਹਾਣੇ ਓਥੇ।
ਤੇਰੇ-ਮੇਰੇ ਨਜ਼ਰੀਂ ਸੁਪਨੇ,
ਪੌਣਾਂ ਸੂਤ ਉਡਾਏ,
ਛਾਉਣੀ ਲੱਥੀ ਘਾਟ ਓਸ ਪਰ,
ਗੀਤ ਸੁਹਾਣੇ ਓਥੇ।

ਦੁੱਖ

ਹਿਜਰ, ਇਕੱਲਾਂ, ਲਹੂ ਦੇ ਛੱਪੜ,
ਜਮ ਦੀ ਤੇਗ਼ ਸਤਾਣੀ।
ਭੁੱਖ, ਤ੍ਰੇਹ, ਵਿਲਕਦੇ ਬਾਲ ਨੇ,
ਤਿੜਕੀ ਪਈ ਕਮਾਣੀ।
ਪੀੜ ਦੇ ਝੱਖੜ ਝੰਬਣ ਏਨਾ,
ਆਖ਼ਰ ਅੰਗ ਫਰਕੇਂਦੇ,
ਦੁੱਖ 'ਚੋਂ ਆਪਾ ਲਵਾਂ ਕਸ਼ੀਦ ਜੇ,
ਧੁਰ ਮਿਲ਼ੇ ਨਨਕਾਣੀ।

ਸੁੱਖ

ਓਡ ਰਜਾਈਆਂ, ਵਿੱਚ ਨੀਂਦਾਂ ਦੇ,
ਸੁਪਨੇ ਰਾਗ ਸੁਵੱਲੇ।
ਭੋਜ ਅਵੱਲੇ, ਝਿਲਮਿਲ ਪਹਿਰਨ,
'ਵਾਵਾਂ ਸੰਗ ਜਿੰਦ ਚੱਲੇ।
ਤੁੱਠੀਆਂ ਮਾਵਾਂ, ਬਾਲ ਚਹਿਕਦੇ,
ਸਖੀ ਦੇ ਨਾਜ਼ ਬਿਨੋਦੀ,
ਸੁੱਖਾਂ ਵਿੱਚ ਸੁੱਖ ਹਾਸਲ ਨਾਹੀਂ,
ਫਨੀਅਰ ਸ਼ੂਕਣ 'ਕੱਲੇ।

ਲੇਖ

ਕੱਚੇ ਘਰਾਂ 'ਤੇ ਆਕੀ ਰੁੱਤਾਂ,
ਘਾਣੀ ਦੇ ਵਿੱਚ ਲੱਤਾਂ।
ਤਨ ਰੋਗੀ, ਮਨ ਜ਼ਹਿਰੀ ਮਹਿਲੀਂ,
ਲਿਖ-ਲਿਖ ਦੇਵਣ ਮੱਤਾਂ।
ਲਿਖਿਆ ਕੂੜ ਯਾਦ ਦੇ ਮਸਤਕ,
ਲੇਖ ਝਰੀਟੇ ਕਾਲ਼ੇ,
ਸਬਰ ਦੇ ਲਸ਼ਕਰ ਸਾਂਭ ਬੈਠੀਆਂ,
ਸਰਕੜਿਆਂ ਦੀਆਂ ਛੱਤਾਂ।

ਮਾਇਆ

ਮਨੂਆ ਤੁਣਕੇ ਮਾਰ ਉਡਾਵਣ,
ਮਘ ਅੱਖੀਆਂ ਦੇ ਡੋਰੇ।
ਥਲਾਂ 'ਚ ਮਹਿਕਣ ਗੁੰਮੀਆਂ ਪੈੜਾਂ,
ਟੋਲਣ ਹਿਰਦੇ ਕੋਰੇ।
ਮਨ ਦੀਆਂ ਰੀਝਾਂ ਨਾਲ਼ ਨੂੜ ਕੇ,
ਢਾਲ਼ੇ ਵਿੱਚ ਕੁਠਾਲ਼ੀ,
ਮਾਇਆ ਮਿਟਣ ਦੇ ਹੌਲ 'ਚੋਂ ਪਨਪੇ,
ਸ਼ਹਿ ਬਹਿੰਦੀ ਵਿੱਚ ਝੋਰੇ।

ਨਿਹੁੰ

ਤੇਰੇ-ਮੇਰੇ ਨਿਹੁੰ ਦੀ ਗਾਥਾ
ਨਹੀਓਂ ਬਾਤ ਪੁਰਾਣੀ।
ਨਵੀਂਆਂ ਨਜ਼ਰਾਂ, ਨਵੀਂਆਂ ਆਹਟਾਂ,
ਨਵੀਂਓਂ ਨਵੀਂ ਕਹਾਣੀ।
ਪਹਿਲੋਂ ਗੁਜ਼ਰੇ ਹਰ ਕਿੱਸੇ ਵਿੱਚ,
ਤੇਰਾ ਮੇਰਾ ਵਾਸਾ,
ਮੇਲ਼-ਵਿਛੋੜਾ ਕੀ ਕੁਝ ਹੋਸਣ,
ਕੀਹਨੇ ਰਮਜ਼ ਪਛਾਣੀ।

ਨਿਹੁੰ ਦੀ ਜੜ੍ਹ

ਧਰਤੀ ਦੀ ਧੜਕਣ ਸੰਗ ਲਹਿਰੇ,
ਕੂੰਜਾਂ ਦੇ ਪਰਛਾਵੇਂ।
ਛੋਹਲੇ ਪੰਖ ਤੇ ਭੋਲੇ ਦੀਦੇ,
ਟੋਲਣ ਖ਼ਾਬ ਨਿਥਾਵੇਂ।
ਤਿੜਾਂ 'ਚ ਸੁੱਤੇ ਨਾਤੇ ਵਿਗਸਣ,
ਜੱਗ ਦਾ ਜ਼ੋਰ ਨਾ ਕੋਈ,
ਅੱਖੀਆਂ ਨਿਹੁੰ ਦੀ ਨੈਂ ਵਿੱਚ ਵਗੀਆਂ,
ਉੱਕ-ਉੱਕ ਮੋਈਆਂ ਭਾਵੇਂ।

ਮੁਰਦਾਰ

ਦੇਹ ਦੀਆਂ ਹੱਦਾਂ ਮਿਥ-ਮਿਥ ਜਾਬਰ,
ਮਨ ਦੀਆਂ ਜੂਹਾਂ ਟੋਂਹਦੇ।
ਪਿੰਜ-ਪਿੰਜ, ਕੋਹ-ਕੋਹ, ਭੰਨ-ਭੰਨ ਦੇਹੀ,
ਸਿਖਰ ਸਿਦਕ ਦੀ ਜੋਂਹਦੇ।
ਦੇਹ ਨਾ ਟੁੱਟੇ, ਪੱਤ ਰੋਲ਼ਦੇ,
ਕੁੜ੍ਹ-ਕੁੜ੍ਹ ਅੱਗ ਵਰ੍ਹਾਵਣ।
ਜ਼ਾਲਮ ਹੋ ਮੁਰਦਾਰ ਕੂਕਦੇ,
ਜਿੱਤੇ ਮਨਾਂ ਨਾ ਪੋਂਹਦੇ।

ਛਲ

ਸਾਡੀ ਅੱਖੀਏਂ, ਸਾਡੇ ਵਣਾਂ ਦੇ,
ਅਕਸ ਆਣ ਤਿੜਕਾਉਂਦੇ।
ਬੋਲਾਂ ਅੱਗੇ ਸਿਹਰ ਵਿਛਾ ਕੇ,
ਗੀਤੀਂ ਜ਼ਹਿਰ ਰਲ਼ਾਉਂਦੇ।
ਸਜਦੇ ਅੱਗੇ ਬੁੱਤ ਬਹਾਲਣ,
ਅੱਖੀਓਂ ਅਕਸ ਚੁਰਾ ਕੇ,
ਅੱਥਰੂ ਵਿਚਲੀ ਲੋਅ ਬੁਝਾ ਕੇ,
ਨੇਰ੍ਹ ਦਿਲਾਂ ’ਤੇ ਢਾਹੁੰਦੇ।

ਹੂਕ

'ਕੱਲੇ-'ਕੱਲੇ ਰੁੱਖ ਦੇ ਪਿੰਡੇ,
ਗਿਣੀਏ ਜ਼ਖ਼ਮ ਪੁਰਾਣੇ।
ਵਹਿ ਗਏ ਪਾਣੀ, ਗੁੰਮ ਗਏ ਪੱਤਣ,
ਮੁੜ ਨਾ ਮੁੜੇ ਮੁਹਾਣੇ।
ਰੁੱਖਾਂ ਤੇ ਦਰਿਆਵਾਂ ਦੋਹਾਂ,
ਹੂਕ ਸਾਂਭ ਕੇ ਰੱਖੀ।
ਰੋੜਾਂ ਵਿੱਚੋਂ ਜਿੰਦ ਅੰਵਾਣੀ,
ਪਰਸੇ ਬੋਲ ਬਾਬਾਣੇ।

ਸੱਦ

ਦਰਦ-ਵਿਹੂਣੀ ਖ਼ਲਕਤ ਸੁੱਤੀ,
ਰੋਹੀਏਂ ਕੱਲਮ-'ਕੱਲੀ।
ਸਿਰਾਂ 'ਚ ਜੱਗ ਦੇ ਰੌਲ਼ੇ-ਰੱਪੇ,
ਸੁਪਨਿਆਂ ਵਿੱਚ ਤਰਥੱਲੀ।
ਝੁੰਜਲਾਉਂਦੇ ਮਨ ਖਿੰਡੀਆਂ ਦੇਹਾਂ,
ਇੱਕ ਦੂਜੇ 'ਚੋਂ ਵੇਂਹਦੇ।
ਪਹੁ ਫੁੱਟਦੀ ਦੇ ਨੂਰ ਨੁਹਾ ਜਦ,
ਸੱਦ ਨਦੀਆਂ ਨੇ ਘੱਲੀ।

ਸੁਨੇਹਾ

ਉੱਜੜੇ ਖੇਤੀਂ ਬਰਬਰ ਉੱਡੇ,
ਟਿੱਡੀ ਦਲ ਦੇ ਪਹਿਰੇ।
ਇੱਕ ਚਿੜੀ ਅੱਜ ਫੇਰਾ ਪਾਇਆ,
ਬ਼ਲਦੀ ਏਸ ਦੁਪਹਿਰੇ।
ਨਾ ਉਹ ਬੋਲੇ, ਨਾ ਉਹ ਉੱਡੇ,
ਅੱਖੀਆਂ ਵਿੱਚ ਸੁਨੇਹਾ।
ਹਰਫ਼ ਡ਼ਲ੍ਹਕਦੇ ਪੜ੍ਹਨ ਨੂੰ ਇੱਕ ਪ਼ਲ,
ਪੌਣ ਦੇ ਬੁੱਲੇ ਠਹਿਰੇ।

ਵੰਗਾਰ

ਸੁੱਕੇ ਨ਼ਲਕੇ, ਖੂਹ ਵੀਰਾਨੇ,
ਗ਼ਰਕੇ ਭੋਇੰ ਨਿਮਾਣੀ।
ਦੂਤੀ ਐਸੇ ਬੰਨ੍ਹ ਮਾਰ ਗਏ,
ਵਹਿੰਦੇ ਵਹਿ ਗਏ ਪਾਣੀ।
ਜੋਗੀਆਂ ਵਾਲ਼ਾ ਕਾਸਾ ਪਾਂਡੇ,
ਬੰਨ੍ਹਣ ਆ ਗਲ਼ ਮੇਰੇ,
ਅੱਖੀਓ ਭੁੱਲਦੀਆਂ ਭੁੱਲ ਨਾ ਜਾਇਓ,
ਲਿਸ਼ਕੇ ਤੇਗ਼ ਪੁਰਾਣੀ।

ਬਾਜ-ਸੁਨੇਹੜੇ

ਖੂਨਸੀ ਤੋਪਾਂ ਰਹਿ-ਰਹਿ ਭੰਨਣ,
ਤੜਪ ਜੋ ਦੀਦਾਂ ਵਾਲ਼ੀ।
ਬਾਜਾਂ ਆਣ ਕੰਠ 'ਚੋਂ ਬੋਚੀ,
ਹੂਕ ਮੁਰੀਦਾਂ ਵਾਲ਼ੀ।
ਮੌਤ ਦੇ ਕਹਿਰ ਨੂੰ ਨਿਰਬਲ ਕਰਦੀ
ਸੁਰਤਿ ਕੇਹਰ ਸਤਵੰਤੀ,
ਮਸਤਕ-ਮਸਤਕ ਲੋਅ ਮਘਾਵੇ,
ਲਾਟ ਸ਼ਹੀਦਾਂ ਵਾਲ਼ੀ।

ਹੋਣੀ

ਸੱਪ ਕਿਰਲੀਆਂ ਭਉਂਦੇ ਫਿਰਦੇ,
ਨਾ ਕੋਈ ਬੂੰਦ ਨਾ ਕੀੜਾ।
ਕੜ-ਕੜ ਕਰਕੇ ਰੇਤ 'ਚ ਖਿੰਡ ਗਿਆ,
ਰੁੱਖ ਤੂਤ ਦਾ ਚੀੜ੍ਹਾ।
ਇਸ ਦਰਵਾਜ਼ੇ ਕੁੰਡਾ ਨਾ ਸੀ,
ਕਦੇ ਨਾ ਮੁੜੇ ਸੁਆਲੀ,
ਉੱਗ ਪਏ ਥੋਹਰ, ਕਦੇ ਸੀ ਜਿੱਥੇ,
ਸੋਂਹਦਾ ਤੇਰਾ ਪੀੜ੍ਹਾ।

ਅਨਾਹਤ

ਲੁਕ-ਲੁਕ ਖੋਂਹਦੇ ਨਿੱਤ ਸਿਰਾਂ ਨੂੰ,
ਜਿਹਨਾਂ ਲੋਥਾਂ ਢੋਈਆਂ।
ਸਿਵਿਆਂ ਦੇ ਵਿੱਚ ਢੋਲ ਧਮਕਦੇ,
ਮੜ੍ਹੀਆਂ ਵੀ ਅੱਜ ਰੋਈਆਂ।
ਦੁੱਖ ਨਾ ਦੱਬਦੇ, ਰੂਹ ਨਾ ਮਰਦੀ,
ਆਖ਼ਰ ਨੂੰ ਦਿਹੁੰ ਚੜ੍ਹਨਾ।
ਪੁੱਤ ਛਬੀਲੇ ਝੜ-ਝੜ ਤੁਰ ਗਏ,
ਮਾਵਾਂ ਅਜੇ ਨਾ ਮੋਈਆਂ।

ਪਰਖ

ਚੋਰ ਉਂਗ.ਲੀਆਂ ਕਰਦੇ ਵੇਖਾਂ,
ਹਰ ਇੱਕ ਮੋੜ ਮੁਹੱਲੇ:
"ਵਾਂਗ ਫ਼ਕੀਰਾਂ ਭਉਂਦਾ ਫਿਰਦੈ,
ਕੀ ਹੈ ਇਹਦੇ ਪੱਲੇ?"
ਹਿੱਕ 'ਚ ਡੂੰਘੇ ਸਿਆੜ ਉਹ ਕੱਢਦੇ,
ਬੀਜ ਅਸਾਂ ਪਰ ਪਾਉਣਾ।
ਜੀਹਨੇ ਦੇਹ ਖ਼ਾਕੂ ਵਿੱਚ ਰੋ.ਲੀ,
ਨਾ.ਲ ਮੇਰੇ ਉਹ ਚੱਲੇ।

ਸੁੰਵੇ ਘਰ

ਚੁੱਲ੍ਹੇ ਮੂਹਰੇ ਬੈਠੀ ਮਾਤਾ,
ਤਵੇ 'ਤੇ ਰੋਟੀ ਪਾਵੇ।
ਸੁੰਵਾ ਵਿਹੜਾ, ਜੱਗ ਓਪਰਾ,
ਦਿਲ ਪੁੱਤਰਾਂ ਦੇ ਹਾਵੇ।
ਅੱਖੀਆਂ ਬੂਹੇ ਹੇਠਾਂ ਵਿਛੀਆਂ,
ਪਰਛਾਵੇਂ ਦੀਆਂ ਬਿੜਕਾਂ।
ਆਸ ਉਡੀਕ ਦੇ ਥਲ ਵਿੱਚ ਸੁੱਕੀ,
ਪੱਤ ਵਿੱਸਰ ਗਏ ਸਾਵੇ।

ਸਫ਼ਰ

ਮੰਡ ਦਾ ਹੁੱਸੜ, ਧੁੱਪ, ਹੜ੍ਹ, ਪਾਲ਼ਾ,
ਜੋਧੇ ਭੁੱਖਣ-ਭਾਣੇ।
ਹੱਥੀਂ ਬੰਨ੍ਹੀ, ਲਿਫ-ਲਿਫ ਜਾਂਦੀ,
ਬੇੜੀ ਵਿੱਚ ਟਿਕਾਣੇ।
ਇਕਲਾਪਾ ਤੇ ਮੌਤ ਵੀ ਆਖਰ,
ਵਹਿਣ 'ਚ ਵਹਿ ਪਏ ਨਾਲ਼ੇ।
ਮੇਲਿਆਂ ਵਿੱਚ ਗੁਆਚੀ ਖ਼ਲਕਤ,
ਭੇਤ ਕੀ ਯਾਰੋ ਜਾਣੇ।

ਤੂਫ਼ਾਨ

ਮਿੱਟੀ ਦੇ ਨਿੱਘ ਦਾ ਰਿਣ ਲਾਹੁੰਦੇ,
ਸੂਰੇ ਵਿੱਚ ਮੈਦਾਨਾਂ।
ਕੱਕਰ ਛੰਡ ਮੌਲ ਪਈਆਂ ਕਣਕਾਂ,
ਜਦ ਭੰਵੀਆਂ ਕਿਰਪਾਨਾਂ।
ਦਇਆ ਤੇਗ਼ ਦੀ ਨਿਰਮਲ ਧਾਰਾ,
ਬਿਪਰੀ ਕਿਲਵਿਖ ਧੋਵੇ,
ਜੁਗਾਂ ਜੁਗਾਂ ਤੱਕ ਰਾਜ ਭੋਗਣੇ,
ਦਿਲਾਂ 'ਚ ਵੱਸੇ ਤੂਫ਼ਾਨਾਂ।

ਵਰਿਆਮ

ਜਿਹਨਾਂ ਦੀ ਅੱਜ ਬਾਤ ਹਾਂ ਪਾਉਂਦੇ,
ਉਹਨਾਂ ਈ ਰਾਹ ਵਿਖਾਇਆ।
ਅਣਖ ਦੀ ਸਾਣ 'ਤੇ ਉਮਰਾ ਲਾਈ,
ਪਲ-ਪਲ ਪਰਖ ਹੰਢਾਇਆ।
ਮਕਸਦ-ਮੰਜ਼ਲ ਪਾਸੇ ਧਰ, ਕਰ
ਜਿਉਂਦੇ ਹੋਣ ਦੇ ਦਾਈਏ।
ਇੱਕੋ ਚਿਣਗ 'ਚ ਕਿੰਨੇ ਲਾਵੇ,
ਜ਼ਾਹਰ ਕਰ ਵਿਖਲਾਇਆ।

ਸ਼ਹੀਦਾਂ ਦੀ ਜਾਗ

ਪਹੁ ਫੁੱਟਦੀ ਸੰਗ ਮੋਰਾਂ ਕੀਤਾ,
ਵਿਹੜੇ ਆਣ ਉਤਾਰਾ।
ਨਿੰਮ ਵਿੱਚ ਝੁਰਮਟ ਪਾਉਣ ਪੰਖੇਰੂ,
ਚਹਿਕੇ ਆਲਮ ਸਾਰਾ।
ਵਿੱਚ ਸੁਪਨਿਆਂ ਕੋਹੀਆਂ ਜਿੰਦਾਂ,
ਲਹੂ ਨੂੰ ਜਾਗ ਲਗਾਈ।
ਘੋੜ ਦੇ ਪੌੜ ਹਲੂਣਾ ਦਿੰਦੇ,
ਉੱਠ ਸੁੱਤਿਆ ਅਸਵਾਰਾ।

ਨਿੱਜ-ਘਰ

ਇਲਮ ਦੇ ਪੜਦੇ ਪਾਇ ਫ਼ਰੰਗੀ,
ਚੋਰ ਜਿਉਂ ਪਾਉਂਦੇ ਫੇਰੇ।
ਜਾਨ-ਈਮਾਨ ਅਸਾਡੇ ਵਾਲ਼ੇ,
ਮਾਪਣ ਸੱਭੋ ਘੇਰੇ।
ਮੋਇਆ ਰੱਬ ਕਿਤਾਬੀਂ ਦੱਬਿਆ,
ਪੁੱਟ-ਪੁੱਟ ਧਰਮ ਪੜ੍ਹਾਉਂਦੇ।
ਦੇਹ 'ਤੇ ਆਣ ਸਲੀਬਾਂ ਗੱਡਣ,
ਜਿੰਦ ਵੱਸੀ ਘਰ ਤੇਰੇ।

ਚੜ੍ਹਾਈਆਂ

ਰਗਾਂ ਨੂੰ ਲਿਪਟੇ ਨਾਗ ਭੋਲ਼ਿਓ,
ਸਿਰ ਦੇ-ਦੇ ਅਸੀਂ ਪਾ਼ਲੇ।
ਮਿੱਟੀ ਵਿੱਚ ਨੇ ਜ਼ਹਿਰਾਂ ਭਰ ਗਏ,
ਬਿੱਫਰੇ ਫਨੀਅਰ ਕਾ਼ਲੇ।
ਘੱਲੂਘਾਰੇ, ਦੇਸ-ਨਿਕਾ਼ਲੇ,
ਹੁਣ ਖੇਤਾਂ 'ਤੇ ਧਾਵੇ,
ਜਾ ਦਿੱਲੀ ਦੀ ਹਿੱਕ 'ਚ ਗੱਡੀਏ,
ਅੱਜ ਹ਼ਲਾਂ ਦੇ ਫਾ਼ਲੇ।

ਛਾਂ

ਛਾਂ ਦਾ ਸੁੱਖ ਧਰੇਕਾਂ ਥੱਲੇ,
ਜਦ ਭੋਇੰ-ਅੰਬਰ ਬ਼ਲਦੇ।
ਛਾਂ ਉਮਰਾਂ ਤੋਂ ਜੂਝ ਕਮਾਈ,
ਫੜ੍ਹ-ਫੜ੍ਹ ਮੁੰਨੇ ਹ਼ਲ ਦੇ।
ਜੂਝਣ ਬਾਣ ਕਿਰਤੀਆਂ ਸੰਦੀ,
ਜੋ ਮਿੱਟੀ ਨੇ ਸਾਜੇ।
ਹੇਠ ਬੋਹੜ ਦੇ ਫੁੱਲ ਖਿੜਨ, ਜਦ
ਅੱਗ 'ਚ ਖੰਡੇ ਢ਼ਲਦੇ।

ਹਿਜਰਤ

ਖੁਰਲੀਆਂ ਦੇ ਵਿੱਚ ਬਿੱਛੂ ਫਿਰਦੇ,
ਛੱਪੜੀਆਂ ਵਿੱਚ ਜੋਕਾਂ।
ਪਾਂਡੇ ਢਿੱਡ ਪਸਾਰ ਕੇ ਹੱਸਣ,
ਲਾ ਰਿਜ਼ਕਾਂ ਨੂੰ ਰੋਕਾਂ।
ਅੰਨ੍ਹੀ ਗਹਿਰ, ਸਿਉਂਕ ਦੇ ਲਸ਼ਕਰ,
ਦਿਸੇ ਨਾ ਅੰਨ ਦਾ ਦਾਣਾ।
ਰਿਜ਼ਕ ਢੂੰਡੇਂਦੇ ਬਾਲ ਉੱਡ ਗਏ,
ਖੇਤ ਸਾਂਭ ਲਏ ਲੋਕਾਂ।

੧੮੪੯

ਖੋਹ-ਖੋਹ ਕਾਇਦੇ 'ਕੱਠੇ ਕੀਤੇ,
ਆਣ ਫ਼ਰੰਗੀ ਧਾੜਾਂ।
ਵੀਹਾਂ ਵਿੱਚ ਢੇਰ ਲਾ ਫੂਕੇ,
ਦੂਤੀ ਰਲ਼ੇ ਕਰਾੜਾਂ।
ਇਲਮ ਦੇ ਸੋਮੇ ਖ਼ਾਕ ਰਲ਼ਾ ਕੇ,
ਰੂਹ ਨੂੰ ਦੇਵਣ ਗੰਢਾਂ।
ਅਮ੍ਰਿਤ ਦੀ ਹਰ ਕਣੀ ਦੇ ਵੈਰੀ,
ਸੱਪ ਫਿਰਨ ਵਿੱਚ ਨਾੜਾਂ।

ਤੈਂ ਕੀ ਦਰਦ ਨਾ ਆਇਆ

ਆੜਾਂ ਵਿੱਚ ਤ੍ਰੇੜਾਂ ਪਈਆਂ,
ਵੱਟਾਂ ਖੰਘਰ ਹੋਈਆਂ।
ਪਾਣੀ ਲਹਿ ਗਿਆ ਵਿੱਚ ਪਾਤਾਲੀਂ,
ਨਦੀਆਂ ਰੋ-ਰੋ ਮੋਈਆਂ।
ਇਸ ਥਲ ਵਿੱਚ ਕੋਈ ਮਾਰ ਜੈਕਾਰਾ,
ਬਾਬਰਵਾਣੀ ਗਾਵੇ।
ਬਾਬਾ ਹੁਣ ਇਸ ਧਰਤ 'ਤੇ ਕੂੰਜਾਂ
ਆਣ ਕਦੇ ਨਾ ਰੋਈਆਂ।

ਸਰਸਾ ਕਿਨਾਰੇ

(ਪਰਿਵਾਰ ਵਿਛੋੜੇ ਤੋਂ ਪਹਿਲਾਂ ਸ੍ਰੀ ਗੁਰੂ ਗੋਬਿੰਦ ਸਿੰਘ ਜੀ ਨੇ ਸਰਸਾ ਕਿਨਾਰੇ ਆਸਾ ਕੀ ਵਾਰ ਦਾ ਕੀਰਤਨ ਕੀਤਾ ਸੀ।)

ਟਿਕੀ ਰਾਤ ਵਿੱਚ ਕੰਬਦੀ-ਕੰਬਦੀ,
ਸੌਂ ਗਈ ਮੌਤ ਨਿਮਾਣੀ।
ਅਮ੍ਰਿਤ ਵੇਲ਼ੇ ਜੀਵਨ ਕਣੀਆਂ,
ਰਮਜ਼ ਨਵੀਂ ਲਿਸ਼ਕਾਣੀ।
ਧਰਮ-ਭਰਮ ਵਿੱਚ ਪਾਪ ਦੀ ਮਾਇਆ,
ਸ਼ਬਦ ਗੁਰਜ ਨੇ ਭੰਨੀ।
ਜਿਸ ਦਮ ਰਾਗ ਸ਼ਬਦ ਸਿਉਂ ਖਿੜਿਆ,
ਦਮਕੇ ਰੂਹ ਕਿਰਪਾਣੀ।

ਪਰਿਵਾਰ ਵਿਛੋੜਾ

ਰੁੰਨੇ ਪਰਬਤ ਨੀਰ ਵਹਾਉਂਦੇ,
ਸਰਸਾ ਜਾਏ ਨਾ ਥੰਮ੍ਹੀ।
ਕਹਿਰੀ ਵੇਗ ਤੇ ਕਟਕ ਵਿਹੁਲ਼ੇ,
ਸਿੱਖ ਸੰਭਾਲਣ ਧੰਮੀ।
ਜਬਰ, ਕਪਟ, ਮੋਹ, ਭੈਅ ਦੇ ਪਾਰੋਂ,
ਨਵੇਂ ਸੂਰਜਾਂ ਚੜ੍ਹਨਾ।
ਖਿੜਦੇ ਦਿਹੁੰ ਤੇ ਗਗਨ ਲਹਿਰਦੇ,
ਰਾਤ ਜਦੋਂ ਵੀ ਲੰਮੀ।

ਕੱਚੀ ਗੜ੍ਹੀ

ਕੱਚੀ ਗੜ੍ਹੀ ਜਗਤ ਦੀ ਕਾਇਆ,
ਬਿਨਸਨਹਾਰੀ ਮਾਇਆ।
ਮਹਿਲਾਂ, ਵੱਡੇ ਕਿਲ੍ਹਿਆਂ, ਵਿੱਚੋਂ,
ਕਟਕ ਭਟਕਦਾ ਆਇਆ।
ਖੁਰ-ਖੁਰ ਜਾਂਦੀ ਦੇਹੀ ਨੇ ਅੱਜ,
ਮਾਣ ਫ਼ਸੀਲਾਂ ਤੋੜੇ।
ਅੱਜ ਤੋਂ ਉਦ੍ਹੇ ਨਿਸ਼ਾਨ ਝੂਲਣੇ,
ਜੀਹਦੀ ਸੱਭੋ ਰਿਆਇਆ।

ਸਾਕਾ ਸਰਹਿੰਦ

ਜਾਬਰ ਫੱਟੜ ਕੂਕੇ, ਹਿੱਕ ’ਚ
ਲੈ ਕੇ ਮੌਤ ਦੀ ਆਰੀ।
ਦੀਨ ਦੇ ਮਰਕਜ਼ ਖ਼ਾਕ ’ਚ ਗੁੰਮੇ,
ਜਿੱਥੇ ਮੌਤ ਆ ਹਾਰੀ।
ਮੌਤੋਂ ਭਾਰੇ ਕਹਿਰ ਵਰ੍ਹਾ ਉਹ
ਤਾਜ ਦੀ ਪੱਤ ਬਚਾਵੇ।
ਰੁਲ਼ ਗਏ ਤਖ਼ਤ, ਤੇ ਖ਼ਲਕਤ ਉੱਠੀ,
ਨੀਂਹਾਂ ਵਿੱਚ ਸਰਦਾਰੀ।

ਕੱਲ੍ਹ ਤੇ ਅੱਜ

ਕੱਚੇ ਵਿਹੜੇ, ਨੰਗੇ ਪਿੰਡੇ,
ਮਿੱਠੀਆਂ-ਮਿੱਠੀਆਂ ਕਣੀਆਂ।
ਮਿੱਟੀ ਵਿੱਚ ਬਨਸਪਤਿ ਮਉਲੇ,
ਵੇਖ ਘਟਾਵਾਂ ਘਣੀਆਂ।
ਅੱਜ ਸੁੰਵੇ ਥਲ 'ਕੱਲਾ ਪੰਛੀ,
ਚੁੰਝ ਵੱਲ ਅਸਮਾਨਾਂ।
ਨਾ ਕੋਈ ਤੁਪਕਾ, ਨਾ ਕੋਈ ਦਾਣਾ,
ਵੇਖ ਹੋਣੀਆਂ ਬਣੀਆਂ।

ਹੋਕਾ

ਮਾਰ ਛੜੱਪੇ ਟਿੱਡੀ ਮਾਪੇ,
ਰੇਤ 'ਚ ਰੰਗਲਾ ਪਾਵਾ।
ਸੇਜ, ਪਲੰਘ, ਸੰਜੋਗ ਦੀ ਵਿਥਿਆ,
ਵਿੱਚੇ ਮਰਿਆ ਹਾਵਾ।
ਤੇਰੇ ਪਿੰਡ ਦੇ ਥੇਹ ਦੇ ਉੱਤੇ,
ਰੇਤ ਹੁਲਾਰੇ ਲੈਂਦੀ।
ਸੁਪਨਾ ਜਾਗ ਦਾ ਹੋਕਾ, ਸੁਣ, ਨਾ
ਬਣ ਮਿੱਟੀ ਦਾ ਬਾਵਾ।

ਹੋਲਾ-ਮਹੱਲਾ

ਪ੍ਰੇਮ ਦੀ ਨੈਂ ਵਿੱਚ 'ਕੱਠੇ ਵਗਦੇ,
ਰੁਦਨ ਜੁ 'ਕੱਲੇ-'ਕੱਲੇ।
ਸਿਦਕ ਦੀ ਤੇਗ਼ ਦੀ ਸਾਣ ਹੋ ਗਏ,
ਆਉਂਦੇ-ਜਾਂਦੇ ਹੱਲੇ।
ਅੰਬਰ ਦੀ ਨੀਲੱਤਣ ਦੇ ਵਿੱਚ,
ਗੂੜ੍ਹੇ ਫਬਣ ਦੁਮਾਲੇ।
ਬੰਦ-ਬੰਦ ਜਿੰਦ ਠਾਠਾਂ ਮਾਰੇ,
ਨਿਕ਼ਲਣ ਜਦੋਂ ਮਹੱਲੇ।

ਖ਼ਾਲਸਾ ਸਾਜਨਾ

ਤੇਗ਼ ਜਲਾਲੀ, ਦਰਸ ਗੁਰਾਂ ਦੇ,
ਸਿਦਕ ਗਗਨ ਨੂੰ ਛੂਹੇ।
ਹਰਖ, ਸੋਗ, ਭੈਅ, ਹਿਰਸ ਦੇ ਸੱਭੇ,
ਆਪੇ ਭਿੜ ਗਏ ਬੂਹੇ।
ਪੰਜ ਬੁਲਾਏ, ਪੰਜ ਨਿੱਤਰ ਪਏ,
ਸਜੀਆਂ ਬਾਕੀ ਰੂਹਾਂ।
ਚਿੱਤ ਚਰਨੀਂ, ਦੇਹ ਅਰਸ਼ੀਂ ਵੱਸ ਜਾਏ,
ਲੂਅ ਤੱਤੀ ਕਿਵ ਲੂਹੇ।

ਉਜਾੜਾ

ਸੱਭੇ ਦੇਸੋਂ ਦੂਰ ਸਿਧਾ ਗਏ,
ਚਿੜੀ, ਬਾਜ਼, ਹਰ ਕੀੜੀ।
ਮੂਕ ਬਾਲੜੇ, ਅੱਖੀਆਂ ਪੁੱਛਣ,
ਕਿੱਥੇ ਬਾਬਾ ਰੀੜੀ?
ਵਿੱਚ ਸਵਾਲੇ ਡੁੱਬ-ਡੁੱਬ ਮੋਵੇ,
ਬਿਰਧ ਉਹ ਨਿੰਮੋਝੂਣਾ।
ਸੁੱਤਿਆਂ ਹੀ ਸਭ ਨਗਰ ਨਿਗ਼ਲ ਗਈ
ਗ਼ਲੀ ਮੌਤ ਦੀ ਭੀੜੀ।

ਬੀਆਬਾਨ

ਸਿਖਰ ਦੁਪਹਿਰੇ ਰਾਹ ਸਿਵਿਆਂ ਦੇ,
ਗਿੱਧਾ ਪਾਉਣ ਚੁੜੇਲਾਂ।
ਕਾਲ਼-ਕਰੋਪ ਦੀ ਵਲਗਣ ਸਾਹਵੇਂ,
ਸੁੰਵੀਆਂ ਸੁਰਖ਼ ਦੁਮੇਲਾਂ।
ਝੁਲ਼ਸੇ ਵਣਾਂ ਦੀ ਪੱਟੀ ’ਤੇ ਜਿੰਦ,
ਪੱਤੇ ਦੀ ਛਾਂ ਲੋਚੇ।
ਮੌਤੋਂ ਪਹਿਲਾਂ ਖਾਣ ਆਉਂਦੀਆਂ,
ਬੀਆਬਾਨੀਂ ਵਿਹਲਾਂ।

ਮਾਂ ਤੇ ਮਿੱਟੀ

ਬੰਦ-ਬੰਦ ਕਟਵਾ ਲਹੂ ਡੋਲ੍ਹੇ,
ਮਹਿਕਾਂ ਧਰਤ 'ਚ ਰਹੀਆਂ।
ਮਾਂ ਮਿੱਟੀ 'ਤੇ ਮੋਰ ਸੀ ਐਸੀ,
ਜੋ ਬਣੀਆਂ ਸੋ ਸਹੀਆਂ।
ਭਟਕਣ, ਜਬਰ, ਰਿਜ਼ਕ ਦੀਆਂ ਲੋੜਾਂ,
ਦੇਸ ਨਿਕਾਲ਼ੇ ਵੱਡੇ।
ਮੁਲਕ ਬਿਗਾਨਾ ਹੋ ਗਿਆ ਅਸਲੋਂ,
ਮਾਵਾਂ ਵੀ ਤੁਰ ਗਈਆਂ।

ਪਰਦੇਸੀ ਹੂਕਾਂ

ਇਸ ਮਿੱਟੀ ਵਿੱਚ ਉਸ ਮਿੱਟੀ ਦੀ,
ਵੇਦਨ ਕਿਉਂ ਕਰ ਛੋਹੀਏ।
ਮਿੱਟੀ-ਮਿੱਟੀ ਰੁ.ਲ ਮਰ ਜਾਣਾ,
'ਕੱਲੇ ਬਹਿ ਜਿੰਦ ਕੋਹੀਏ।
ਦੇਹੀ ਦੇ ਵਿੱਚ ਮਨ ਦਾ ਆਸਣ,
ਮਨ ਵਿੱਚ ਸੁਪਨੇ ਤੇਰੇ,
ਡੁੱਲ੍ਹਦੇ-ਡੁੱਲ੍ਹਦੇ ਨੈਣ ਲਿਸ਼ਕਦੇ,
ਪੈੜ ਤੁਹਾਰੀ ਜੋਹੀਏ।

ਸੰਨਾਟਾ

ਸਿਖਰ ਦੁਪਹਿਰਾਂ ਖੜ੍ਹਗੀਆਂ ਲੈ ਕੇ,
ਰਾਤ ਦਾ ਘੋਰ ਸੰਨਾਟਾ।
ਸਿਵਿਆਂ ਦੇ ਵਿੱਚ ਡੇਰਾ ਕੀਤਾ,
ਲਾਹ ਪੌਣਾਂ ਦਾ ਗਾਟਾ।
ਨਾ ਕੋਈ ਬੋਲ, ਨਾ ਧੜਕਣ ਸੁਣਦੀ,
ਚੁੱਪ ਸਹਿਮ ਨੂੰ ਰਿੜਕੇ।
ਭਰ-ਭਰ ਖੱਪਰ ਨੱਚਣ ਡੈਣਾਂ,
ਲੂਹ-ਲੂਹ ਉੱਡਦਾ ਝਾਟਾ।

ਮਾਂ ਦਾ ਸਿਦਕ

ਭਰਿਆ ਵਿਹੜਾ, ਰੰਗਲਾ ਖੇੜਾ,
ਬਿਨਸੇ, ਘੋਰ ਇਕੱਲਾਂ।
ਅੱਖੀਆਂ ਦੇ ਵਿੱਚ ਦੁੱਖ ਪਥਰਾ ਗਏ,
ਦਿਲ ਵਿਚ ਮੋਈਆਂ ਛੱਲਾਂ।
ਪੁੱਤ ਨਿੱਤਰ ਪਏ, ਫੱਟ ਡੂੰਘੇਰੇ,
ਦੁੱਖ ਕ਼ਲਜੁਗ ਦੀ ਕਾਤੀ।
ਮਾਛੀਵਾੜੇ ਪੈੜਾਂ ਦਿਸੀਆਂ,
ਓਹਨੀਂ ਰਾਹੀਂ ਚੱਲਾਂ।

ਦਰਿਆਵਾਂ ਦਾ ਦੁੱਖ

ਪਹਿਲਾਂ ਬੰਨ੍ਹ ਥਲਾਂ ਨੂੰ ਤੋਰੇ,
ਰੂਹ ਸਾਡੀ ਦੇ ਪਾਣੀ।
ਬੂੰਦ-ਬੂੰਦ ਧਰਤੀ 'ਚੋਂ ਸੋਖੀ,
ਜਿਣਸ ਲੈਣ ਮਨ ਭਾਣੀ।
ਕੱਚਾ ਜੰਙੂ, ਬੰਨ੍ਹ ਪੰਜਾਲ਼ੀ,
ਕਦੋਂ ਕਿਵੇਂ ਗਲ਼ ਪਾ ਗਿਆ।
ਫੱਟੇ ਚੁੱਕ, ਉਹ ਖੇੜੇ ਰੋੜ੍ਹਨ,
ਸੁੱਤੀ ਰਾਖਸ਼-ਖਾਣੀ।

ਸੰਗੀ

ਸੁੱਕੇ ਖੂਹਾਂ ਦੇ ਵਿੱਚ ਭਉਂਦੇ,
ਅਣਗਹਿਲੀ ਦੇ ਕਿੱਸੇ।
ਝਉਂ-ਝਉਂ ਲੁਕਣ ਕੁਤਾਹੀਆਂ ਕੋਲ਼ੋਂ
ਦਰਦ ਜੋ ਮੇਰੇ ਹਿੱਸੇ।
ਹਿੱਕ ਮੇਰੀ ਵਿੱਚ ਸਿਆੜ ਨੇ ਡੂੰਘੇ,
ਵਾਹਣਾਂ ਵਿੱਚ ਤ੍ਰੇੜਾਂ,
ਅੱਖੀਏਂ ਝਾਕ ਨੇ ਉੱਠ ਖਲੋਂਦੇ,
ਬੈਲ ਨਿਮਾਣੇ ਲਿੱਸੇ।

ਕਾਲ਼ ਨਿਸੱਤਾ

ਨਦੀਆਂ ਵਹਿਣ ਬਦਲ ਰੁੱਠ ਤੁਰੀਆਂ,
ਭੋਇੰ 'ਚ ਸੁੱਤੇ ਹਾਵੇ।
ਰਿਜ਼ਕ ਪੁੰਗਰਦੇ, ਚੁੱਲ੍ਹੇ ਮਘਦੇ,
ਸਮਾਂ ਸਿਆੜ ਜੇ ਪਾਵੇ।
ਸੁੱਤੀਆਂ ਆਹਾਂ ਵਿੱਚੋਂ ਜਾਗਣ,
ਸੁੱਤੇ ਬੋਲ ਅਗੰਮੀ,
ਕਾਲ਼ ਨਿਸੱਤਾ ਘੇਰੇ ਘੱਤੇ,
ਆਵੇ ਤੇ ਮੁੜ ਜਾਵੇ।

ਬੋਲ ਤੇ ਪੈਂਡੇ

ਸੁੱਕੀਆਂ ਨਦੀਆਂ, ਰੇਤ ਵਿਛੁੰਨੀ,
ਔੜੀਂ ਖਪ-ਖਪ ਮੋਵੇ।
ਲੂਆਂ ਲੂਹੇ ਵਣਾਂ 'ਚ ਭਉਂਦਾ,
ਮਨੂਆ 'ਕੱਲਾ ਰੋਵੇ।
ਕਾਲ਼ ਬਲੀ ਨੇ ਸੁਪਨੇ ਚੁਗ ਲਏ,
ਭੋਲ਼ੇ ਨੈਣਾਂ ਵਿੱਚੋਂ,
ਮਾਂ ਦੀ ਅੱਖੀਓਂ ਬੋਲ ਬੋਚੀਏ,
ਜੋ ਆਹਾਂ ਦਾ ਹੋਵੇ।

ਨਿਥਾਵੇਂ

ਅੱਗ ਇਕੱਲੀ ਲੂਹ ਨਾ ਸਕਦੀ,
ਰੱਤ ਵਿਚ ਭਿੱਜੀਆਂ ਆਹਾਂ।
ਤਖ਼ਤਾਂ ਦੇ ਬਲ ਤੋੜ ਨਾ ਸਕਦੇ,
ਭਾਈਆਂ ਵਾਲ਼ੀਆਂ ਬਾਹਾਂ।
ਅੱਖ ਨਾਗ ਦੀ ਬੇਲਣ ਹੋ ਜਦ,
ਕਰੇ ਮਨਾਂ ਵਿਚ ਵਾਸਾ।
ਭੋਂ ਦੇ ਜਾਏ ਭੌਣ ਜਹਾਨੀਂ,
ਬੇਲੇ ਮਾਰਨ ਧਾਹਾਂ।

ਆਸਤੀਨ ਦੇ ਸੱਪ

ਨੇਕੀ ਕਰੀਏ ਕਰਮ ਕਮਾਈਏ,
ਸੁੱਚੀ ਮੱਤ ਬਾਬਾਣੀ।
ਬਿੱਛੂ, ਸੱਪ, ਸਰਾਲ਼ਾਂ ਪਾਲ਼ੇ,
ਨਿਰਛਲ ਜਿੰਦ ਅੰਞਾਣੀ।
ਜਲ ਵਿੱਚ ਜ਼ਹਿਰਾਂ, ਖ਼ੂਨੀ ਨਹਿਰਾਂ,
ਫਨੀਅਰ ਨਾ ਫਿਟਕਾਰੇ।
ਓਹੀਓ ਲੋਥ ਕਬਰ ਵੱਲ ਧੂਹਵੇ,
ਜਿਸ 'ਤੇ ਚਾਦਰ ਤਾਣੀ।

ਗ਼ਮ-ਚਾਨਣ

ਗ਼ਮਾਂ ਦੇ ਨਾਲ਼ ਵਾਰਤਾ ਚੱਲੇ,
ਕੁਫ਼ਰਾਂ ਦੇ ਨਾਲ਼ ਆਢੇ।
ਸਾਡੇ ਦੁੱਖ ਗੁਨਾਹੀਂ ਡੋਬਣ,
ਹੱਥ ਕੂੜ ਦੇ ਡਾਢੇ।
ਗ਼ਮਾਂ ਦੀ ਸਰਦਲ ਦੀਵਾ ਬਲ਼ਦਾ,
ਗਿਆਨ-ਖੜਗ ਦੀ ਛਾਵੇਂ।
ਆਤਮ ਤੇਗ਼ ਬੁਲੰਦ ਦੇ ਸਾਹਵੇਂ,
ਕੁਫ਼ਰ ਨੂੰ ਪੈਂਦੇ ਵਾਢੇ।

ਭਟਕ ਗਿਆਂ ਨੂੰ

ਲੁਕਦੇ-ਲੁਕਦੇ ਛਿਤਮ ਹੋ ਗਏ,
ਸੱਭੋ ਭਾਈ ਸਿਆਣੇ।
ਨਿਉਣ ਦਾ ਕੋਈ 'ਸਾਨ ਕਿਉਂ ਜਾਣਨ,
ਸਿਰ 'ਤੇ ਚੜ੍ਹੇ ਪਿਤਾਣੇ?
ਸਿੱਖੀ ਖੰਡਿਓਂ ਤਿੱਖੀ ਸੱਜਣਾ,
ਛੱਡਦੇ ਹੋਰ ਦਲੀਲਾਂ।
ਖੰਡੇ ਦਾ ਜਿਨ ਤੇਜ ਚੱਖ ਲਿਆ,
ਓਹਨਾਂ ਰੰਗ ਪਛਾਣੇ।

ਬਾਜ਼-ਅੱਖ

ਕੱਚੇ ਧਾਗੇ ਨੂੜ ਨਪੀੜੇ,
ਸਦੀਆਂ ਤੋਂ ਪਰਵਾਨੇ।
ਗੁਰ ਦੀ ਨਦਰੀ ਮੁਕਤ ਕਰਾਏ,
ਬਖ਼ਸ਼ ਸ਼ਹੀਦੀ ਗਾਨੇ।
ਤੱਗ-ਤਿਲਕ ਦੇ ਤੌਰ ਫ਼ਰੇਬੀ,
ਅਣਦਿੱਸ 'ਵੈੜੀ ਫਾਹੀ।
ਧਾਰੀਂ ਦਇਆ, ਦਿਆਲੂ ਰਹਿ, ਪਰ,
ਫਸ ਨਾ ਜਿੰਦ ਨਾਦਾਨੇ।

ਨਾਤਾ

ਦੇਸਾਂ ਦੀ ਉਸ ਧੂੜ ਤੋਂ ਵਿੱਛੜੇ,
ਵਿੱਚ ਬਰਫ਼ਾਂ ਤੇ ਬਾਗਾਂ।
ਵਿੱਸਰੇ ਨਾ ਉਹ ਨੀਂਦ ਭਲੀ, ਤੇ
ਭੁੱਲਣ ਨਾ ਉਹ ਜਾਗਾਂ।
ਚੇਤੇ ਦੇ ਸਾਗਰ ਦੇ ਤਲ਼ ’ਤੇ,
ਘੋੜ ਲੈਣ ਅੰਗੜਾਈਆਂ।
ਦੇਸ ਬਿਨਾਂ ਪਰਦੇਸ ਨਾ ਸੋਂਹਦੇ,
ਛੱਡ ਸੋਹਣੀਏ ਵਾਗਾਂ।

ਟਿਕਾਣਾ

ਮਾਵਾਂ ਬਾਝ ਟਿਕਾਣਾ ਨਾਹੀਂ,
ਛਾਵਾਂ ਬਾਝ ਨਾ ਵਾਟਾਂ।
ਮਾਵਾਂ ਛਾਵਾਂ ਦੋਵੇਂ ਗਈਆਂ,
ਰਹਿ ਗਈਆਂ ਕੁਰਲਾਹਟਾਂ।
ਨਿੱਕੇ-ਨਿੱਕੇ ਖਿਣਾਂ 'ਚ ਮਿਹਰਾਂ,
ਸਾਂਭ ਲਵੇ ਜੇ ਚੇਤਾ।
ਮਾਵਾਂ ਜਿਹੜੀ ਚੜ੍ਹਤ ਵਿਖਾਲ਼ੀ,
ਫੇਰ ਸੁਣਾਂਗੇ ਆਹਟਾਂ।

ਜੀਵਨ-ਸਾਰ

ਮਰਨਾ ਅੰਤ ਆਸ ਦਾ ਨਾਹੀਂ
ਜੀਵਨ ਤੋਂ ਭੱਜ ਜਾਣਾ।
ਮਰ-ਮੁੱਕ ਜਾਣਾ ਮੂਲ ਪ੍ਰੇਮ ਦਾ,
ਆਪਾ ਮੇਟ ਵਿਖਾਣਾ।
ਜਿਹਨਾਂ ਸੀਸ ਗੁਰੂ ਨੂੰ ਭੇਟੇ,
ਢਲ਼ ਗਏ ਵਿੱਚ ਅਰਦਾਸੇ।
ਇੱਕੋ ਖਿਣ ਵਿਚ ਸਾਰ ਉਮਰ ਦਾ,
ਮਰਨਾ ਹੀ ਜਿਉਂ ਜਾਣਾ।

ਨਿਹੁੰ ਦੀ ਜਾਗ

ਸੁੱਚੇ ਬਾਣ ਸ਼ਹੀਦਾਂ ਸੰਦੇ,
ਕਿਲਵਿਖ ਚੀਰ ਜਗਾਉਂਦੇ।
ਰੁਲ਼ੇ ਕਸੁੰਭੀ-ਭੀੜ, ਮਜੀਠੀ
ਰੰਗ ਫੇਰ ਮਨ ਭਾਉਂਦੇ।
ਨਿਹੁੰ ਦੀ ਪਹੁ ਫੁੱਟੀ ਮੁੜ ਐਸੀ,
ਨੂਰ ਪਛਾਤਾ ਆਪਾ।
ਮੁੜ-ਮੁੜ ਸੂਰੇ ਤਖ਼ਤ ਦਿੱਲੀ ਦੇ,
ਘੋੜ ਦੇ ਪੌੜ ਛੁਹਾਉਂਦੇ।

ਗ਼ਾਫ਼ਲ ਨੂੰ

ਹਰ ਮੰਜ਼ਲ ਦਾ ਰੂਪ ਨਹੀਂ ਹੈ,
ਠਾਹਰ ਨਾ ਸਦਾ ਮੁਕਾਮੇ।
ਖ਼ਲਕਤ ਦਾ ਸੁਖ ਨਿਸ਼ਚਿਤ ਨਾਹੀਂ,
ਹਰ ਇੱਕ ਨਵੇਂ ਨਿਜ਼ਾਮੇ।
ਆਪਣੀ ਧੁੱਪ-ਛਾਂ ਥੀਣਾ ਲੋਚਾਂ,
ਕੌਲ ਵੱਡੇ ਕਿਉਂ ਮੰਗੇਂ?
ਗਿਰਝਾਂ ਸੱਭੋ ਬੋਟ ਨੋਚ ਲਏ,
ਫਿਰ ਵੀ ਦਏਂ ਉਲ੍ਹਾਮੇ!

ਚਿਣਗ

ਹਰ ਮੁਸ਼ਕਲ ਹੈ ਵਾਹਨ ਹੌਲ ਦਾ,
ਹੌਲ ਤਾਜ ਦੀ ਮਾਇਆ।
ਲੋਕਾਈ ਦੀ ਲੋਚਾ ਨੋਚੇ,
ਮੌਤੋਂ ਭਾਰਾ ਸਾਇਆ।
ਇੱਕੋ ਚਿਣਗ ਜੋ ਨਿਹੁੰ ਸੱਚੇ ਦੀ,
ਤਾਂਘ ਦਾ ਰੂਪ ਨਿਖਾਰੇ।
ਜਾਗਣ ਸੂਰੇ, ਮੌਲਣ ਕੌਮਾਂ,
ਹੋ ਸੱਚੇ ਦੀ ਰਿਆਇਆ।

ਗੁਰਮੁਖਿ ਖੋਟੇ ਖਰੇ ਪਛਾਣੁ॥

ਨੇਕੀ ਭਾਰਾ ਬਿਰਖ ਸੁਹਾਵਾ,
ਪਿਓ ਦਾਦੇ ਦਾ ਲਾਇਆ।
ਇਸ ਛਾਂ ਦੀ ਲੈ ਓਟ ਸਰਾਲ਼ਾਂ,
ਧੌਣ ਵਲ੍ਹੇਟਾ ਪਾਇਆ।
ਖੁਣਸੀ ਦਾ ਛਲ਼ ਰਹਿਮ ਜੇ ਲੋੜੇ,
ਰਹਿਮ ਤੇਗ਼ ਦਾ ਪਾਣੀ,
ਗੁਰਮੁਖ ਖੋਟਾ ਖ਼ਰਾ ਪਛਾਣੇ,
ਬਾਬੇ ਆਪ ਅਲਾਇਆ।

ਸੇਵਾ

ਸੇਵਾ ਦੇ ਸਰਤਾਜ ਹੋ ਗਏ
ਸਿੱਖ ਦੇਸੀਂ-ਪਰਦੇਸੀਂ।
ਸੇਵਾ ਦੇ ਰੰਗ ਵਹਿੰਦੇ-ਵਹਿੰਦੇ,
ਵਹਿ ਗਏ ਜੱਗ ਦੇ ਵੇਸੀਂ।
ਸੇਵਾ ਰਮਜ਼ ਸਮਰਪਣ ਜਿਸ ਵਿੱਚ,
ਸੀਸ ਅਗਾਂਹ ਹੋ ਝੜਦੇ।
ਜੱਗ ਦੀ ਮਾਇਆ ਆਉਣੀ ਜਾਣੀ,
ਰਣ ਨੂੰ ਪਿੱਠ ਨਾ ਡੇਸੀਂ।

ਤ੍ਰਿੱਖਾ

ਬੋਲ ਮੇਰੇ ਦਰਿਆ ਪਰ ਸਾਹਵੇਂ,
ਛਾ ਗਏ ਥਲ ਵੀਰਾਨੇ।
ਬੋਲਾਂ ਵਿੱਚ ਭਾਦੋਂ ਦੀਆਂ ਝੜੀਆਂ,
ਮੇਘਾਂ ਮਨ ਮਸਤਾਨੇ।
ਮੇਘਾਂ ਦੇ ਤਨ ਬਲ਼ਦੇ ਵਣਾਂ 'ਚੋਂ,
ਲਾਟਾਂ ਲਾਂਬੂ ਲਾਏ।
ਬੋਲ ਸਰਾਂ ਵਿੱਚ ਡੂੰਘੇ ਉੱਤਰੇ,
ਮੁੜਨੇ ਕਦੋਂ ਦੀਵਾਨੇ!

ਬੱਗੇ ਸ਼ੇਰੇ

ਜਿਹੜੇ ਦਿਹੁੰ ਪਿੱਛੇ ਛੱਡ ਆਏ,
ਮੁੜ-ਮੁੜ ਵਿੰਨ੍ਹੇ ਤੀਰਾਂ।
ਮੂਕ ਨਿਛਾਵਰ ਪੈੜੀਂ ਦੋਖੀ,
ਲੱਦ ਗਏ ਤਕਸੀਰਾਂ।
ਝੁਲ਼ਸੇ ਵਣਾਂ ਦੀ ਸੁੱਤੀ ਹੂਕ ਨੇ,
ਫੇਰ ਲਈ ਅੰਗੜਾਈ।
ਫੁੰਡ ਮੁਨਾਰੇ ਤਖ਼ਤ ਕੰਬਾਏ,
ਬੱਗੇ ਸ਼ੇਰੇ ਵੀਰਾਂ।

ਸਿਦਕ

ਭੋਇੰ ਸਿਉਂ ਜਿਹੜਾ ਲਹੂ ਦਾ ਨਾਤਾ,
ਉਸ ਤੰਦ ਦਾ ਕੀ ਕਹੀਏ।
ਮੂਲ ਤ੍ਰੇਲ ਜਿਉਂ ਨਿੱਤ ਨੁਹਾਲੇ,
ਕਿਧਰੇ ਵੀ ਜਾ ਬਹੀਏ।
ਮਾਂ ਦਿਆਂ ਅਣਥੱਕ ਹੱਥਾਂ ਵਾਂਗੂੰ,
ਓਟ ਮਿਲ਼ੀ ਅਬਿਨਾਸ਼ੀ।
ਰਾਤ ਵੀ ਜਾਣੀ, ਪਹੁ ਵੀ ਫੁੱਟਣੀ,
ਰਹੀਏ ਜਾਂ ਨਾ ਰਹੀਏ।

ਜਾਗ

ਸੱਭੋ ਰੰਗ ਬਿਗਾਨੇ ਹੋਏ,
ਕੀ ਧੁੱਪਾਂ ਕੀ ਪਾਲ਼ੇ।
ਦਰਦਮੰਦਾਂ ਨੇ ਖੂਹੀ ਗੇੜੀ,
ਡੂੰਘੇ ਦੁੱਖ ਹੰਘਾਲ਼ੇ।
ਟਿੰਡਾਂ ਜਦ ਕਦ ਅੱਖੀਆਂ ਭਰੀਆਂ,
ਫ਼ਸਲਾਂ ਹੋਵਣ ਹਰੀਆਂ।
ਸੰਵ ਪਈ ਤੋਂ ਤੀਰ ਸ਼ੂਕਿਆ,
ਦੀਵਾ ਬਲ਼ਿਆ ਆਲ਼ੇ।

ਸੁਪਨਾ

ਨਿੱਕੀਆਂ-ਨਿੱਕੀਆਂ ਕਣੀਆਂ ਆਈਆਂ,
ਲੈ ਵੱਡੇ ਧਰਵਾਸੇ।
ਅੰਗ ਮੋੜ ਅੰਗੜਾਈ ਲੈਂਦੇ,
ਲੂਹੇ ਬੂਟ ਉਦਾਸੇ।
ਸੁੱਤੀਆਂ ਰਮਜ਼ਾਂ, ਵਿੱਸਰੇ ਦਾਈਏ,
ਇੱਕੋ ਕਣੀ ਲੋੜੀਂਦੀ।
ਜਿਉਂਦਾ ਖ਼ਾਬ ਸ਼ਹੀਦਾਂ ਵਾਲ਼ਾ,
ਮਘਦਾ ਵਿੱਚ ਅਰਦਾਸੇ।

ਭਵਿੱਖ

ਝੁਲਸੇ ਵਣਾਂ ਦੀ ਰਾਖ 'ਚ ਬੀਜ ਪਏ,
ਵਾਂਗ ਵਿਛੁੰਨੇ ਯਾਰਾਂ।
ਬਿਨਾਂ ਬੇੜੀਓਂ ਪੂਰ ਖੜ੍ਹੇ ਨੇ,
ਕੋਈ ਨਾ ਲੈਂਦਾ ਸਾਰਾਂ।
ਤਾਂ ਵੀ ਏਸ ਨਿਵਾਜੀ ਧਰਤ 'ਤੇ,
ਰਹਿਣ ਆਬਾਦ ਤਬੇਲੇ,
ਰੁੱਠੇ ਘੋੜ ਦਾ ਮਾਣ ਵਧਾਉਣਾ,
ਉੱਠ ਨਵੇਂ ਅਸਵਾਰਾਂ।

ਮਾਰਾਂ

ਅੰਧ ਗ਼ੁਬਾਰ ਫ਼ਿਜ਼ਾ ਨੂੰ ਸੂਤੇ,
ਰਗਾਂ ਧੁਆਂਖੇ ਧੂਆਂ।
ਠੰਢੇ ਬੁੱਲੇ ਵਿੱਸਰ ਤਰਸ ਰਹੇ,
ਮਿਲ਼ ਜਾਵਣ ਉਹ ਲੂਆਂ।
ਭੁੱਲ ਵਤਨ ਦੀਆਂ ਮੇਰਾਂ ਹੋ ਗਏ,
ਸਾਹ ਲੈਵਣ ਤੋਂ ਆਰੀ,
ਹੂੜ੍ਹ-ਧਮੱਚੜ ਸ਼ਬਦ ਖੋਹ ਲਏ,
ਕਿਸ ਬੋਲੀ ਵਿੱਚ ਕੂੰਆਂ।

ਲਾਸਾਂ

ਵਿੱਚ ਦੁਮੇਲਾਂ ਸੁਪਨੇ ਸੁੱਤੇ,
ਵਿੱਚ ਮਿੱਟੀ ਦੇ ਆਸਾਂ।
ਵਿੱਚ ਸੁਪਨਿਆਂ ਵਿਗਸਣ ਦੇਹਾਂ,
ਰੋਮ-ਰੋਮ ਵਿੱਚ ਪਿਆਸਾਂ।
ਮਿੱਟੀ ਵਿੱਚੋਂ ਰਾਹ ਉਮੜਦੇ,
ਜਦ ਮਿੱਟੀ ਦੇ ਹੋਈਏ,
ਸੰਵ ਪਈ ਤੋਂ ਬੋਲਦੀਆਂ ਨੇ,
ਪਿੰਡੇ ਪਈਆਂ ਲਾਸਾਂ।

ਆਪੇ-ਫਾਥੇ

ਗਹਿਰਾਂ ਚੜ੍ਹੀਆਂ, ਪੌਣਾਂ ਖੜ੍ਹੀਆਂ,
ਸੂਰਜ ਬਦਰੰਗ ਹੀਣਾ।
ਘੱਤ-ਘੱਤ ਘੇਰੇ ਸਿਰ 'ਤੇ ਚੜ੍ਹਿਆ,
ਬਿਪਰ ਖੋਰੀ ਮੀਣਾ।
ਆਬ ਖੁਹਾ ਕੇ ਪੌਣੋਂ ਵਾਂਝੇ,
ਵਿੱਚ ਭਲਿਆਈਆਂ ਡੁੱਬੇ,
ਮਕਰ ਕਪਟ ਨੇ ਡੰਡੀਆਂ ਪਾਉਂਦੇ
ਕੀ ਕਲਜੁਗ ਦਾ ਜੀਣਾ।

ਉੱਠਣ ਵੇਲ਼ਾ

ਗਹਿਰਾਂ ਅੰਬਰ ਮੱਲ ਲਏ ਨੇ,
ਸੂਰਜ ਰੱਤ ਰੋਵੰਨਾ।
ਰਣ-ਤੱਤੇ ਦਾ ਮੁੱਢ ਅੱਜ ਬਣਿਆ,
ਖੇਤ ਮੇਰੇ ਦਾ ਬੰਨਾ।
ਮੇਰੇ ਬਲ਼ਦੇ ਵਣਾਂ ਦੀ ਰਾਖ ਹੀ,
ਗਲ਼ਾ ਜਕੜ ਸਾਹ ਸੂਤੇ,
ਲਿਫ-ਲਿਫ ਵੈਰੀ ਲਾਂਬੂ ਲਾ ਗਏ,
ਧੁਖਦਾ ਹੰਨਾ-ਹੰਨਾ।

ਸੰਤ-ਆਮਦ

ਜਦੋਂ ਕਾਫ਼ਲੇ ਭੌਂ-ਭੌਂ ਮਰਦੇ,
ਵਾਟ ਕਿਸੇ ਅਣਚਾਹੀ।
ਭੋਲ਼ੀਆਂ ਅੱਖੀਆਂ ਨਿਉਂਦੀਆਂ-ਨਿਉਂਦੀਆਂ,
ਜਿੰਦ ਪਾਉਣ ਵਿੱਚ ਫਾਹੀ।
ਤੌਖਲ਼ਿਆਂ ਦੀ ਗਹਿਰ ਗੁਆਚਣ,
ਜਦ ਖੰਡੇ ਦੇ ਦਾਈਏ,
ਤਦੋਂ ਸੰਤ ਦੀ ਵਾਜ ਸੁਣੀਂਦੀ,
ਵਾਂਗ ਜੁਝਾਰ ਸਿਪਾਹੀ।

ਅਮਰ-ਆਸ

ਗਹਿਰਾਂ ਤਾਰੇ ਚੰਨ ਹੜੱਪੇ,
ਧਰਤੀ ਦੇ ਸਾਹ ਸੂਤੇ।
ਮੁੜ ਨਾ ਚਿੜੀਆਂ ਘੁੱਗੀਆਂ ਦਿਸੀਆਂ,
ਖੂਹ ਵਾਲ਼ੇ ਉਸ ਤੂਤੇ।
ਕਾਂਗ ਕਾਲ਼ ਦੀ ਚੜ੍ਹੀ ਚਿਰਾਂ ਦੀ,
ਹੜ੍ਹ ਆਤਸ਼ ਦੇ ਕਹਿਰੀਂ,
ਬਲ਼ੇ ਤਣਾਂ 'ਚੋਂ ਫੁੱਟਣ ਆਸਾਂ,
ਰਹਿਣ ਜੇ ਕੌਲ ਸਬੂਤੇ।

ਪੜ੍ਹਨਹਾਰ

ਕਾਲ਼ ਗੁਫਾਈਂ ਦੱਬੇ ਦੁੱਖੜੇ,
ਰਾਤੀਂ ਦੇਣ ਆਵਾਜ਼ਾਂ।
ਦੁੱਖ ਦਾ ਟੁੰਬਿਆ ਚਿੱਤ ਪਰਦੇਸੀ,
ਮੁੜ ਲੈਂਦਾ ਪਰਵਾਜ਼ਾਂ।
ਲਹੂਆਂ ਸੰਗ ਸੀ ਲਿਖੀ ਇਬਾਰਤ,
ਅੱਖੀਆਂ ਸਾਹਵੇਂ ਗੁੰਮੀ,
ਮੌਤ ਦੀ ਪੈੜ 'ਚ ਪੈੜ ਧਰੇਂਦਿਆਂ,
ਪੜ੍ਹ ਲੈਣੀ ਜਾਂਬਾਜ਼ਾਂ।

ਮੋੜਾ

ਸਮਾਂ ਵਣਾਂ ਨੂੰ ਲੂਹ ਰੁੜ੍ਹੇਂਦਾ,
ਝੁੱਗੀ ਕਿੱਥੇ ਪਾਈਏ?
ਦੇਸਾਂ ਦੀ ਕੋਈ ਟਾਹਣੀ ਮਿਲ਼ ਜੇ,
ਓਸੇ ਓਟ ਰਹਾਈਏ।
ਥਲਾਂ 'ਚੋਂ ਕਿਣਕੇ ਉੱਡ-ਉੱਡ ਬਹਿੰਦੇ,
ਵਿੱਚ ਪਰਦੇਸੀ ਪੌਣਾਂ,
ਸਮੇਂ ਦੀ ਗੁਫਾ ਦੇ ਚੀਰ ਹਨੇਰੇ,
ਵਿਹੜੇ ਬੂਟਾ ਲਾਈਏ।

ਵੱਥ

ਉੱਕਦੇ-ਉੱਕਦੇ ਮੂਲ਼ੋਂ ਈ ਉੱਕੇ,
ਸੁੱਤਿਆਂ ਹੀ ਸਰ ਸੁੱਕੇ।
ਜ਼ੁਲਮ ਕਹਿਰ ਜੋ ਹੋ ਸਕਦੇ ਸੀ,
ਸਾਰੇ ਹੀ ਹੋ ਚੁੱਕੇ।
ਕਾਲ਼ ਸਤਾਣਾ ਅੰਤ ਚਿਤਾਰੇ,
ਬੀਜ ਦੀ ਵੱਥ ਨਾ ਜਾਣੇ,
ਅਮ੍ਰਿਤ ਵੇਲ਼ੇ ਜੰਗਲ਼ ਵਿਗਸੇ,
ਸ਼ੀਂਹ ਜਾਗੇ ਤੇ ਬੁੱਕੇ।

ਪੰਧ

ਨਦੀਆਂ ਨਾਲ਼ ਹੀ ਅੱਖੀਆਂ ਸੁੱਕੀਆਂ,
ਨਾਲ਼ੇ ਈ ਆਸਾਂ ਮੋਈਆਂ।
ਕਾਲ਼ ਹਫਾ ਜਿਨ ਜਾਬਰ ਸੋਧੇ,
ਜਿੰਦਾਂ ਬੇਦਿਲ ਹੋਈਆਂ।
ਵਿੱਚ ਤਦਬੀਰਾਂ ਉਲ਼ਝ ਨਾ ਖਪੀਏ,
ਰਮਜ਼ ਸ਼ਹੀਦਾਂ ਫੜੀਏ।
ਤਖ਼ਤ ਸਾਂਭਣੇ, ਕਾਲ਼ ਅਗਨ ਵਿੱਚ
ਜਿਹਨਾਂ ਦੇਹਾਂ ਧੋਈਆਂ।

ਫ਼ਤਹਿ

ਗੁਰਗਾਂ ਚਰਗ਼ਾਂ ਕਹਿਰ ਮਚਾਏ,
ਘੁਰੇ ਆਲ੍ਹਣੇ ਨੋਚੇ।
ਮਾਵਾਂ ਗਲ਼ ਅੱਜ ਫੇਰ ਪਰੋਏ,
ਬਾਲ ਜੁ ਨੇਜ਼ਿਆਂ ਬੋਚੇ।
ਭਾਵੇਂ ਮੌਤ ਆਹਣ ਜਿਉਂ ਵਿਆਪੇ,
ਅੱਖ ਨਾ ਦਰਾਂ ਤੋਂ ਥਿੜਕੇ,
ਕਾਲ਼ ਨਿਸੱਤਾ ਹੋਵੇ ਜਦ ਹਰ,
ਜਿਉੜਾ ਮਰਨਾ ਲੋਚੇ।

ਦੁੱਖ ਤੇ ਸਿਦਕ

ਦੁੱਖ ਸਿਰਾਂ ਤੋਂ ਉੱਚਾ ਪਾਣੀ,
ਜਿੰਦੜੀ ਰੋੜ੍ਹ ਲਿਜਾਵੇ।
ਡੁੱਬਦੇ ਮਨ ਦੀ ਵਿਥਿਆ ਦੱਸਦੇ,
ਆਹਾਂ, ਹੌਲ, ਤੇ ਹਾਵੇ।
ਨੀਂਹਾਂ, ਗੜ੍ਹੀਆਂ, ਲੱਖੀ ਜੰਗ.ਲ,
ਤੇ ਸਤਿਗੁਰ ਦੀਆਂ ਨਜ਼ਰਾਂ,
ਰਣ ਵੀ ਓਹੀ, ਸੱਦ ਵੀ ਓਹੋ,
ਸਿਦਕ ਗੁਰੂ ਅਜ਼ਮਾਵੇ।

ਰਾਹ

ਸਿਦਕਾਂ ਮੂਹਰੇ ਖੌਰੂ ਪਾ-ਪਾ,
ਚੜ੍ਹਦੇ ਕਾ.ਲ ਦੇ ਪਾਣੀ।
ਤੂਫ਼ਾਨੀਂ ਝੜੀਆਂ ਤਦਬੀਰਾਂ,
ਜਾਗ ਉੱਠੀ ਕਿਰਪਾਣੀ ।
ਸਦਾ ਸਵਾਰਾਂ ਚੜ੍ਹੇ ਅਟਕ ਨੂੰ,
ਚੀਰ ਕੇ ਰਾਹ ਬਣਾਉਣਾ,
ਰੋਮ-ਰੋਮ ਵਿੱਚ ਰਮ-ਰਮ ਗੂੰਜੇ,
ਜਦੋਂ ਗੁਰਾਂ ਦੀ ਬਾਣੀ।

www.ingramcontent.com/pod-product-compliance
Lightning Source LLC
Chambersburg PA
CBHW031247290426
44109CB00012B/472
* 9 7 8 0 5 7 8 2 9 7 2 8 6 *

www.ingramcontent.com/pod-product-compliance
Lightning Source LLC
Chambersburg PA
CBHW031247290426
44109CB00012B/472